सावित्रीबाई फुले पुणे विद्यापीठ-तृतीय वर्ष कला शाखेच्या (T. Y. B. A.)
२०१५-१६च्या सुधारित अभ्यासक्रमानुसार लिहिलेले क्रमिक पुस्तक
तसेच महाराष्ट्रातील इतर सर्व विद्यापीठांना उपयक्त.

I0666430

२०व्या शतकातील आशियाचा इतिहास
(१९१४-१९९२)

History of Asia in 20th Century
(1914-1992)

डॉ. अरुणा मोरे
डॉ. भारती नवथर
डॉ. स्वाती काळभोर

डायमंड पब्लिकेशन्स

२०व्या शतकातील आशियाचा इतिहास (१९१४-१९९२)
डॉ. अरुणा मोरे, डॉ. भारती नवथर, डॉ. स्वाती काळभोर

20vya Shatakatil Ashiyacha Itihas (1914-1992)
Dr. Aruna More, Dr. Bharati Navthar, Dr. Swati Kalbhor

प्रथम आवृत्ती : जुलै २०१५

ISBN : 978-81-8483-634-9

© डायमंड पब्लिकेशन्स

मुखपृष्ठ
शाम भालेकर

प्रकाशक
डायमंड पब्लिकेशन्स
२६४/३ शनिवार पेठ, ३०२ अनुग्रह अपार्टमेंट
ओंकारेश्वर मंदिराजवळ, पुणे-४११ ०३०
☎ ०२०-२४४५२३८७, २४४६६६४२
info@diamondbookspune.com

ऑनलाईन पुस्तक खरेदीसाठी भेट द्या
www.diamondbookspune.com

प्रमुख वितरक
डायमंड बुक डेपो
६६१ नारायण पेठ, अप्पा बळवंत चौक
पुणे-४११ ०३० ☎ ०२०-२४४८०६७७

मनोगत

विसाव्या शतकातील आशियाचा इतिहास हे पुस्तक सावित्रीबाई फुले पुणे विद्यापीठाच्या तृतीय वर्ष कला वर्गाच्या विशेषस्तरावरील अभ्यासक्रमानुसार मांडणी केलेले पुस्तक आहे. महाराष्ट्रातील इतर विद्यापीठांच्या आधुनिक जगाचा इतिहास आणि आधुनिक आशियाचा इतिहास या विषयांच्या अभ्यासासाठी हे पुस्तक उपयुक्त ठरेल अशी अपेक्षा आहे. या पुस्तकात पहिल्या महायुद्धानंतर ते जागतिकीकरणापर्यंतच्या आशियातील घडामोडींचा आढावा घेतलेला आहे.

एकोणिसाव्या शतकातील जगाच्या राजकारणाचा अभ्यास हा प्रामुख्याने युरोपीय राष्ट्रांचा अभ्यास ठरतो. परंतु विसाव्या शतकात जगातील राष्ट्रांत परस्परसंबंध वाढले आणि ते अधिक गुंतागुंतीचे झाले. पहिले महायुद्ध, दुसरे महायुद्ध आणि शीतयुद्ध या अत्यंत महत्त्वाच्या घटना जागतिक राजकीय इतिहासात महत्त्वाच्या ठरल्या. आशिया खंडाच्या दृष्टीने हा कालखंड फारच संमिश्र घडामोडींचा होता. अनेक देशांना स्वातंत्र्य मिळाले. नवीन राष्ट्रांच्या निर्मितीमुळे राजकारण बदलले होते. रखरखीत वाळवंटाच्या प्रदेशात तेलाच्या खाणी सापडल्या होत्या व आधुनिक तंत्रज्ञानाने ह्या तेलाचे उत्पादन करणे शक्य झाले होते. या मध्यपूर्वेतील राष्ट्रांना आर्थिक व राजकीय महत्त्व प्राप्त झाले. अनेक धर्म व संस्कृतींना जन्म देणाऱ्या आशियातील राष्ट्रांच्या राष्ट्रवादाला तीव्र स्वरूप प्राप्त झाले. साम्यवाद, भांडवलवाद, लोकशाही, हुकूमशाही, राजेशाही अशा सर्व प्रकारच्या राज्यव्यवस्था आशिया खंडात होत्या. त्यांचे परस्परसंबंधाचे परिमाण जागतिक राजकारणाच्या संदर्भात बदलत होते. एकेकाळी पाश्चात्त्य राष्ट्रांच्या आर्थिक शोषणाला बळी पडलेली ही राष्ट्रे पाश्चात्त्य राष्ट्रांना आपली आर्थिक ताकद दर्शवू लागली. जागतिकीकरणापर्यंतचा कालखंड प्रादेशिक सीमा जाणत होता परंतु जागतिकीकरणानंतर अर्थ व्यवस्थेच्या, सामाजिक, सांस्कृतिक जीवनाच्या कक्षा रुंदावल्या आणि पुन्हा राजकीय हितसंबंधाची समीकरणे बदलली. विसाव्या शतकातील आशियाचा इतिहास निव्वळ घटना किंवा अभ्यास म्हणूनच नाही तर जगाच्या बदलत्या हितसंबंधाचे कुतूहल म्हणूनही वाचनीय आहे.

या पुस्तकाच्या लेखनकार्यात आम्हाला महाविद्यालयातील ग्रंथपाल, सहकारी, अभ्यासमंडळाचे अध्यक्ष व सदस्य यांचे बहुमोल सहकार्य लाभले. डायमंड पब्लिकेशन्समुळे हे पुस्तक प्राध्यापक व विद्यार्थ्यांपर्यंत पोहचण्यास मदत झाली. या सर्वांचे आम्ही आभार व्यक्त करतो.

लेखक वृंद

लेखक–परिचय

डॉ. अरुणा मोरे

दौंड महाविद्यालयात १९८२ पासून इतिहास विभाग प्रमुख म्हणून कार्यरत. दोनदा पुणे विद्यापीठाच्या इतिहास अभ्यास मंडळाच्या सदस्या (१९९५ ते २००० व २००५ ते २०१०) पुणे विद्यापीठाच्या दूरशिक्षण केंद्राच्या पाठ्यपुस्तक निर्मितीत सहभाग. आत्तापर्यंत १५ क्रमिक पुस्तकांचे लेखन (सहलेखकांबरोबर). 'इतिहासाची ओळख' ह्या संदर्भ पुस्तकाचे लेखन. अखिल महाराष्ट्र इतिहास परिषदेच्या कार्यकारणीवर दोनदा निवड; तसेच निमंत्रित सदस्य म्हणून कार्य. राष्ट्रीय स्तरावरील १० शोधनिबंध प्रसिद्ध तसेच अखिल महाराष्ट्र इतिहास परिषद व राज्यस्तरीय २० शोधनिबंध प्रसिद्ध. मणिभाई देसाई प्रतिष्ठान (उरळीकांचन, पुणे) यांचा मणिरत्नम् शिक्षक गौरव पुरस्कार. लायन्स क्लब, पुणे यांचा आदर्श शिक्षक पुरस्कार. रोटरी क्लब पुणे यांचा व्यावसायिक गुणवत्ता पुरस्कार. पर्वती नागरिक कृती समितीचा पुण्यभूषण तसेच दौंड शहरातून दौंडभूषण दौंड नगरपालिकेचा 'आदर्श शिक्षक' पुरस्कार. विविध महाविद्यालये व इतिहास परिषदांमधून, चर्चासत्रांत तज्ज्ञ, मार्गदर्शकपर व्याख्याने, मराठवाडा इतिहास परिषदेला २००७ मध्ये मध्ययुगीन विभागाचे अध्यक्षपद. आगामी संदर्भ पुस्तके– १) महाराष्ट्रातील प्रबोधन २) विष्णूबुवा ब्रह्मचारी व्यक्ती व कार्य.

लेखक–परिचय

डॉ. भारती नवथर

आर्ट्स, सायन्स अॅन्ड कॉमर्स कॉलेज, राहुरी येथे १९८६ पासून वरिष्ठ महाविद्यालयात कार्यरत. २००१ मध्ये डॉक्टरेट पदवी प्राप्त. पीएच.डी. च्या प्रबंधास डॉ. जीन्सीवाले प्रबंध पुरस्कार. विविध राष्ट्रीय, आंतरराष्ट्रीय परिषदांमध्ये सहभाग घेऊन पेपर वाचन. राष्ट्रीय, आंतरराष्ट्रीय नियतकालीकांमध्ये शोधनिबंध प्रकाशित. यु.जी.सी. अंतर्गत दोन लघु शोधप्रकल्प पूर्ण केले आहेत. पुणे विद्यापीठाच्या सुधारित अभ्यासक्रम उपसमिती सदस्य. विविध महाविद्यालयात तज्ज्ञ, मार्गदर्शक म्हणून व्याख्याने दिली. डॉ. मणिभाई देसाई प्रतिष्ठानचा राष्ट्रसेवा पुरस्कार (२००९), वीरांगना सावित्रीबाई फुले राष्ट्रीय शिक्षिका सम्मान पुरस्कार (२०१३), जागतिक मानवाधिकार समितीचा स्वामी विवेकानंद आंतरराष्ट्रीय शैक्षणिक पुरस्कार (२०१४).

लेखक-परिचय

डॉ. स्वाती काळभोर

सी. के. गोयल महाविद्यालय, दापोडी, पुणे येथे गेली २३ वर्षे वरिष्ठ महाविद्यालयात इतिहास विषयाचे अध्यापन, युजीसी व बीसीयुडीचे शोधप्रकल्प पूर्ण केले आहेत. पुणे विद्यापीठात एम.फिल., पीएच.डी.चे मार्गदर्शक म्हणून मान्यता प्राप्त. राज्यस्तरीय, राष्ट्रीय पातळीवर आणि आंतरराष्ट्रीय चर्चासत्रांत शोधनिबंधाचे वाचन. १६ शोधनिबंध प्रकाशित झाले आहेत. सहलेखकांबरोबर ८ पुस्तके प्रकाशित झाली आहेत. महाविद्यालयात व विद्यापीठात वेगवेगळ्या समितींसाठी काम केले आहे. डॉ. मणिभाई देसाई प्रतिष्ठानच्या मणिरत्न उत्कृष्ट शिक्षक पुरस्कार व अविष्कार फाउंडेशनचा उत्कृष्ट शिक्षक पुरस्कार प्राप्त झाला आहे. दुबई व मॉरीशस या ठिकाणी आंतरराष्ट्रीय परिषदेसाठी उपस्थिती आणि शोधनिबंधाचे वाचन. पुणे विद्यापीठाच्या अभ्यासक्रम सुधारणा उपसमितीत सदस्य म्हणून काम पाहिले.

अनुक्रम

मनोगत
लेखक–परिचय

१ संकल्पनात्मक अभ्यास

Conceptual Study

प्रस्तावना

संकल्पना म्हणजे व्यापक आशय मोजक्या शब्दांत व्यक्त करणे. विसाव्या शतकातील आशियाचा अभ्यास करताना काही संकल्पना माहीत असणे आवश्यक आहे. काही संकल्पना या कालावधीत फार प्रभावी ठरल्या तर काही संकल्पनांमुळे या देशांच्या इतिहासात बदल घडवून आणले, म्हणून ह्या कालावधीचा अभ्यास करण्यापूर्वी ह्या संकल्पना आणि या संकल्पनांचे या कालावधीतील महत्त्व जाणून घेणे आवश्यक ठरते. अरब राष्ट्रवाद, सकल इस्लामवाद, बृहद्-तुर्कीवाद या संकल्पनांमुळे

मध्यपूर्वेतील राष्ट्रांत राष्ट्रवादाचा तर उदय झालाच पण पुढील संघर्षाची बीजेही रोवली गेली. लाँग मार्च व जेन्टो या संकल्पना चीन व जपानच्या आधुनिकीकरणात महत्त्वाच्या ठरतात. विश्वस्त पद्धती, श्वेतपत्रिका, अ‍ॅटलांटिक सनद या संकल्पना केवळ आशियाच नव्हे तर जगाच्या इतिहासातही महत्त्वाच्या ठरतात.

१.१ लाँग मार्च (Long March)

माओ-त्से-तुंगने, चँग-कै-शेकच्या कोमिटांग पक्षाच्या विरोधात साम्यवादाच्या प्रस्थापनेसाठी जो संघर्षमय खडतर प्रवास केला त्यास लाँग मार्च (दीर्घ कूच) असे म्हणतात.

इ.स १९२१ मध्ये शांघाय येथे कम्युनिस्ट पक्षाची स्थापना झाली. १९२१ ते १९२८ पर्यंत कोमिंगटांग व कम्युनिस्ट युती टिकली. परंतु चँग-कै-शेकच्या हाती सत्ता येताच त्याने डॉ. सेनने केलेली युती धुडकावून लावली आणि कम्युनिस्टांना नष्ट करण्याची व्यापक योजना अमलात आणली. इ.स १९२६ मध्ये चँग-कै-शेकने शासनातून कम्युनिस्टांची हकालपट्टी केली. शेकडो कम्युनिस्टांना गोळ्या घालून ठार केले. कामगार संघटनांवर बंदी घातली. परिणामी, माओने क्रांतीची तयारी केली. रशियाप्रमाणे चीनमध्ये कामगारांची साम्यवादी क्रांती होणार नाही, म्हणून चिनी क्रांतीचा स्वतंत्र मार्ग धुंडाळला आणि एकाचवेळी चँगच्या कोमिंगटांगशी व रशियन साम्यवादी भूमिकेशी संघर्ष सुरू केला. शेतकऱ्यांचे संघटन करून लालसेनेची निर्मिती केली. स्वसामर्थ्याने माओने निर्णायक संघर्ष सुरू केला.

याच दरम्यान १९३०-३३ पर्यंत चँग-कै-शेकने पाच मोहिमा काढून कम्युनिस्टांना नष्ट करण्याचा प्रयत्न केला. त्यानुसार १९३० साली चँगने कम्युनिस्टांवर पहिले आक्रमण केले आणि किआंगसीवर हल्ला केला. माओच्या लालसेनेने गनिमिकाव्याने शत्रूची दाणादाण उडवली. प्रचंड युद्धसामग्री ताब्यात घेतली. भौगोलिक माहितीच्या अभावामुळे कोमिंटांगचा पराभव झाला. त्यानंतर १९३१ साली चँग-कै-शेकने दुसरी व तिसरी मोहीम हाती घेतली; तर १९३३ साली त्याने माओविरुद्ध चौथी मोहीम हाती घेतली. परंतु याहीवेळी कोमिंगटांगला पराभूत व्हावे लागले. तरीही खचून जाता. चँग-कै-शेकने १९३३ मध्येच पाचवी मोहीम हाती घेतली. माओच्या लष्कराने समोरासमोर लढण्यांचा निर्णय घेतल्याने त्यांची वाताहात झाली. चँग-कै-शेकने दहा लक्ष कम्युनिस्ट व शेतकऱ्यांची हत्या केली. त्याची रसद बंद केली. किआंगसी प्रांत बेचिराख केला. कम्युनिस्टांना किआंगसीमधून बाहेर पडावे लागले. पाचव्या मोहिमेच्या यशाने मदोन्मत होऊन चँगने अत्यंत क्रूरपणे कम्युनिस्टांचा बीमोड करण्याचा निर्णय घेतला. त्यामुळेच कम्युनिस्टांनी दक्षिणेतील किआंगत्सीतून बाहेर

पडून चीनच्या उत्तर टोकाला असलेल्या शान्सी प्रांतात जाण्याचा निर्णय घेतला. किआंगसी ते शान्सी हे अंतर ६००० मैलाचे होते. कोमिगटांगचे हल्ले चुकवीत व नैसर्गिक संकटांशी तोंड देत कम्युनिस्टांना हा प्रवास करावयाचा होता. कम्युनिस्टांचा हा अत्यंत कसोटीचा कालखंड होता. या रोमांचकारी संघर्षमय मार्गक्रमणालाच 'लाँग मार्च' असे म्हणतात. १९३४ ते १९३५ पर्यंत हा खडतर प्रवास चालू होता. त्यासाठी तीनशे सत्तर दिवसांचा कालावधी लागला. अठरा पर्वत, चोवीस नद्या, अनेक वाळवंटे, असंख्य जंगले, दलदलीचे प्रदेश व अकरा प्रांतांतून हा प्राणघातक प्रवास चालू होता. किआंगसी, हुनान, क्वीचौ, युनान, सेझुवान, कानसू, येनान व शान्सी ह्या मार्गाने हे गेले. प्रवास अतिशय खडतर असला तरी जिद्दीने माओने प्रवासात शेतकरी, कामगार व ग्रामीण जनतेच्या भेटी घेऊन जनजागृती घडवून आणली. कम्युनिस्ट क्रांतीचे महत्त्व पटवून देऊन आपल्या लढ्याला त्यांचा भरपूर पाठिंबा मिळविला. ह्या रोमहर्षक प्रवासात माओने २,२०,००,००० चिनी जनतेशी संपर्क साधला. त्यांच्या पुढील यशस्वी लढ्याचे सामर्थ्य ह्या 'लाँग मार्च' मधूनच निर्माण झाले. अखेर सर्व संकटांवर मात करून एकलक्ष कम्युनिस्टांपैकी केवळ २०,००० देशभक्त शान्सीला पोहचले व माओ-त्से-तुंग यांनी तेथे सोव्हिएत सरकारची स्थापना केली. चँगच्या राष्ट्रविघातक क्रौर्यावर माओच्या राष्ट्रनिष्ठेने विजय मिळवला.

अशा प्रकारे साम्यवादी क्रांतीच्या इतिहासात लाँग मार्चला अतिशय महत्त्व आहे. अथवा प्रदीर्घकूचला महत्त्व आहे.

१.२ साम्यवाद (Communism)

ज्या समाजपद्धतीत सर्व उत्पादन साधने व मालमत्ता यावर सर्व समाजाची सामायिक मालकी असते आणि संपत्तीचा उपभोग सर्व नागरिक आपल्या गरजेप्रमाणे घेऊ शकतात, अश्या वर्गविहीन पद्धतीला साम्यवाद म्हटले जाते.

समाजवादाच्या अंतिम टप्पा म्हणजे साम्यवाद होय. हे मार्क्सच्या समाजवादाचे आक्रमक व हिंसक रूप आहे. भांडवलशाही, सरंजामशाही, जमीनदारी व खाजगी मालमत्ता पूर्णतः नष्ट करून त्यावर सामायिक मालकी प्रस्थापित करणे. सर्व आर्थिक घटकांचे राष्ट्रीयीकरण करणे खाजगी जीवनाला फाटा देऊन कम्यून्स जीवनपद्धती विकसित करणे आणि सर्व व्यवसाय संघामार्फत समाज संपत्ती व देशाचे नियंत्रण करणे ही साम्यवादी व्यवस्थेची वैशिष्ट्ये होती. त्यात शासन, खाजगी संपत्ती, वैयक्तिक जीवन, व्यक्तिस्वातंत्र्य, नागरी हक्क व सामाजिक वर्ग रचनेला थारा नव्हता. राष्ट्रीयीकरण व समानतेला अतिशय महत्त्व दिले. अर्थात, रशिया व चीन मधील साम्यवादी व्यवस्था मार्क्सच्या विचारानुसार निर्माण झाली नाही. तेथे साम्यवादी हुकूमशाही

अस्तित्वात आली. साम्यवादाचा प्रभाव कमी करण्यासाठी काही भांडवलशाही लोकशाहीप्रधान देशांनी विशेषतः अमेरिका, इंग्लंड, फ्रान्स, जर्मनी या राष्ट्रांनी साम्यवादाला थोपवून धरण्यासाठी शासकीय समाजवादाचा पुरस्कार केला. भांडवलशाहीचे उच्चाटन करण्यासाठी कामगार वर्गाने संघटित होऊन भांडवलदारांविरुद्ध संघर्ष करून भांडवलशाहीचा शेवट करणे असे मार्क्सचा साम्यवाद सांगतो. मार्क्सचा साम्यवाद राज्यसंस्थेला तीव्र विरोध करतो; कारण राज्यसंस्था हे गरिबांचे शोषण करणारे श्रीमंताच्या हातातील एक खेळणे आहे.

साम्यवादी तत्त्वज्ञानानुसार क्रांतीद्वारे भांडवलशाहीचे उच्चाटन करणे आणि समाजातील लोकांची आर्थिक पिळवणूक थांबविणे हा आहे. साम्यवादास लोकशाही मान्य नाही. उलट त्यांनी कामगाराच्या हुकूमशाहीचा पुरस्कार केला.

साम्यवादी समाजव्यवस्थेत सर्वांसाठी काम करणे आवश्यक असले तरी सर्वांना त्यांच्या आवश्यकतेप्रमाणे मोबदला मिळेल. या व्यवस्थेत सर्वांसाठी श्रम अनिवार्य असल्यामुळे समाजात वर्ग पडणार नाही म्हणजेच वर्गविरहित समाजव्यवस्था अस्तित्वात येईल. वर्गच नसल्याने एका वर्गाचे दुसऱ्या वर्गाकडून शोषण होणार नाही व त्यासाठी राज्यसंस्थेची आवश्यकता राहणार नाही.

अशा प्रकारे साम्यवादी समाजव्यवस्था ही समाजजीवनाची सर्वोत्कृष्ट व्यवस्था असेल असे कार्ल मार्क्स सांगतो.

१.३ ॲटलांटिक सनद (Atlantic Charter)

ॲटलांटिक सनद म्हणजे १४ ऑगस्ट, १९४१ रोजी अमेरिकेचे राष्ट्राध्यक्ष रुझवेल्ट आणि ब्रिटिश प्रधानमंत्री चर्चिल यांनी एकत्रितरीत्या केलेली घोषणा. ही घोषणा होती, कोणतेही कायदेशीर किंवा अधिकृत कागदपत्र नव्हते; तर न्यायाच्या व समतेच्या बैठकीवर आधारित अशा नव्या, द्वेष, वैर व कलह विरहित जगाच्या निर्मितीकरिता आधारभूत मानलेली तत्त्वे किंवा युद्धानंतर होणाऱ्या तरतुदींविषयीची धोरणे स्पष्ट करणारी घोषणा होय. या सनदेमध्ये युद्धानंतरच्या पुनर्रचनेबाबत मार्गदर्शन करणारी आठ तत्त्वे सांगितली होती.

दुसरे महायुद्ध सुरू असतानाच युद्धाची संहारकता जाणवत होती; त्यामुळे सर्वच राष्ट्रांना चिंता वाटत होती. अमेरिका प्रत्यक्ष युद्धात सहभागी नसली तरी तिचा मित्रराष्ट्रांकडचा कल स्पष्टपणे लक्षात येत होता; पण जर्मनीची सरशी होऊ लागली आणि नाझी संकटाची चाहूल अमेरिकेला लागली. ग्रेट ब्रिटनची इच्छा होती की; अमेरिकेने तटस्थतेचा त्याग करून युद्धात प्रत्यक्ष सहभाग घ्यावा. तिने केवळ शास्त्रास्त्रे पुरविण्याच्या मदतीपेक्षा युद्धात प्रत्यक्ष सहभाग घ्यावा; तर अमेरिकेला ग्रेट ब्रिटनची

युद्धोत्तर पुनर्रचनेची भूमिका स्पष्टपणे हवी होती. यासाठी या दोन्ही राष्ट्रांनीही 'अॅटलांटिक सनद' जाहीर केली आणि तिला १९४२ मध्ये मित्र राष्ट्रांनी मान्यता दिली. युद्धोत्तर जगाच्या पुनर्रचनेचे हे स्पष्ट कल्पना देणारे चित्र होते.

या सनदेतील आठ तत्त्वे पुढीलप्रमाणे-

१) अमेरिका व इंग्लंडला प्रादेशिक विस्तार किंवा इतर कोणत्याही अतिरिक्त लाभाची अपेक्षा नाही.

२) युद्धानंतर कोणत्याही क्षेत्रात तेथील जनमताविरुद्ध कोणत्याही प्रकारचे प्रादेशिक बदल केले जाणार नाहीत.

३) सर्व ठिकाणच्या जनतेला आपल्या सरकारचे स्वरूप ठरविण्याचा अधिकार असेल.

४) सर्व राष्ट्रांच्या आर्थिक भरभराटीसाठी आवश्यक त्या सवलतींचा विचार समान पातळीवर केला जाईल.

५) आर्थिक क्षेत्रात सर्व राष्ट्रांत जास्तीत जास्त सहकार्य व सहयोग घडवून आणण्याचा प्रयत्न केला जाईल.

६) नाझीच्या पाडावानंतर सर्व राष्ट्रांना स्वातंत्र्य व सुरक्षिततेची हमी मिळेल आणि दारिद्र्य व भीतीपासून मुक्त अशी जीवन जगण्याची शाश्वती मिळेल.

७) सागरी संचार-स्वातंत्र्याची मुभा सर्व राष्ट्रांना मिळेल.

८) शस्त्र कपातीसाठी सर्वतोपरी उपाययोजना करण्यात येतील.

अॅटलांटिक सनदेच्या नंतर दोस्त राष्ट्रांच्या अनेक परिषदा वेळोवेळी भरविण्यात आल्या. सनदेला सव्वीस देशांनी मान्यता दिली. संयुक्त राष्ट्रसंघाच्या स्थापनेचे हे पहिले पाऊल होते.

१.४ जेन्रो (Jenro)

जेन्रो हे आधुनिक जपान घडविण्याऱ्या निवृत्त पण कार्यक्षम प्रशासकांना दिलेले पदच आहे. मेइजी, तोइशो आणि शोवा कालखंडांत त्यांनी राजाचे सल्लागार म्हणून कार्य बजाविले होते.

आधुनिक कालखंडातील जपान हे औद्योगिक राष्ट्र म्हणून ओळखले जाते. या औद्योगिकीकरणाची सुरुवात जेन्रो कालखंडापासून होते. १८९० ते १९१८ ह्या काळातील जपान 'जेन्रो जपान' म्हणून ओळखला जातो. जपानमध्ये आधुनिकीकरणाची सुरुवात झाली आणि हे आधुनिकीकरण राजकीय क्षेत्रातही झाले. घटना तयार करण्यात आली आणि प्रातिनिधिक लोकशाही संस्थांची स्थापना करण्यात आली. इ.स १८९० मध्ये

निवडणुका होऊन घटनेनुसार राज्यकारभाराला सुरुवात झाली. जपानमधील राजकीय आणि प्रशासकीय व्यवहारांचे नियंत्रण हे वरिष्ठ नेत्यांच्या गटाकडे होते. या गटाला 'जेन्रो' असे म्हटले जात होते. या वरिष्ठ नेत्यांनीच जेन्रो कालखंडात राज्यकारभार चालवला. घटनेच्यादृष्टीने जेन्रोला कोणतेही महत्त्वाचे स्थान नव्हते; पण जपानच्या प्रशासनातील प्रत्येक महत्त्वाचा निर्णय त्यांच्याच साहाय्याने होत होता. जपानचे अंतर्गत धोरण, परराष्ट्रीय धोरण, युद्धाचे निर्णय, प्रशासनामध्ये होणाऱ्या नेमणुकांचे निर्णय जेन्रोंच्या मार्गदर्शनानेच होत होते. जेन्रो गटातील व्यक्ती ह्या जपानमधील सत्सुमा आणि चोशू या दोन प्रमुख कुळांतील होत्या. जेन्रोने जपानला आधुनिक युगात नेले. जपानला अनियंत्रित राजसत्तेकडून लोकशाहीकडे वाटचालीसाठी मार्गदर्शन केले. त्यांनी सम्राटाला केंद्रस्थानी ठेवून अनेक प्रातिनिधिक राजकीय संस्थांची उभारणी केली.

पहिले सात जेन्रो हे सांगीचे (राज्य परिषद) चे सदस्य होते. जेन्रो संस्था १९४० मध्ये संपुष्टात आली. शेवटचा जेन्रो सान्योजी किनमोकी हा होता.

१.५ सकल इस्लामवाद (Pan Islamism)

वसाहतवादाच्या काळात म्हणजे साधारण १९ व्या शतकाच्या मध्यात मध्यपूर्वेतील व आफ्रिकेतील अनेक मुस्लीम राज्यांमध्ये पाश्चात्त्य देशांच्या वसाहतीकरणामुळे पाश्चात्त्य संस्कृती रुजू लागली होती. मुस्लीम धर्मविषयक वारसा सांगणाऱ्या सर्वांना एकत्र आणणे आणि पाश्चात्यीकरण थोपवून इस्लामचे एकीकरण करणे म्हणजे 'सकल इस्लामवाद' अशा वेळी मुस्लीम नेते मुस्लीम परंपरा राखून पाश्चात्त्यांच्या विरुद्ध सकल मुस्लिमांनी एकत्र येण्याचे आवाहन करीत होते.

'जमाल-अल्-दिन-अल-अफगाणी हा' सकल इस्लामवादाच्या संकल्पनेचा उद्‍गाता समजला जातो; पण प्रत्यक्षात ही संकल्पना ऑटोमन सुलतानाने राबवली. सुलतान अब्दुल अझीझ आणि त्याच्यानंतर सत्तेवर आलेला तुर्की सुलतान अब्दुल हमीद दुसरा याने तुर्कस्थानात 'सकल इस्लामवाद' ही राजकीय चळवळीच्यारूपाने सुरू केली. वसाहतवाद आणि आधुनिक तंत्रज्ञानाच्या आधारे पाश्चात्त्यांचा प्रभाव वाढतच होता. त्याला थोपविण्यासाठी मुस्लीम राष्ट्रांनी आधुनिकीकरणाचा स्वीकार करणे अतिआवश्यक होते. त्या दृष्टीने तुर्कस्थानने आधुनिकता स्वीकारली.

सकल इस्लामवादातील राजकीय चळवळीतील पहिली राजकीय चळवळ म्हणजे 'खिलाफत चळवळ'. ही चळवळ वसाहतवादाच्याविरुद्ध आणि स्वातंत्र्याच्याबाजूने होती तिला फार मोठा पाठिंबा मिळाला. पुढे तुर्कस्थानने आधुनिकतेचा स्वीकार करताना सुलतानपदाबरोबरच १९२४ मध्ये खलिफाचे पदही रद्द केले. तुर्कस्तान

हे धर्मातील (Secular) राज्य असल्याचे जाहीर केले. तुर्की सुलतानपद रद्द झाले आणि सकल इस्लामवादाचे स्वरूपच बदलले. मुस्लीम राज्यसंघटनेची स्थापना झाली (Organasation of Islamic States). मुस्लीम राज्यांचे वेगवेगळे गट तयार झाले. वास्तविक पॅन इस्लामिझममध्ये सर्व मुस्लीम राष्ट्रांनी एकत्र राहणे अपेक्षित होते, अशा एकत्रितपणातच त्यांची शक्ती असल्याचे गृहीत होते.

१.६ बृहद् तुर्कवाद (Yani Turanism)

तुर्की सुलतान अब्दुल हमीद ह्याची अनियंत्रित सत्ता १९०८ मध्ये तरुण तुर्कांनी क्रांती करून नष्ट केली. तुर्कस्थानचे आधुनिकीकरण करणे, युरोपीय राष्ट्रांप्रमाणे तुर्कस्थानला बलवान करणे, तुर्की साम्राज्यातील परराष्ट्रांच्या हस्तक्षेपास पायबंद घालणे, तुर्की सरकार प्रभावशाली बनविणे आणि राष्ट्रवादाचा तुर्कस्थानात प्रसार करणे ह्या हेतूने पाश्चात्त्य शिक्षण घेतलेल्या, बुद्धिवादी तरुणांनी की जे स्वातंत्र्य, समता, लोकशाहीने प्रभावित झाले होते; त्यांनी तुर्कस्थानात राजकीय क्रांती घडवून आणली. तुर्की जनता व लष्कराने सुद्धा तरुण तुर्कांना पाठिंबा दिला. १९०९ ते १९१८ पर्यंत तरुण तुर्कांनी राज्यकारभार केला या काळात त्यांनी जे धोरण अवलंबिले त्याला 'सकल तुर्कवाद' असे म्हटले जाते. त्यांच्या कट्टर राष्ट्रवादी धोरणातून त्यांनी बिगर तुर्कांवर अन्याय व अत्याचार केले. त्यांनी क्रांतीची तत्त्वे व उद्दिष्टे बाजूला ठेवून हुकूमशाही गाजवली; तरुण तुर्कांनी तुर्क मुस्लिमांना संघटित करून त्यांचे जास्तीत जास्त समर्थन मिळवण्याचा प्रयत्न केला. त्यांनी विदेशी आक्रमणाच्या काळात ज्या तुर्क-मुस्लिमांनी त्यांना मदत केली त्यांना प्रशासनात सामावून घेतले. तरुण तुर्कांनी समस्त ऑटोमन साम्राज्याचे 'तुर्कीकरण' करण्याचा प्रयत्न केला. बास्निया, हर्जेगोविना, बल्गेरिया, सर्बिया, रुमानियातील बिगर तुर्की लोकांवर अत्याचार केले. तुर्की हीच साम्राज्याची भाषा बनविली. तुर्कांना तरुण तुर्कांनी विशेष सोयी-सुविधा, सवलती दिल्यामुळे ग्रीक व इतर धर्मियांनी तरुण तुर्क सरकारला विरोध केला. पूर्वीय-प्रश्न पुन्हा जागृत झाला. १९०८ मध्ये बल्गेरिया स्वतंत्र झाले. ऑस्ट्रियाने बोस्निया व हर्जेमोविना आपल्या साम्राज्यात सामील केले. ग्रीसने क्रीट बेट घेतले. बाल्कन लीगची स्थापना करण्यात आली. ख्रिश्चन धर्मियांवर तरुण तुर्कांनी केलेल्या अत्याचारातून त्यांची मुक्तता करण्यासाठी बाल्कन युद्धे लढण्यात आली. ऑस्ट्रियाच्या कृतीने विशाल सर्बियाचे स्वप्न भंग झाल्याने पुढे ऑस्ट्रिया-सर्बिया वादातून पहिले महायुद्ध निर्माण झाले.

थोडक्यात, बृहद् तुर्कवादाने तुर्कस्थानचे अनेक शत्रू देशांत व परराष्ट्रीय धोरणामुळे ऑटोमन साम्राज्य निर्माण केले. मुराद बे, अफगाणी व अहमद रेझा, इब्राहिम आदेम

हे सर्व तरुण तुर्क क्रांतीचे विचारवंत होते. कमिटी ऑफ युनियन व प्रोग्रेस या मार्फत ते सुधारणावाद व सकल तुर्कवाद प्रस्थापित करू इच्छित होते. त्यांनी क्रांती यशस्वी केली, पण 'सकल तुर्कवाद' मात्र यशस्वी झाली नाही. या वादाने अरबी पुढारी व इतर बिगर तुर्की नाराज होऊन पहिल्या महायुद्धात ऑटोमन साम्राज्य लयास गेले. 'तुर्कांचा राष्ट्रवाद म्हणजे सकल तुर्कवाद होय'.

१.७ कल्याणकारी हुकूमशाही (Welfare Dictatorship)

सर्व राजकीय कृतींवर जेव्हा एक व्यक्ती आधिकारपद, गट किंवा पक्षाचे पूर्ण नियंत्रण असते, व इतर सर्व नागरिकांवर आज्ञापालनाची सक्ती करण्यात येते. तेव्हा त्या शासनपद्धतीला हुकूमशाही असे म्हणतात. हुकूमशाही ही विविध प्रकारची असू शकते. हुकूमशाहीचे दोन प्रकार आहेत.

१) लष्करी २) नागरी

लष्कराच्या माध्यमातून लष्करी हुकूमशाही किंवा एखादे सामर्थ्यवानाने नेत्यांच्या नेतृत्वाखाली नागरी हुकूमशाही स्थापन होऊ शकते. जनकल्याणांचा हेतू बाळगणारी कल्याणकारी हुकूमशाही ही असु शकते. उदा-तुर्कस्थानचा केमाल पाशा त्याची हुकूमशाही ही कल्याणकारी हुकूमशाही मानली जाते.

दुसऱ्या महायुद्धानंतर आशिया, आफ्रिका, दक्षिण अमेरिका खंडातील अनेक देशात लष्करी हुकूमशाही अस्तित्वात आलेली होती. युरोपात व जगात पहिल्या महायुद्धानंतर अशा प्रकारच्या शासन संस्था निर्माण झाल्या. स्पेन, पोर्तुगाल, तुर्कस्तान, जपान, इटली, जर्मनी ही त्यांची ठळक उदाहरणे सांगता येतील. हुकूमशाहीत व्यक्ती पेक्षा राष्ट्र श्रेष्ठ ही विचारसरणी लोकमानसात बिंबवली जाते. आत्यंतिक राष्ट्रवादाला महत्त्व दिले जाते. लोकशाहीला विरोध हे हुकूमशाहीचे मुख्य सूत्र असते. हुकूमशाहीला विरोध सहन होत नाही. विरोधकांचा समूळ नायनाट केला जातो. शाळा, महाविद्यालय, प्रसारमाध्यमे यांच्या स्वातंत्र्यावर बंदी घातली जाते. व्यक्ती स्वातंत्र्यावर बंधने घातली जतात. लोकांना भव्य, दिव्य, आकर्षक, उज्वल अशा भविष्यकाळाची स्वप्ने दाखविली जाते. लोकांच्या विरोध किंवा बंडाळी मोडून काढण्यासाठी लष्कर सतत सज्ज ठेवले जाते. राष्ट्रापुढील सर्व प्रश्न युद्धाच्या मार्गानेच सोडविले जातात, असा हुकुमशहांचा विश्वास असतो. फॅसिस्ट विचारांची तत्त्वप्रणालीच युद्धावर विश्वास ठेवणारी असते; म्हणूनच पहिल्या महायुद्धातील हानीचा धसका घेऊनही इटलीला युद्धाचे आकर्षण वाटले याचे कारण पहिल्या महायुद्धानंतर इटलीत निर्माण झालेल्या नैराश्यातच सापडते. रोमन प्रजासत्ताकात नागरी किंवा लष्करी पेच प्रसंगाच्यावेळी 'हुकूमशहा' नेमला जाई. त्यावरून हुकूमशाही ही संज्ञा निर्माण झाली. युद्धखोर वृत्ती, लष्करी शिस्त

आणि प्रत्यक्ष कृती ही तत्त्वे हुकूमशाहीत प्रमुख दिसतात. पहिल्या महायुद्धानंतर तुर्कस्तानमध्ये निर्माण झालेली केमाल पाशाची राजवट ही कल्याणकारी हुकूमशाही होती. मागासलेल्या अशिक्षित रूढीप्रिय, परंपरावादी तुर्कस्थानमध्ये लोकशाही शासन व्यवस्था, संघटना, संस्था रुजवण्यासाठी मध्ययुगीन तुर्कस्तानाचे आधुनिक तुर्कस्तानमध्ये रूपांतर करण्यासाठी केमालपाशाला अपरिहार्यपणे हुकूमशाहीच्या मार्गांचा अवलंब करावा लागला; पण ती हुकूमशाही कल्याणकारी हुकूमशाही होती. जनतेच्या कल्याणासाठी, प्रजासत्ताक तुर्कस्तानसाठी, आधुनिक व उद्योग प्रधान तुर्कस्तानसाठी केमाल तुर्कस्तानचा हुकूमशाह बनला आणि तुर्कस्तानच्या लोकशाहीची वाटचाल हुकूमशाही मार्गाने घडवून आणली. जनतेचे राज्य म्हणजे प्रजासत्ताक प्रस्थापित करणे हे त्याच्या हुकूमशाहीचे उत्तुंग ध्येय होते. आपल्या ध्येयाशी केमाल प्रमाणिक होता. यामुळेच तुर्कीजनतेच्या विश्वासाला तो पात्र ठरला. आपल्या कुशल नेतृत्वाच्या आणि प्रखर राष्ट्रभक्तीच्या जोरावर त्याने तुर्कस्तानला धर्मानिरपेक्ष प्रजासत्ताक तुर्कस्तान केले. तुर्कस्तानचे आधुनिकीकरण व औद्योगिकरण पाश्चात्त्य राष्ट्रांच्या धर्तीवर त्याने घडवून आणले. तुर्की स्त्रियांना त्याने पुरुषांच्या बरोबरीने हक्क दिले. पाश्चात्त्य शिक्षण पद्धतीचा प्रसार केला. तुर्कस्तानला आर्थिक स्वंयपूर्ण बनवले; म्हणूनच केमाल पाशाची लोक कल्याणकारी हुकूमशाही राजवट तुर्कस्तानच्यादृष्टीने उपकारक ठरली. यामुळेच १९३२ मध्ये तुर्कस्तानला राष्ट्र संघाचे सभासदत्व मिळाले दोन वर्षातच राष्ट्र संघाच्या कौन्सिलचे सदस्य म्हणून तुर्कस्तानची निवड झाली. ही गोष्ट केमालच्या आधुनिक तुर्कस्तानच्या वाढत्या प्रतिष्ठेचे निदर्शक होते, मध्यपूर्वेच्या राजनैतिक क्षेत्रात १९३४ मध्ये 'बाल्कन करार' व १९३७ मध्ये 'निअर ईस्ट पॅक्ट' घडवून आणून मध्यपूर्वेत यशस्वी पदार्पण केले.

मध्यपूर्वेत केमालने स्वीकारलेल्या हुकूमशाहीचे स्वरूप घटनात्मक होते. घटनेच्या चौकटीत राहून त्याने आपली सत्ता राबविली.

युरोपात या काळात मुसोलिनी व हिटलर या हुकूमशाहांचा उदय झाला होता. पण या दोन्ही हुकूमशाहांनी सर्व सनदशीर व घटनात्मक मार्ग गुंडाळून ठेवले होते. या उलट केमालच्या हुकूमशाहीचे स्वरूप लोक कल्याणकारी होते. लोककल्याणकारी हुकूमशाही (Benevolent Dictatorsip) तुर्कस्तानात त्याने स्थापन केली होती.

१.८ विश्वस्त पद्धती (Mandate system)

पहिल्या महायुद्धानंतर झालेल्या व्हर्सायच्या तहात जर्मनीच्या सर्व वसाहती काढून घेण्याची तरतूद होती. तसेच सेव्हर्सच्या तहानुसार तुर्कस्थानकडून बराच प्रदेश काढून घेण्यात आला. या प्रदेशाचे काय करायचे, हा मोठा प्रश्न होता. तो सोडविण्यासाठी

'राष्ट्रसंघाने विश्वस्त पद्धती अस्तित्वात आणली. या पद्धतीनुसार जगातील प्रगतिशील राष्ट्रांनी विश्वस्त या नात्याने पराभूत राष्टांकडून काढून घेतलेल्या वसाहतींचा, प्रदेशांचा कारभार पाहावयाचा होता'. वुड्रो विल्सनच्या चौदा तत्त्वांतील स्वयंनिर्णयाच्या तत्त्वांच्या आधारावरच राष्ट्रसंघाची ही योजना होती. युरोपीय राष्ट्रांच्या तुलनेत त्यांच्या वर्चस्वाखालील प्रदेश मागासलेले होते. त्यांचा कारभार नीट चालतो की नाही, यावर लक्ष देण्याची जबाबदारी विश्वस्त मंडळाकडे सोपविण्यात आली. ज्यांच्याकडे वसाहतींच्या प्रशासनाची जबाबदारी होती अशा राष्ट्रांना Mandatory Powers (विश्वस्त सत्ता) म्हटले जाई. त्यांना आपल्या कार्याचा वार्षिक अहवाल विश्वस्त मंडळ (Mandate Commission) ला द्यावा लागत होता.

पहिल्या महायुद्धात तुर्की साम्राज्याचा शेवट झाला आणि तुर्कस्थानच्या अधिपत्याखाली असलेली पश्चिम आशियातील पॅलेस्टाईन व अरबांचा प्रदेश तुर्की वर्चस्वातून मुक्त झाले विश्वस्त पद्धतीनुसार हे प्रदेश इंग्लंड-फ्रान्स ह्या सदस्य राष्ट्रांकडे सोपविले. अशा प्रकारे मँडेट राज्ये म्हणून त्यावर परकीय प्रभुत्व निर्माण झाले. त्यामुळे ज्यू, अरब व पॅलेस्टाईन मुक्ततेची आशा मावळली. पॅलेस्टाईनवर इंग्रजांचे मँडेट म्हणून वर्चस्व निर्माण झाले. त्यावर हर्बर्ट सॅम्युअलची हायकमिशनर म्हणून नियुक्ती करण्यात आली. प्रारंभी जॉर्डनचा प्रदेश पॅलेस्टाईनमध्येच समाविष्ट होता. परंतु ज्यूंची संघटन शक्ती वाढू लागल्याने तिचे खच्चीकरण करण्यासाठी इंग्रजांनी भेदनीतीचा वापर केला आणि पॅलेस्टाईनचे विभाजन करून जॉर्डन नदीच्या पूर्व-पश्चिमेकडील प्रदेशांची मिळून जॉर्डन राष्ट्राची निर्मिती केली. पुढे ज्यू-जॉर्डन संघर्ष विकोपाला गेला ब्रिटिशांची ही सर्व कृती ज्यू राष्ट्रवादाला मारक ठरली आणि ज्यू-इंग्रज तणाव वाढत गेला. त्यामुळे पहिल्या महायुद्धाच्या काळात जर्मनी तुर्कस्थान विरोधात पॅलेस्टाईन व जगातील ज्यूंचा पाठिंबा मिळवण्यासाठी ब्रिटनने १९१७ च्या बाल्फोर घोषणेद्वारे 'पॅलेस्टाईनमध्ये ज्यूंना राष्ट्रीय वस्तीस्थान मिळवून दिले जाईल' ही घोषणा हवेतच विरून गेली. ब्रिटिशांनी पहिल्या महायुद्धाच्या काळातील आपली भूमिका बदलली व पुढील काळात अरब राष्ट्रांना झुकते माप दिले; कारण इंग्रजांचे तेलउद्योगाचे हितसंबंध अरब राष्ट्रांत गुंतलेले होते. परिणामी, अरब ज्यू व इंग्रज-ज्यू दुरावा वाढत चालला.

राष्ट्रसंघाच्या विश्वस्त पद्धतीनुसार इंग्लंडने त्यांच्याकडे असलेल्या प्रदेशांना हळूहळू स्वातंत्र्य दिले. उदा. ट्रान्स जॉर्डन १९४७ ला स्वतंत्र झाला; तर १९४८ मध्ये, ब्रिटिशांनी पॅलेस्टाईनवरील मँडेट पद्धतीचा त्याग केला व पॅलेस्टाईनचा प्रश्न यूनोकडे सोपाविला. फ्रान्सने १९४१ मध्ये सिरियाला स्वातंत्र्य दिले.

१.९ श्वेतपत्रिका (White Paper)

'अरब आणि ज्यू यांच्यातील संघर्ष सोडविण्यासाठी इंग्लंडने १९३९ मध्ये जी एकतर्फी योजना जाहीर केली तिला श्वेतपत्रिका असे म्हटले जाते.'

पॅलेस्टाईनच्या प्रश्नावरून अरब व ज्यू यांच्यात सतत संघर्ष चालू होता. पॅलेस्टाईनचा प्रदेश विश्वस्त सत्ता या नात्याने ब्रिटनकडे होता. कर्तबगार ज्यूंचे इस्राईल राष्ट्र निर्माण होणे ब्रिटनला धोकादायक वाटत होते; म्हणूनच बाल्फोर जाहीरनाम्यात आश्वासन देऊनही ज्यूंना ब्रिटनने स्वभूमी (Homeland) दिली नाही. याचवेळी अरब राष्ट्रांत खनिज तेलाचे प्रचंड साठे सापडल्याने इंग्रजांचे तेथे आर्थिक हितसंबध निर्माण झाले व ते अरबांना झुकते माप देऊ लागले. यामुळे ज्यू इंग्रज व अरब या दोघांच्या विरोधात गेले. त्यांनी अरब व इंग्रजांवर प्राणघातक हल्ले सुरू केले. त्यामुळे पॅलेस्टाईनमध्ये अशांतता व अस्थिरता निर्माण झाली. त्यामुळे ब्रिटिश शासनकर्ते अस्वस्थ झाले. ज्या ज्या वेळी अरब ज्यू संघर्षाने उग्र रूप धारण केले, त्या वेळी शांतता व स्थैर्य निर्माण करण्यासाठी ब्रिटनने विविध कमिशनची स्थापना केली. ब्रिटिशांनी पॅलेस्टाईनचे विभाजन करण्याची योजना पिलू रॉयल कमिशनमार्फत मांडली. पण ही योजना अरब ज्यू यांना मान्य झाली नाही, त्यानंतर आलेल्या वुडहेड कमिशनच्या शिफारशीही निष्फळ ठरल्या. १९३९ साली लंडन गोलमेज परिषदेत सर्व मध्यपूर्वेतील राष्ट्रे ज्यू अरब यांच्याबरोबर ही परिषद घेण्यात आली. अमेरिकेचे प्रतिनिधीसुद्धा परिषदेला हजर होते. या परिषदेत अरबांनी ज्यूंना पॅलेस्टाईनमध्ये येण्यास बंदी घालावी ही मागणी केली. तर वाईजमन ह्या ज्यूंच्या नेत्याने स्वतंत्र इस्राइलची पॅलेस्टाईनमध्ये मागणी केली. परस्पर विरोधी मागण्यांनी परिषद अपयशी ठरली त्यामुळे वाटाघाटी व तडजोडीचे सर्व मार्ग बंद झाल्यावर ब्रिटनने १९३९ साली एकतर्फी श्वेतपत्रिका जाहीर केली. त्यानुसार,

१) पॅलेस्टाईनचे तीन भाग करून फक्त एकाच प्रदेशात ज्यूंना जमिनी खरेदीचे अधिकार द्यावेत.
२) पुढील पाच वर्षांत फक्त ७५,००० ज्यूंना पॅलेस्टाईनमध्ये प्रवेश द्यावा.
३) भविष्यात दहा वर्षांनंतर स्वतंत्र ज्यू राष्ट्र निर्माण करण्यात येईल.
४) ब्रिटिश उच्चायुक्त शेतजमिनीच्या खरेदी-विक्रीवर योग्य बंधने लावू शकेल.

इत्यादी अनेक गोष्टींचा श्वेतपत्रिकेत समावेश करण्यात आला. अर्थात, ही योजना ज्यूंनी स्वीकारली नाही; कारण त्यांची राष्ट्रवादी चळवळ (झाओनिस्ट) जोमाने सुरू होती. पॅलेस्टाईनमध्येही त्यांचे सामर्थ्य वाढले होते. ज्यूंच्या मते, चेंबरलेन मंत्रिमंडळाने श्वेतपत्रिका काढून अरबांचीच मागणी पूर्ण केली होती; यामुळे ज्यूंमध्ये

चीड निर्माण झाली होती. कोणत्याही स्थितीत ते माघार घेण्यास तयार नव्हते. यामुळे श्वेतपत्रिका यशस्वी ठरली नाही. ब्रिटिश सरकारची सहानभूतीशून्य ज्यूंविषयक नीती या श्वेतपत्रिकेत दिसते; यामुळे झाओनिस्ट नेते हिंसाचारी आंदोलनाचे पुरस्कर्ते बनले. १९३९ च्या श्वेतपत्रिकेतील धोरणांचा पुर्नविचार व्हावा अशी आग्रहाची विनंती वाइझमनने चर्चिलला केली. त्याप्रमाणे चर्चिलने चारजणांची एक कमिटी नेमून तिच्याकडे पॅलेस्टाईन प्रश्न सोपाविला. अरब ज्यू संघर्ष मिटविण्याचा एकमेव मार्ग म्हणजे पॅलेस्टाईनचे विभाजन असे निःसंदिग्ध शब्दांत ह्या कमिटीने सांगितले.

थोडक्यात, श्वेतपत्रिकेने अरब-ज्यू संघर्षावर कोणताच कायमस्वरूपी, ठोस उपाय सुचविला नाही. उलट ब्रिटिशांची साम्राज्यवादी नीतीच ह्यातून दिसते. तेल संपत्तीमुळे अरबांबाबत ब्रिटिश धोरण अनुकूलच राहिले.

१.१० अरब संघ (Arab League)

दुसऱ्या महायुद्धानंतर बदलेल्या आंतरराष्ट्रीय समीकरणामुळे अरब जगातील राष्ट्रांना आपल्या स्वत्वाची जाणीव निर्माण होऊ लागली. अमेरिका, इंग्लंड व फ्रान्स या बड्या राष्ट्रांच्या आर्थिक साम्राज्यवादामुळे अरब राष्ट्रांच्या अस्तित्वावर गदा येण्याचा प्रसंग निर्माण झाला. त्यामुळे अरब राष्ट्रांमध्ये राष्ट्रवादी भावनेने जोर धरला. परिणामी, पाश्चात्त्य सत्तांना माघार घ्यावी लागून बऱ्याच अरब राष्ट्रांना स्वातंत्र्य मिळाले, तरीही अरब राष्ट्रांच्या आर्थिक परिस्थितीत फारसा बदल होऊ शकला नाही. यावर उपाय म्हणून सिरिया इराक, ट्रान्स-जॉर्डन, लेबनॉन, इजिप्त या राष्ट्रांनी एक मैत्री करार १९४४ मध्ये घडवून आणला; यातूनच अरब राष्ट्र एकत्र येण्यासाठी 'अरब संघ' (Arab League) १९४५ मध्ये निर्माण झाला. एक धर्म व एक भाषा या गोष्टी अरबांच्या ऐक्याला पोषक ठरल्या. मैत्री करारात सहभागी असलेली राष्ट्रे अरब संघाची सभासद झाली. पुढे येमेन व सौदी अरेबिया ही राष्ट्रेही संघात सामील झाली.

अरब संघाची उद्दिष्टे : आर्थिक, सामाजिक व सांस्कृतिक क्षेत्रांत सर्वांगीण विकास घडवून आणण्यासाठी सभासद राष्ट्रांमध्ये परस्पर सहकार्य करणे हा अरब संघाचा मुख्य उद्देश होता. तसेच आपापले सार्वभौमत्व अबाधित ठेवणे, परस्परांच्या अंर्तगत कारभारात हस्तक्षेप न करणे, राजकीय, आर्थिक, सामाजिक व सांस्कृतिक क्षेत्रांत सभासद राष्ट्रांत मतभेद व संघर्ष उद्भवल्यास युद्धमार्गाचा अवलंब न करता, शांततामय मार्गाने मतभेद मिटवण्यासाठी अरब संघाच्या लवादाकडे अशा समस्या सोपविल्या जाव्यात. लवादाचा निर्णय संबधित राष्ट्रांवर बंधनकारक राहील. अशी संघाच्या घटनेत तरतूद करण्यात आली.

अरब संघ आणखी भक्कम करण्यासाठी १७ जून, १९४५ रोजी सदस्य राष्ट्रांनी नाटोच्या धर्तीवर सामाजिक सुरक्षिततेची उद्दिष्टे डोळ्यांपुढे ठेवून संयुक्त संरक्षण करार केला संयुक्त संरक्षण समितीमध्ये सदस्य राष्ट्रांचे संरक्षण मंत्री व परराष्ट्र मंत्री यांनाही स्थान देण्यात आले. मात्र, संयुक्त राष्ट्रसंघाच्या सनदेशी विसंगत वा विरोधी असा कोणताही तह वा करार संघाच्या सदस्य राष्ट्रांनी करू नये, असे बंधनही संघाने आपल्यावर लादून घेतले.

अरब संघाची कामगिरी : अरब राष्ट्रांत सहमतीचे धोरण असावे असे अरब संघाचे स्वरूप होते. ख्रिश्चन प्रभावातून लेबनॉनची मुक्तता इंग्लंडच्या प्रभावाखाली येमेनी शेख राज्यनिर्मितीस अटकाव, लिबीयास स्वातंत्र व आठवा सभासद म्हणून अरब संघात प्रवेश, मोरोक्को अल्जीरिया, ट्यूनीस यांच्या मेघरिब संस्थेची स्थापना, आफ्रिकेतील स्वातंत्र्य आंदोलनास सहकार्य इत्यादी प्रश्न अरब संघाने यशस्वीपणे हाताळले. १९५७ साली आयसेन हॉव्हर सिद्धान्ताला विरोध करून अरब जगात पाश्चिमात्य सत्तांच्या वारंवार होणाऱ्या हस्तक्षेपाचा निषेध केला. अल्जेरियावरील फ्रान्सच्या प्रभुत्वाचा निषेध केला. कुवेतच्या स्वातंत्र्यास मदत, ब्रिटिशांच्या इराक-कुवेत संघर्षामधील हस्तक्षेपास लीगने विरोध केला. कुवेतला अरब राज्यांचे सभासदत्व देण्यात आले.

अरब लीगने सामाजिक, सांस्कृतिक समस्या सोडविण्यास महत्त्वाचे ठराव मंजूर केले. चलनव्यवस्था, व्यापारी संबंध व हवाई वाहतूक या संबंधीचे अरब संघाचे ठराव विशेष उल्लेखनीय आहेत. यूनोच्या समाजकल्याणविषयक आंतरराष्ट्रीय परिसंवादात अरब संघाने उत्तम सहकार्य करणाऱ्या बिनतारी दळणवळण संघ, अरब जलवाहतूक कंपनी, अरब टँकर कंपनी इत्यादी संस्था होत्या. त्यांच्यात समन्वय साधून अरब राष्ट्रांचा भरीव आर्थिक विकास साधण्यासाठी अरब आर्थिक मंडळाने अरब सामुदायिक बाजारपेठ उभी केली. हे अरब संघाचे यशस्वी कार्य होते. अरब राष्ट्रांत तेलवाहू नळांचे जाळे उभारण्यासाठी अरब कंपनी संघाने संघटना स्थापन केली. अरब राष्ट्रांत सहकार्य व आर्थिक प्रगती अरब संघामुळे निर्माण झाली.

अरब संघामुळे नवस्वतंत्र राष्ट्रांना पाश्चिमात्यांचे पुनर्वचन टाळता येणे शक्य झाले. सौदी अरेबिया जॉर्डन व इजिप्त यांच्यातील संघर्ष विकोपाला पोहचूनही जेव्हा १९६७ च्या अरब-इस्राइली युद्धाच्या पराभवाची जबाबदारी स्वीकारून, अरब गणराज्याचे अध्यक्ष नासेर यांनी सत्तात्यागाची तयारी दाखवताच अरब जगताने त्यांना सत्ता न सोडण्याचा आग्रह केला. यावरून कठीण प्रसंगात सर्व अरब राष्ट्रे एक होऊन लढा देण्यास सिद्ध होतात, हे अरब संघाचे वैशिष्ट्य मानावे लागेल. अमेरिकेसारख्या

महासत्तेलाही अरब लीगची दखल घ्यावी लागली व बगदाद करारसारखी लष्करी संघटना अरब संघाच्या विरोधात उभी करावी लागली.

१.११ तिसरे जग (Third World)

दुसऱ्या महायुद्धानंतर निर्माण झालेल्या भांडवलवादी व साम्यवादी या कोणत्याही गटात सामिल न होता नव्याने उदयाला आलेल्या राष्ट्रांनी जो अलिप्ततावादी गट निर्माण केला त्याला 'तिसरे जग' असे म्हणतात.

पंडीत नेहरूंच्या परराष्ट्रधोरणाचे गटनिरपेक्षता किंवा अलिप्तता हे एक महत्त्वाचे सूत्र आहे. जो देश आंतरराष्ट्रीय वादात पडत नाही, तो देश तटस्थ असतो. दुसऱ्या महायुद्धानंतर अमेरिका व सोव्हिएत रशिया या दोन महाशक्तींचा उदय झाला. या दोन्ही राष्ट्रांनी आपले प्रभावक्षेत्र वाढवण्यास सुरुवात केली. त्यातूनच शीतयुद्धास सुरुवात झाली. अमेरिकेने साम्यवादी रशिया विरोधी प्रचार करून ठिकठिकाणी लष्करी तळ ठोकून रशियाच्या विस्तारवादाला शह दिला. त्यासाठी अमेरिकेने नाटो, सिटो यांसारखे आंतरराष्ट्रीय लष्करी करार केले. अमेरिकेप्रमाणेच रशियानेही आपल्या प्रभावाखालील देश संघटित केले. त्यासाठी वार्सा करार केला अशा प्रकारे जगात दोन गट निर्माण झाले. नव्याने उदयास आलेले राष्ट्र आपल्याच गटात सहभागी व्हावे यासाठी अमेरिका व रशिया प्रयत्नाशील होते, परंतु या दोन गटांच्या संघर्षातून जगाला वाचवण्यासाठी अलिप्त राष्ट्रांचा एक 'तिसरा गट' निर्माण झाला. यालाच 'तिसरे जग' असे म्हणतात. आज या तिसऱ्या जगातील राष्ट्रांची संख्या १२५ पेक्षा अधिक आहे. या तिसऱ्या जगामुळेच तिसरे महायुद्ध टळलेले दिसते. प्रत्येक राष्ट्र सार्वभौम आहे. प्रत्येक राष्ट्राला आपले निर्णय स्वतंत्रपणे घेण्याचा अधिकार आहे; कोणत्याही राष्ट्राने कोणत्याही राष्ट्राच्या अंतर्गत कारभारात हस्तक्षेप करू नये, हा अलिप्ततावादाचाच तात्त्विक आधार असून या विचारांचा पुरस्कार पंडित नेहरू, मार्शल टिटो व नासेर यांनी केला. तिसऱ्या जगाचे अस्तित्व टिकवण्यासाठी तसेच स्वायत्तता टिकविण्यासाठी अलिप्ततावादी विचारसरणी महत्त्वाची आहे. कोणत्याही विशिष्ट गटात सामील न होणे, शांततेचे धोरण, लष्करी डावपेचांपासून दूर राहणे, निःपक्षपाती भूमिका, सक्रिय न्याय व योग्य बाजू घेणे ही तिसऱ्या जगाची प्रमुख वैशिष्ट्ये आहेत. तिसरे जग या संकल्पनेमुळे तिसरे महायुद्ध टळलेले दिसून येते.

१.१२ अरब राष्ट्रवाद (Arab Nationalism)

अरब राष्ट्रवाद म्हणजे आपल्यातील स्वत्वाची झालेली जाणीव होय. एक धर्म, एक भाषा हे अरब राष्ट्रवादाचे महत्त्वाचे घटक होते. बड्या राष्ट्रांच्या आर्थिक साम्राज्यावादातून अरब राष्ट्रवाद निर्माण झाला.

अरब राष्ट्रवादाचे मूळ नेपोलियनच्या इजिप्तवरील विजयात सापडते. एकोणिसाव्या शतकात अरबांच्या राष्ट्रवादी चळवळीचे नेतृत्व सिरिया व लेबनॅनकडे जाते. बैरूत येथील १८६६ मध्ये स्थापन झालेल्या, अमेरिकन विद्यापीठात शिक्षण घेतलेल्या अरबांनी त्यात पुढाकार घेतला. १८६७ मध्ये अरबी भाषेचा प्रसिद्ध झालेला शब्दकोश व त्यापाठोपाठ प्रसिद्ध झालेला विश्वकोश याबरोबरच अरबांच्या पुनरुज्जीवनाला प्रारंभ झाला. १९०८ ची तरुण-तर्क क्रांती व दोन्ही महायुद्धांमुळेही अरब राष्ट्रवादाला चालना मिळाली.

पहिल्या महायुद्धानंतर दोस्त राष्ट्रांनी मध्य पूर्वेत केलेल्या व्यवस्थेमुळे अरबांच्या सर्व आशा धुळीला मिळाल्या. दोस्त राष्ट्रांनी राष्ट्रसंघाद्वारे, आज्ञांकित प्रदेश म्हणून मेसोपोटामिया (इराक) पॅलेस्टाईन व ट्रान्सजॉर्डन हे प्रदेश ब्रिटिशांच्या स्वाधीन केले तर सिरिया व लेबनॉन् हे फ्रेंच नियंत्रणाखाली दिले. अरबांच्या दृष्टीने पाश्चिमात्यांनी केलेला हा त्यांचा मोठा विश्वासघात होता. तुर्कस्थानच्या अधिपत्याखालून ते आता पाश्चिमात्य राष्ट्रांच्या अधीन झाले होते. ब्रिटिशांना आपण अरबांना तुर्कांच्या दास्यातून मुक्त केले; आपणच त्यांचे मोठे 'मुक्तीदाता' आहोत असे वाटत होते; पण अरबांना पाश्चिमात्य राष्ट्रे नवे तुर्की शासक वाटत होते.

पाश्चात्त्य संपर्कामुळे त्यांच्या साम्राज्यवादी बेड्या फेकून देण्याची व त्याकरिता त्याचीच राजकीय तत्त्वे, आदर्श व विचारधारा आत्मसात करून, लढ्याला सिद्ध होण्याची दुर्दम्य महत्त्वाकांक्षा अरबांमध्ये निर्माण झाली. अरबांमधील प्रगत गटांनी पाश्चिमात्यांचेच मार्ग व तंत्र यांचा उपयोग त्यांना हाकलून लावण्याकरिता केला. आधुनिक तुर्कस्थानचा पिता मानल्या गेलेल्या मुस्ताफा केमाल पाशा ह्या नेत्यामुळे संपूर्ण मध्यपूर्व प्रभावित झाले होते. तुर्कांच्या या नव्या राष्ट्रवादाने केवळ पाश्चिमात्यांनाच आव्हान दिले असे नाही तर त्यांच्यातील निहित स्वार्थ, सरंजामशाही या विरुद्धही त्यांचा लढा होता. यामुळेच दुसऱ्या महायुद्धानंतर उफाळून आलेल्या तीव्र सत्तासंघर्षामुळे अरबांमधील राष्ट्रवाद अधिक प्रखर बनला. एक धर्म व एक भाषाही अरब राष्ट्रवादाला कारणीभूत ठरली.

इजिप्तमधील कर्नल नासर, सौदी अरेबियाचा इब्न सऊद रेझाशाह पहेलवी (इराण) ह्या नेत्यांनी अरब राष्ट्रवादाचा प्रसार व प्रचार केला. अरबी लीगनेही अरबांचे

ऐक्य टिकवून धरले. ह्या राष्ट्रवादानेच अरबांनी इस्राइलशी लढा दिला व यासिर अराफतने पॅलेस्टाईन मुक्तिसंघटना निर्माण करून स्वतंत्र पॅलेस्टाईन राष्ट्राची निर्मिती केली.

सराव प्रश्न

प्र.१) खालील प्रश्नांची सविस्तर उत्तरे लिहा. (सुमारे ४०० शब्दांत उत्तरे)

१) 'लाँग मार्च' यावर टीप लिहा.

२) साम्यवादी तत्त्वज्ञान म्हणजे काय?

३) जेन्टो यावर टीप लिहा.

४) अॅटलांटिक सनदेविषयी माहिती द्या.

५) सकल इस्लामवाद म्हणजे काय?

६) बृहद्-तुर्कीवाद म्हणजे काय?

७) कल्याणकारी हुकूमशाहीचे स्वरूप सांगा.

८) विश्वस्त पद्धती विषयी माहिती द्या.

९) श्वेतपत्रिका म्हणजे काय?

१०) अरब संघाची उद्दिष्टे लिहा.

११) 'तिसरे जग' ही संकल्पना स्पष्ट करा.

१२) अरब राष्ट्रवादाची माहिती द्या.

२ चीन

China

प्रस्तावना

चीनच्या इतिहासातील डॉ. सन-यत्-सेनची भूमिका, डॉ. सेनचे तत्त्वज्ञान, स्वार्थत्याग या विषयीची माहिती पहाणार असून पुढील काळात साम्यवादी क्रांतीची कारणे व माओ-त्से-तुंगची भूमिका पाहणार आहोत; तसेच १९५० ते १९९२ या काळातील चीनच्या आर्थिक व परराष्ट्रीय धोरणाची सविस्तर माहिती दिलेली आहे.

२.१ डॉ. सन-यत्-सेन (Achievement of Dr. Sun-Yet-Sen)

चीनच्या इतिहासात डॉ. सेनचे कार्य अतिशय महत्त्वाचे आहे. चीनच्या राष्ट्रवादाला आकार देण्याचे, राजकीय जनजागृती करण्याचे व चीनमध्ये लोकशाही रुजविण्याचे महत्त्वाचे कार्य डॉ. सेन यांनी पार पाडले. चिनी क्रांतीचा प्रमुख संघटक डॉ. सेन यांचा जन्म १२ नोव्हेंबर, १८६६ रोजी कँटनशेजारील एका खेडेगावात झाला. त्यांचे वडील सामान्य शेतकरी होते. प्राथमिक शिक्षणानंतर वयाच्या १२ व्या

वर्षी डॉ. सेन वडील बंधूंकडे हवाई येथे गेले. तेथील ब्रिटिश मिशनरी शाखेत प्रवेश घेतला. तेथेच पाश्चात्त्य विचारांचा आणि संस्थांचा परिचय झाला. पाश्चात्त्य विचारांनी प्रभावित होऊन त्यांनी ख्रिश्चन धर्म स्वीकारला. त्यांचे वैद्यकीय शिक्षण हाँगकाँग येथे झाले. विद्यार्थी दशेपासून डॉ. सेनने चीनमधील दुर्बल 'मांचू राजवट' उलथून टाकण्याचा प्रयत्न केला.

चीनच्या इतिहासातील डॉ. सेनच्या भूमिकेची चर्चा पुढीलप्रमाणे –

तुंग–मेंग–हुई संघटना

डॉ. सेनने दुर्बल मांचू सत्ता नष्ट करण्यासाठी सतत प्रयत्न केले. १८९५ मध्ये त्यांच्या सहकाऱ्यांनी कॅंटनमध्ये एक बंड उभारले. परंतु त्यात यश आले नाही. या बंडात डॉ. सेनचे तरुण क्रांतिकारी सहकारी मारले गेले आणि डॉ. सेनला देशत्याग करावा लागला. परदेशात राहून चिनी क्रांतीसाठी त्यांचे प्रयत्न चालूच होते. त्याचाच परिपाक म्हणून तुंग-मेंग–हुई संघटनेची स्थापना होय. डॉ. सेन या संघटनेचा नेता होता. त्यानेच क्रांतिकारक कार्यक्रमाची आखणी केली. डॉ. सेनचे नेतृत्व हा या संघटनेचा मुख्य आधार होता. क्रांतिकारक विचारांनी भारलेली तरुणपिढी त्यांच्याभोवती जमा झाली. या तरुणांचा डॉ.सेनच्या नेतृत्वावर पूर्ण विश्वास होता. संघटनेसाठी सभासद मिळविणे, पैसा गोळा करणे, लष्करी साहित्य गोळा करणे, वृत्तपत्रे आणि नियतकालिके यांच्या आधारे क्रांतिकारक विचारांचा प्रसार करणे इत्यादी कामे ते तरुणांवर सोपवित असत. संघटनेसाठी काम करण्याची त्यांची जिद्द आणि तडफ वाखाणण्यासारखी होती. कार्यक्रमासाठी लागणारा पैसा त्यांनी स्वतःच उभा केला. परदेशातील चिनी रहिवासी हा त्यांचा मुख्य आधार होता. सर्वसामान्यांपासून तर श्रीमंतांपर्यंत सर्वांनी त्यांना पैसा पुरविला. राष्ट्रवाद, लोकशाही, समाजवाद ह्या तत्त्वात्रयीची घोषणा केली. या तीन तत्त्वांबरोबर आणखी पाच उद्दिष्टांचाही त्याने आपल्या कार्यक्रमात पुरस्कार केला. ती तत्त्वे म्हणजे- १) मांचू घराण्याची राजवट नष्ट करणे, २) प्रजासत्ताक पद्धतीच्या शासनाची स्थापना करणे, ३) देशातील सर्व जमिनीचे राष्ट्रीयीकरण करणे, ४) चीन व जपान या दोन राष्ट्रांमध्ये मैत्रीचे संबंध प्रस्थापित करणे, ५) नव्या चीनच्या उभारणीच्या कार्यक्रमांमध्ये परकीय सत्तांचे सहकार्य मिळविणे.

डॉ. सेनचे तत्त्वज्ञान

डॉ. सेनचे तत्त्वज्ञान त्यांच्या 'Memories of a Chinese Revolutionary' आणि 'The International Development of China' या ग्रंथात व्यक्त झाले आहे. राष्ट्रवाद, लोकशाही, समाजवाद ही तीन तत्त्वे हाच त्यांच्या तत्त्वज्ञानाचा मुख्य आधार

होय. १८९८ पासून या तत्त्वज्ञानाचा विकास होत होता. १९२१ मध्ये कोमिंगटांग पक्षाच्या कार्यकारणीपुढे त्यांनी आपल्या तीन तत्त्वांचा सिद्धान्त मांडला आणि हाच कोमिंगटांग पक्षाच्या कार्यक्रमाचा पाया होता. त्यांच्या या तत्त्वज्ञानामुळेच त्यांना 'आधुनिक चीनचा घटनात्मक पिता' असे संबोधतात.

राष्ट्रवाद

राष्ट्रवाद म्हणजे चीनची पूर्णपणे परकीय आक्रमणांपासून मुक्तता करणे व चीनमध्ये राहणाऱ्या सर्व जमातींना समानतेची वागणूक देणे. चीनने जगापासून अलिप्त राहण्यास त्यांचा मोठा विरोध होता. तथापि, चीनने आंतरराष्ट्रीय समस्यांत गुंतून पडू नये असेही ते प्रतिपादन करीत. कन्फ्युशियसच्या तत्त्वांना त्याचा विरोध होता. डॉ.सेनने राष्ट्रवाद या तात्त्विक अधिष्ठानावर चिनी समाजातील ऐक्य भावनेचा विचार केला होता. या विचाराद्वारे चिनी समाजातील कुटुंब, कुळ, गाव यांच्याविषयी असणारी निष्ठा खंडित करून राज्याविषयीची निष्ठा जागृत करणे शक्य होणार होते.

लोकशाही

लोकशाहीला चिनी भाषेत मिन-चुऑन म्हणतात. लोकशाहीची तत्त्वे प्रमुख चार गोष्टींवर आधारलेली होती. त्यानुसार- १) पाश्चात्त्य प्रजासत्ताक वाद, २) स्वीस लोकशाही पद्धती, ३) सोव्हिएत प्रजासत्ताक केंद्रसत्तावाद, ४) चीनमधील निवडपद्धती व अधिकार पद्धती. डॉ. सेनच्या मते, लोकशाही पद्धतीत राज्याची अंतिम सत्ता व सार्वभौमत्वाचे अधिकार जनतेच्या हातात असावे पण प्रशासनाच्या संदर्भात त्यांची मते थोडी वेगळी होती. डॉ. सेनच्या मते, सार्वजनिक बाबींचा कारभार तज्ज्ञांच्या हाती सोपवावा म्हणजे प्रशासन सुव्यवस्थित चालेल. राजकीय सत्ता ही प्रशासनव्यवस्था, कायदेमंडळ, न्यायदान मंडळ, सार्वजनिक परीक्षा व्यवस्था व प्रसिद्धीपूर्व नियंत्रण या पाच गटांत विभागावी असे डॉ. सेनचे मत होते.

डॉ. सेनच्या मते, लेकशाहीचा विकास तीन टप्प्यांतून होईल. पहिला कालखंड लष्कराच्या वर्चस्वाचा कालखंड, दुसरा कालखंड राजकीय संघर्षांचा कालखंड जो प्रामुख्याने जनतेत राजकीय अधिकार आणि कर्तव्ये यांची जाणीव निर्माण करून देईल. ही जाणीव विविध प्रकारच्या निष्ठा समाजात निर्माण करेल. तिसरा कालखंड म्हणजे, जेव्हा जनसामान्य राजकीयदृष्ट्या पूर्णपणे जागृत होतील. आपले राजकीय अधिकार गाजविण्यास उत्सुक होतील, ओघाने येणारी अनेक राजकीय कर्तव्ये बजाविण्यास तयार होतील. तेव्हाच चीनमध्ये घटनात्मक लोकशाही शासनव्यवस्था निर्माण होईल.

समाजवाद

डॉ. सेनला मार्क्सप्रणीत समाजवाद अभिप्रेत नव्हता. चीन देश शेतीप्रधान असल्याने शेतकऱ्यांचे प्रश्न सोडविणे आवश्यक होते. शेतीव्यवस्था आणि जमीनधारणा यांबाबतीत त्यांचे विचार साम्यवादाकडे झुकणारे होते. डॉ. सेनच्या समाजवादामध्ये चिनी लोकांची उपजीविका महत्त्वाची होती. चीनमधील प्रचंड प्रमाणावर पसरलेली शेतजमीन ही मोजक्याच लोकांच्या मालकीची होती; म्हणून सर्वांसाठी जमीन हे तत्त्व स्वीकारल्यावर जमिनीचे समानतेच्या पातळीवरून वाटप करणे अपरिहार्य आहे. बँक व्यवसाय व जलवाहतूक व्यवसाय हे सरकारकडे सोपविले पाहिजेत. त्यांचे राष्ट्रीयीकरण केले पाहिजे कारण या क्षेत्रात परकीयांची मिरासदारी मोठ्या प्रमाणात निर्माण झाली आहे. थोडक्यात, डॉ. सेनचा 'गरिबांचे कल्याण करावे' या तत्त्वावर विशेष भर होता.

१९११ ची चीन क्रांती आणि डॉ. सेन

डॉ. सेनच्या क्रांतिकारक विचारांचा प्रभाव चीनमध्ये सर्वत्र निर्माण झाला. त्याचाच परिणाम म्हणून तुंग-मेंग-हुई ही संघटना स्थापन केली. या संघटनेने चीनमधील 'मांचू सत्ता' नष्ट करण्याचा प्रयत्न केला. डॉ. सेनने जवळ जवळ १० वेळा क्रांती करण्याचा प्रयत्न केला. अखेर चीनमध्ये १९११ ची चीन क्रांती यशस्वी झाली. डॉ. सेनच्या पश्चात क्रांतिकारकांनी प्रजासत्ताकाचे अध्यक्ष म्हणून डॉ. सेनचे नाव जाहीर केले. अशा प्रकारे डॉ. सेनच्या प्रयत्नांमुळे चीनमध्ये क्रांती होऊन प्रजासत्ताक निर्माण झाले. सुरुवातीचे पंचेचाळीस दिवस डॉ. सेन हे या प्रजासत्ताकाचे अध्यक्ष म्हणून काम पाहत होते

डॉ. सेनचा स्वार्थत्याग

डॉ. सेनच्या कार्यास युआन-शि-काईमुळे अडथळा निर्माण झाला. परंतु डॉ. सेनने अतिशय निःस्वार्थी वृत्तीने नव्याने स्थापन झालेल्या प्रजासत्ताक राज्यास बळकटी येण्यासाठी स्वतःहून राजीनामा दिला; कारण दक्षिणेतील प्रजासत्ताक राज्यात उत्तरेतील युआन-शि-काई यांच्या अधिकाराखाली असलेले सरकार समाविष्ट करण्याची इच्छा डॉ. सेन यांची होती; त्यामुळे संपूर्ण चीन 'प्रजासत्ताक राष्ट्र' म्हणून बनले असते. परंतु युआन हा अतिशय स्वार्थी, महत्त्वाकांक्षी असल्याने त्याला केवळ प्रजासत्ताकाचे अध्यक्षपद नको होते, तर सम्राट पद मिळविण्याची त्याची तीव्र लालसा होती; म्हणूनच त्याने डॉ. सेन यांच्याकडून १४ फेब्रुवारी, १९१२ रोजी प्रजासत्ताक अध्यक्षपदाची सूत्रे हाती घेतली. युआनने प्रजासत्ताकाचा वापर आपली वैयक्तिक महत्त्वाकांक्षा पूर्ण करण्यासाठी केला. सन १९१६ मध्ये युआन-शि-काईचा मृत्यू झाला. युआनच्या मृत्यूनंतर डॉ. सेनने कँटन येथे राष्ट्रीय

सरकारची स्थापना केली. रशियाच्या मदतीने डॉ. सेनने कोमिंगटांग पक्षात मोठ्या प्रमाणात पुनर्रचना केली. ही पुनर्रचना रशियाच्या कम्युनिस्ट पक्षाच्या धर्तीवर केली. अशा प्रकारे डॉ. सेन यांनी आयुष्याच्या अखेरपर्यंत उत्तर आणि दक्षिण चीनमधील नेत्यांना एकत्र आणण्यासाठी सतत प्रयत्न केले. परंतु त्यांच्या प्रयत्नांना यश आले नाही. त्यातच त्यांचा मार्च १९२५ मध्ये मृत्यू झाला.

डॉ. सेनचा मृत्यू म्हणजे चीनच्या राष्ट्रीय जीवनातील एक महत्त्वाच्या कालखंडाचा अस्त होता. स्वातंत्र्य, लोकशाही, सामाजिक व आर्थिक समतेचा पुरस्कर्ता म्हणून डॉ. सेनचे कार्य महत्त्वपूर्ण होते.

२.२ साम्यवादी क्रांती (१९४९) (Communist Revolution 1949)

कम्युनिस्ट पक्षाने माओ-त्से-तुंगच्या नेतृत्वाखाली १९४९ ची साम्यवादी क्रांती घडवून आणली. चिनी साम्यवादी क्रांतीस पुढील घटक जबाबदार ठरले.

चीनमधील साम्यवादी क्रांतीची कारणे

१) कार्ल मार्क्सचे साम्यवादी विचार व रशियन क्रांती

कार्ल मार्क्सने साम्यवादी तत्त्वज्ञान मांडले आणि जगभर त्याचा प्रसार झाला. ह्याच तत्त्वज्ञानाच्या आधारावर लेनिनने रशियात बोल्शेव्हिक साम्यवादी क्रांती घडविली. जगातील मागासलेल्या राष्ट्रांना साम्यवादाचे आकर्षण निर्माण झाले. चीनमधील लि-ताचा-ओ, चेन-तु-त्से, डॉ. सेन, माओ-त्से-तुंग सारखे असंख्य नेते, विद्यार्थी व शेतकरी साम्यवादाने प्रभावित झाले. त्यांनी चीन येथे कम्युनिस्ट पक्षाची स्थापना करून साम्यवादी क्रांतीसाठी जे प्रयत्न केले त्यातूनच अखेर १९४९ मध्ये चीनमध्ये साम्यवादी क्रांती यशस्वी झाली.

२) रशियाची मदत

इ.स.१९१७ मध्ये रशियात साम्यवादी क्रांती यशस्वी झाल्यानंतर रशियाने संपूर्ण जगभर या क्रांतीचा प्रसार करण्याचे प्रयत्न सुरू केले. त्यानुसार १९१८ साली रशियातील तिसऱ्या कम्युनिस्ट इंटरनॅशनल परिषदेने 'कॉमिटर्न' नावाची आंतरराष्ट्रीय संघटना स्थापन केली. ह्या संघटनेचे मुख्य उद्देश म्हणून मागासलेल्या दरिद्री राष्ट्रांत साम्यवादी क्रांती घडवून त्यांची उन्नती साधणे, चीनमध्ये शेतकरी, कामगारांची अधोगती झाल्याने साम्यवादी क्रांतीसाठी पोषक वातावरण आहे, हे लक्षात घेऊन १९२० साली चीनमधील विविध प्रांतात कम्युनिस्ट पक्षाच्या शाखा स्थापन केल्या; नंतर राष्ट्रव्यापी कम्युनिस्ट पक्षाचा उदय झाला. लेनिनच्या ऐतिहासिक भौतिकवादाचा सिद्धान्त मांडून भांडवलदार व भांडवलशाही साम्राज्याविरुद्ध लढ्याची प्रेरणा निर्माण केली. ह्या

सिद्धान्ताचा मोठा परिणाम चिनी शेतकरी, कामगार वर्गावर झाला. रशियाने एका जाहीरनाम्याद्वारे चीनमधील आपले हक्क, सवलती व प्रदेशांचा त्याग केला. १९४९ पर्यंत रशियाने चीनला मोठी आर्थिक व लष्करी मदत केली. रशियाच्या या प्रयत्नामुळे १९४९ च्या चीन क्रांतीला मोठी प्रेरणा मिळून त्यातूनच अखेर १९४९ ची चिनी साम्यवादी क्रांती घडून आली.

३) चिनी जनतेचा लोकशाही, भांडवलशाही व साम्रज्यवादावरील विश्वास नष्ट

रशिया चिनी साम्यवादी क्रांतीला प्रोत्साहन देत असतानाच जपान व युरोपीय साम्रज्यवादी राष्ट्रे चीनमधील राष्ट्रवादी चळवळी दडपून आपला प्रभाव टिकविण्याचा प्रयत्न करीत होते. पॅरिस शांतता परिषदेच्या निर्णयाप्रमाणे चीनचे शांटुंग व त्सिंगटो जपानला देऊन त्यांनी आपल्या चीनविरोधी भूमिकेचे दर्शन घडविले; त्यातूनच १९१९चा उठाव घडून आला. ह्या सर्व घडामोडींमुळे चिनी जनतेचा लोकशाहीवादी, भांडवलशाही, साम्राज्यवादी, राष्ट्रांवरील विश्वास नष्ट होऊन ते रशिया व साम्यवादी क्रांतीकडे आकर्षित झाले; त्यातूनच चिनी साम्यवादी क्रांतीला अनुकूल वातावरण निर्माण झाले.

४) जपानी आक्रमण

जपानचे चीनवरील आक्रमण चिनी साम्यवादी क्रांतीला पोषक ठरले. डॉ. सेनच्या मृत्यूनंतर चँग-कै-शेक हा चीनचा कोमिंगटांगच्या राष्ट्रीय सरकारच्या प्रमुख बनला; तो भांडवलशाही राष्ट्रांचा व भांडवलदारांचा हस्तक होता. त्याने अमेरिकेच्या मदतीने चीनचा साम्यवाद दडपून टाकण्याचा प्रयत्न केला. याच दरम्यान जपानने मांचुरियावर आक्रमण करून ते गिळंकृत केले. १९३२ मध्ये तेथे जपानी सरकारची स्थापना केली. चँग-कै-शेकने जपानच्या संकटाचा मुकाबला करण्याऐवजी जपानशी संधान साधून तो कम्युनिस्टांच्या विरोधात कठोर कारवाया करीत राहिला. त्याच्या या कृतीने रशिया व चिनी जनता संतप्त झाली. त्यांनी माओच्या कम्युनिस्ट क्रांतीला पाठिंबा दिला. कम्युनिस्टांनी अनेकदा कोमिंगटांगशी युती करूनही कोमिंगटांगने ह्या युतीचा विश्वासघातच केला; तसेच संयुक्त सरकार स्थापन करण्याच्या कम्युनिस्टांच्या विचारालाही चँग-कै-शेकने विरोध केला. चँगच्या सत्तापिपासू वृत्तीमुळे व कम्युनिस्टांना कठोरपणे मोडून काढण्याचे धोरण चँगच्या नाशाला व साम्यवादी क्रांतीला अनकूल ठरले. एकंदरीत जपानी आक्रमण चिनी साम्यवादी क्रांतीला पूरक ठरले.

५) चँग-कै-शेकचे प्रशासकीय धोरण

चँग-कै-शेकचे प्रतिगामी प्रशासकीय धोरण १९४९ च्या साम्यवादी क्रांतीस कारणीभूत ठरले. कोमिंगटांग पक्षाचे शासन हे सर्वस्वी चँगच्या अधिपत्याखाली होते.

त्याचे वर्चस्व लष्कर अधिकारी, प्रसारमाध्यमे, संरक्षणयंत्रणा व पक्षावर होते. कोमिंगटांग सरकारला कोणत्याही प्रकारचे स्वातंत्र्य नव्हते. जनतेच्या हिताचा कारभार चालविला जात नव्हता. सर्वसामान्यांच्या दुःखाची शासनाला जाणीव नसल्याने कोमिंगटांग सरकारबद्दल जनतेत आत्मीयता राहिली नव्हती. शासनातील अकार्यक्षमता, लाचलुचपत, भ्रष्टाचारी यंत्रणा लोकांना साम्यवादी विचारांकडे आकर्षित करण्यास कारणीभूत ठरली. लोकशाही, व्यक्तिस्वातंत्र्य, साम्यवाद या कल्पना चँग-कै-शेकला मान्य नव्हत्या. त्यामुळेच त्याने या गोष्टींना सतत विरोध केला. तितकी साम्यवादाची लोकप्रियता अधिक वाढून दिवसेंदिवस साम्यवादाचे वर्चस्व वाढत जाऊन त्यातूनच अखेर १९४९ची साम्यवादी क्रांती घडून आली.

६) लष्करातील असंतोष

कोमिंगटांग लष्करातील असंतोष साम्यवादी क्रांतीस अनुकूल ठरला. अकार्यक्षम व भ्रष्टाचारी अधिकारी लष्कर भरतीत भ्रष्टाचार करीत. सैनिकांना पगार पुरेसा व वेळेवर दिला जात नसे. कमी सैन्य ठेवून अधिक सैन्यांचा पगार शासनाकडून घेतला जात असे; त्यामुळे लष्कर शासनाशी कधीच प्रामाणिक राहिले नाही; यामुळेच जपानने आक्रमण करताच 'सिआन उठाव' घडून आला. ही लष्कराचीच क्रांती होती. तर १९४८ मध्ये मांचुरियावरील आक्रमणाच्या वेळेस चँगचे तीन लाख सैन्य विजयी कम्युनिस्टांना जाऊन मिळाले; कारण चँगविषयी लष्कराच्या मनात निष्ठा, आत्मीयतेचा अभाव असल्याने ह्या गोष्टी साम्यवादी क्रांतीला पूरक ठरल्या.

७) बुद्धीजीवी वर्गाचा पाठिंबा

चीनमधील बुद्धिजीवी वर्ग प्रथम साम्यवादाच्या विरोधात होता पण चँगची दडपशाही, लोकशाही व व्यक्तिस्वातंत्र्याविरोधी भूमिका यांमुळे हा वर्ग चँगच्या धोरणावर नाराज झाला. चँगच्या अत्याचारामुळे जुलूमजबरदस्तीमुळे ते डाव्या विचारांकडे वळले; चँग-कै-शेक पेक्षा साम्यवादी सरकार बरे, या विचारांनी त्यांनी साम्यवादाला पाठिंबा दिला.

८) शेतकऱ्यांमधील असंतोष

कृषिप्रधान चीन देशात गरीब शेतकरी वर्ग मोठ्या प्रमाणात होता. त्यांच्या समस्यांचा कोणीच विचार केला नव्हता. सरंजामदार त्यांचे शोषण करीत होते. शेतकऱ्यांचे प्रश्न, अडचणी समजून घेऊन त्यांच्या दुःखाला वाचा फोडण्याचे कार्य प्रथम माओने केले. केवळ शेतकरीच ह्या देशात क्रांती घडवून आणू शकतात, हे माओने ओळखले. एकंदरीत शेतकऱ्यांमधील असंतोष साम्यवादी क्रांती घडून येण्याला जबाबदार ठरला.

९) माओ-त्से-तुंगचे नेतृत्व

माओ-त्से-तुंग चिनी कम्युनिस्ट क्रांतीचा अर्ध्वयू होता. माओ-त्से-तुंगने प्रजासत्ताक क्रांतीत भाग घेतला होता. परंतु पुढील काळात पेकिंग विद्यापीठातील ली व चेनच्या साम्यवादी विचाराने तो भारला गेला; त्यातून चीनमध्ये १९२१ मध्ये साम्यवादी पक्षाची स्थापना झाली. या पक्षाचे नेतृत्व माओकडेच होते. रशियन साम्यवादी आपली भूमिका चीनवर लादण्याचा प्रयत्न करीत होते. परंतु माओ-त्से-तुंगने देशातील परिस्थितीचा विचार करून आपला 'हुनान प्रबंध' सादर केला आणि रशियाप्रमाणे चीनमध्ये कामगाराची साम्यवादी क्रांती होणार नाही असा धाडसी निष्कर्ष काढला; त्यामुळे रशियन कॉमिटर्न व चिनी कम्युनिस्ट पक्षात तीव्र मतभेद निर्माण झाले. शेवटी माओ-त्से-तुंगने चिनी क्रांतीचा स्वतंत्र मार्ग शोधला आणि एकाचवेळी कोमिंगटांगशी व रशियन साम्यवादी भूमिकेशी संघर्ष सुरू केला. शेतकऱ्यांचे प्रबळ संघटन करून त्याने लालसेनेची निर्मिती केली. स्वसामर्थ्याच्या बळावर माओने आपला निर्णायक संघर्ष सुरू केला. १९३० ते १९४९ पर्यंत कोमिंगटांगशी संघर्ष करून माओने १९४९ची क्रांती यशस्वी केली.

१९४९ च्या साम्यवादी क्रांतीची वाटचाल

वरील विविध कारणांमुळे चिनी साम्यवादी क्रांतीस अनुकूल वातावरण तयार झाले होते. परंतु कम्युनिस्ट पक्षातील कार्यकर्त्यांमधील विविध मतभेद चँग-कै-शेकचे धोरण, जपानचे आक्रमण, रशिया-अमेरिकेचे धोरण या सर्वांमुळे माओला साम्यवादी क्रांती यशस्वी करण्यात अडथळे निर्माण होऊ लागले. उदा. रशिया, अमेरिकेने चँगला जपानविरोधी भरपूर आर्थिक व लष्करी साहाय्य केलेले होते. परंतु या मदतीचा उपयोग चँगने कम्युनिस्टांना विरोध करण्यासाठी केला; त्यामुळे सर्वांनाच चँगच्या या कृतीचा राग आला. माओची लालसेना जपानचा निष्ठेने प्रतिकार करीत होती. कम्युनिस्ट जपानच्या ताब्यातील प्रदेश जिंकत होता; तर कोमिंगटांग कम्युनिस्टांचे प्रदेश ताब्यात घेत होते. १९४७ साली चँगच्या सैन्याने दक्षिण आन्व्ही प्रांतात ६००० कम्युनिस्टांची अतिशय क्रूर कत्तल केली. दुर्दैवाने रशिया चँगच्या पाठीशी उभा होता. चँगने जपानचा फारसा प्रतिकार केलाच नाही. परिणामी, १९३७-४५ पर्यंत चीनवर जपानचे वर्चस्व होते. १९४५ साली अमेरिकेचा बॉम्बहल्ल्याने जपानने शरणागती पत्करली व चीनवरील त्याचे वर्चस्व संपुष्टात आले. १९४५ ते ४९ पर्यंत कोमिंगटांग कम्युनिस्ट संघर्षाने पुनश्च रौद्ररूप धारण केले. या चार वर्षांत अमेरिकेने चँगला तर रशियाने माओला सर्व प्रकारचे साहाय्य केले. रशियाच्या मदतीमुळे माओ व साम्यवाद्यांचा आत्मविश्वास आणि सामर्थ्य वाढले. १९४६ साली चँग-कै-शेकने

उत्तर चीनवर केलेल्या आक्रमणामुळे यादवीच्या निर्णायक संहारपर्वाला प्रारंभ झाला. पुढील काळात कम्युनिस्टांनी मांचुरिया, होपी, शान्सी आणि संपूर्ण उत्तर-दक्षिण चीन जिंकून घेतला. चँगच्या लष्कराला ठीकठिकाणी पराभव पत्करावा लागला. ऑक्टोबर १९४९ मध्ये माओने राजधानी नानाकिंग जिंकून घेतली. अशा प्रकारे १९४९ पर्यंत साम्यवादी पक्षाने संपूर्ण चीन जिंकून घेतला. माओक्रांती यशस्वी झाली. जगात सामर्थ्यशाली लाल चीनचा उदय झाला. अमेरिका व रशियाप्रमाणे चीन ही तिसरी शक्ती निर्माण झाली.

१९४९ च्या क्रांतीचे महत्त्व

१९४९ सालची क्रांती हे चीनमधील मूलगामी स्थित्यंतर होते. सर्वव्यापी क्रांतीची ही सुरुवात होती. जवळ जवळ एका पिढीच्या अंर्तगत यादवी युद्धाचा हा निर्णायक शेवट होता. चीनमधील कम्युनिस्टांना केवळ वैचारिक आणि राजकीय संघर्ष करून आपला कार्यभाग साधता आला नाही तर देशातील उजव्या शक्तीशी त्याचप्रमाणे परराष्ट्रांशी पंचवीस वर्षे त्यांना संघर्ष करावा लागला. या संघर्षात त्यांना जनतेचा प्रत्यक्ष अप्रत्यक्ष असा वाढता पाठिंबा मिळत राहिला. आशिया खंडाच्यादृष्टीने विचार करता रशियाच्या बोल्शेव्हिक क्रांतीपेक्षा चीनमधील क्रांतीचा परिणाम अधिक झाला व होत आहे. १९११ च्या क्रांतीनंतर चीनमधील राजकीय आणि आर्थिक व्यवस्था ढवळून निघाली होती. अंर्तगत संघर्षांनी पोखरली होती. अशा विघटित समाजात एकसंघ राजकीय व्यवस्था निर्माण करून संपूर्ण समाजाची नव्या साम्यवादी मूल्यांवर उभारणी करण्याचे अवघड कार्य साम्यवादी क्रांतीने केले. कोमिंगटांग विरुद्ध कम्युनिस्टांनी आपले लष्करी श्रेष्ठत्व निर्विवाद सिद्ध केलेच होते. या क्रांतीने माओसारखे एकमुखी व दृढ नेतृत्व लाभले. त्याच्या नेतृत्वाला विरोधी व विघातक कार्यक्रमांचा जसा अनुभव होता तसाच चीनच्या वायव्य भागात रचनात्मक प्रशासन चालविण्याचाही अनुभव होता. या क्रांतीला व माओला कम्युनिस्ट रशियाचे मार्गदर्शन व पाठिंबा मिळालेला होता. माओकडे आपल्या उद्दिष्ट्यांच्या पूर्तीसाठी आवश्यक असलेले सामर्थ्य असल्याने, या कणखर नेतृत्वाने क्रांतीनंतर नवचीनच्या सर्वांगीण विकासासाठी प्रयत्न केले, व रचनात्मक कार्याचा पाया दृढ करण्यास राजकीय व घटनात्मक चौकट निश्चित केली.

२.३ १९६२ चे भारत-चीन युद्ध (Indo China War 1962)

आशिया खंडातील भारत व चीन या महत्त्वाच्या सत्ता होत. या दोन्ही राष्ट्रांना प्राचीन संस्कृतीचा वारसा लाभलेला आहे. गेल्या दोन हजार वर्षांच्या काळात या

दोन्ही देशांचे संबंध मैत्रीचे होते. तत्त्वज्ञान, धर्म आणि संस्कृती या बाबतीत ऐतिहासिक काळात भारताचा चीनवर बराच प्रभाव पडला होता. वसाहतकाळातही भारत-चीन संबंध टिकून होते. महात्मा गांधी, रवींद्रनाथ टागोर आणि नेहरू यांच्या वक्तव्यातून चीनबद्दल नितांत आदर व्यक्त होत असे. १९४२ मध्ये रवींद्रनाथ टागोरांनी चीनला भेट दिली होती; १९३८ साली पंडित नेहरू यांनी चीनला भेट दिली होती. तर १९४२ साली चँग-कै-शेक यांनी भारतास भेट दिली होती. १९४४ साली डॉ. राधाकृष्णन यांनी चीनला भेट देऊन या दोन देशांतील सांस्कृतिक संबंधाचा गौरव केला होता. या सर्वांचा परिणाम म्हणून चीनमधील १९४९ च्या कम्युनिस्ट क्रांतीला भारताने पाठिंबा दिला. चीनला युनोचे सदस्यत्व मिळवून देण्यासाठी भारताची भूमिका महत्त्वाची होती. १९५० नंतर भारत-चीन यांच्यात सहकार्याचे आणि मैत्रीचे वातावरण होते. भारताचे पंतप्रधान पंडित नेहरू आणि चीनचे पंतप्रधान चौ-एन-लाय यांनी परस्परांच्या देशांना भेटी दिल्या. बांडुंग परिषदेमध्ये या दोन्ही देशांनी 'पंचशील' तत्त्वांना मान्यता दिली. १९५९ पर्यंत दोन्ही देशांत किरकोळ कुरबुरींना सुरुवात झाली आणि ऑक्टोबर १९६२ मध्ये चीनने भारतावर आक्रमण करून एक प्रकारे भारताचा विश्वासघातच केला.

तिबेटचा प्रश्न

भारताला तिबेटमध्ये महत्त्वाचे सांस्कृतिक आणि व्यापारी हक्क होते. १९१४ च्या सिमला करारानुसार या हक्कांना मान्यता मिळाली होती. भारत आणि चीन यांच्यातील मध्यंगत राज्य म्हणून तिबेटला महत्त्व प्राप्त झाले होते. १९५० पर्यंत भारत आणि तिबेट यांच्यातील व्यापारी संबंध सुरळीतपणे चालू होते. ऑगस्ट १९५० च्या दरम्यान चीन आणि तिबेट यांच्यात संघर्षाला सुरुवात झाली. भारताने तिबेट-चीनचा प्रश्न शांततेच्या मार्गाने सोडविण्याचा प्रयत्न केला. ७ ऑक्टोबर १९५० रोजी चीनने तिबेटमध्ये सैन्य उतरविले. चीनची ही कृती अयोग्य आहे; त्यामुळे शांतता धोक्यात येईल अशी भारताने भूमिका घेताच, चीनने त्यास स्पष्ट उत्तर दिले की, तिबेट हा चीनचा अंतर्गत प्रश्न आहे. कोणत्याही राष्ट्राचा हस्तक्षेप सहन केला जाणार नाही. त्यानंतर चीनच्या या भूमिकेमुळे भारताला तिबेटमधील विशेष हक्क गमवावे लागले.

१९५० ते १९६२ काळातील भारत-चीन संबंध

१९५० मध्ये भारत-चीन संबंध मैत्रीचेच होते; म्हणून तर भारताने कम्युनिस्ट चीनच्या फोर्मोसावरील हक्कास पाठिंबा दिला. फेब्रुवारी १९५१ मध्ये कोरियाच्या बाबतीत कम्युनिस्ट चीनला आक्रमक ठरविणाऱ्या संयुक्त राष्ट्रसंघाच्या ठरावाला भारताने विरोध करून एक प्रकारे चीनला पाठिंबा दिला. १९५३ मध्ये कोरियातील युद्धकैद्यांचा

प्रश्न सोडविण्यात भारताने महत्त्वाची कामगिरी बजावली. एप्रिल १९५४ मध्ये तिबेट हा चीनचा भाग आहे, हे भारताने मान्य केले असले तरी तिबेटबरोबर व्यापारी आणि सांस्कृतिक संबंधांबाबत करार करण्यात आला आणि पंचशीलच्या तत्त्वावर या संबंधाची उभारणी करण्याचे ठरविण्यात आले; त्यानुसार जून १९५४ मध्ये चौ-एन-लाय यांनी भारतास भेट दिली. त्या वेळी चीनने 'हिंदी-चिनी भाई-भाई' अशी घोषणा करून मैत्रीपूर्ण संबंधाचा पुनरुच्चार केला.

१९५४ पासून भारत-चीन सीमावादास सुरुवात झाली. पंडित नेहरूंनी चीनला भेट देऊन चीनमधून प्रकाशित झालेल्या नकाशांबाबत प्रश्न उपस्थित केला असता, हे नकाशे जुने आहेत. दुरुस्तीसाठी वेळ मिळाला नाही, असे चीनने स्पष्ट केले. त्यामुळेच हे संबंध विकोपास गेले नाही; म्हणूनच एप्रिल १९५५ मध्ये बांडुंग परिषदेत चीनला सहभागी करून घेतले. मात्र, जून १९५५ मध्ये बाराहोती विभागात अनधिकाराने शिरलेल्या चिनी तुकडीबाबत भारताने निषेध नोंदविला. त्याचप्रमाणे उत्तर प्रदेशातील डोन्झग आणि निळांग विभागातील अतिक्रमणाचाही निषेध केला. जुलै १९५५ मध्ये प्रथमच चीनने बाराहोती प्रदेशावर आपले हक्क सांगितला. नोव्हेंबर १९५५ मध्ये चौ-एन-लाय यांनी भारताला भेट दिली. त्या वेळी सीमांचा प्रश्न दोन्ही देशांनी विचारविनिमयाने सोडवावा, असे ठरले. ब्रह्मदेशाच्या बाबतीत मॅक्मोहोन सीमारेषा मान्य असून भारताच्या सीमांबाबतही ही रेषा मान्य होईल, असे चीनने सुचविले. १९६१ च्या दरम्यान भारताच्या ३२000 चौरस मैलाच्या प्रदेशावर चीनने हक्क सांगितला. त्यातील १४000 चा प्रदेश चीनने व्यापला. तो लडाख आणि नेफा विभागातील प्रदेश होता. चीनने या भागात रस्ते बांधण्यास सुरुवात केली व चीन हवाई हद्दींचा भंगही करू लागला. २३ जून १९६0 ला चौ-एन-लाय यांनी अशी भूमिका स्पष्ट केली होती की, चीनला मॅक्मोहोन रेषा कधीच मान्य नव्हती आणि भारताच्या ताब्यातील ५0000 चौरस मैलाच्या प्रदेशावर चीनने आपला हक्क दर्शविला होता. १९५९ मध्ये चीनने तिबेटच्या संदर्भात दडपशाहीचे धोरण सुरू केल्याने तिबेटचे धर्मगुरू दलाई लामा भारताच्या आश्रयास आले. भारतातील दलाई लामांच्या स्वागताने चीनची भूमिका अधिकच ताठर झाली, त्यानंतर चीनने तिबेटमधील, भारतीय व्यापारी आणि यात्रेकरूंच्या छळाला सुरुवात केली आणि लडाखमधील लोंगझू ठाणे कोकाखिंड या विभागात चीनने अतिक्रमण केले. १९६0 मध्ये नेहरूंच्या विनंतीला मान देऊन चौ-एन-लाय भारताच्या भेटीस आले व त्यांच्यात प्रदीर्घ वाटाघाटी झाल्या. याचवेळी सीमारेषांवर किरकोळ चकमकी होत्या. २ जून १९६२ला तिबेटबरोबर कराराची मुदत संपली. २0 ऑक्टोबर १९६२ ला नेफा आणि लडाख विभागात चीनने मोठ्या प्रमाणात आक्रमण केले.

थोड्याच अवधीत चीनने लडाखमधील २०,००० चौरस मैल आणि नेफामधील १४ हजार चौरस मैलांचा प्रदेश काबीज केला व भारत-चीन युद्धाला सुरुवात झाली. भारताच्या या संकटाच्या काळात अमेरिका व इतर राष्ट्रांनी फार मोठी लष्करी व आर्थिक मदत केली; त्यामुळे १० नोव्हेंबर १९६२ ला चीनने एकतर्फी माघार घेण्यास सुरुवात केली यानंतर दोन्ही देशांमध्ये कोलंबो योजना मान्य करण्यात आली.

कोलंबो योजना

डिसेंबर १९६२ मध्ये सिलोन, कंबोडिया, इंडोनेशिया, इजिप्त, घाना, ब्रह्मदेश या सहा आफ्रो-आशियायी तटस्थ राष्ट्रांची बैठक बोलवण्यात आली. या परिषदेत पुढील निर्णय घेण्यात आले. त्यानुसार-

१) पश्चिम (लडाख) विभागात चीनने २० कि.मी. माघार घ्यावी. हा प्रदेश निर्लष्करी असावा व त्यात भारत-चीन यांची संयुक्त नागरी व्यवस्था असावी.
२) पूर्व विभागात लोंगझु व डोला विभागाव्यतिरिक्त इतर ठिकाणी मॅकमोहोन रेषेच्या अनुषंगाने युद्धबंदी रेषा ठरवावी.
३) मध्यविभागात दोन्ही पक्षांनी अधिक हालचाली करू नये. या योजनेच्या संदर्भात दोन्ही देशांनी स्पष्टीकरणे मागविली. कोलंबो योजना चीनने पूर्णतः स्वीकारल्याशिवाय वाटाघाटी करायच्या नाहीत. अशी भारताने भूमिका घेतली, तर ८ सप्टेंबर १९६२ पूर्वीची परिस्थिती स्वीकारण्यास चीनने विरोध केला.

भारत-चीन युद्धाचे परिणाम

१) भारताला आपल्या संरक्षणसिद्धतेची जाणीव झाली.
२) आर्थिक विकासासाठीचा पैसा भारताला संरक्षण व्यवस्थेवर खर्च करणे भाग पडले. परिणामी आर्थिक विकासाच्या गतीवर परिणाम झाला.
३) आफ्रो-आशिया गटातील भारताच्या स्थानाला धक्का पोहोचला.
४) भारताचे राजकीय धोरण वास्तववादी बनविण्याची भारताला आवश्यकता निर्माण झाली.
५) चीनला महासत्ता बनण्याचा मार्ग सुकर झाला.
६) भारत हा समान शत्रू या नात्याने पाकिस्तान आणि चीन यांचे निकटचे संबंध प्रस्थापित झाले आणि चीनने १९६५ आणि १९७१ च्या भारत-पाकिस्तान युद्धात पाकिस्तानला पाठिंबा दिला.

७) १९७१ च्या बांगला देशाच्या संघर्षाच्या संदर्भात चीन, पाकिस्तान, अमेरिका अशी युती निर्माण झाली.

८) या युद्धानंतर आशियाखंडात एक नवा सत्ता समतोल प्रस्थापित झाला.

९) या युद्धानंतर अद्यापही भारत-चीन संबंधात एक प्रकारे 'जैसे थे' परिस्थिती चालू राहिली आहे.

२.४ साम्यवादाच्या नियंत्रणाखालील चीन–आशियाई देशांच्या संदर्भात आर्थिक व परराष्ट्रीय धोरण (१९४९ ते १९९२) (China under Communism (1949-1992) with reference to Economic and Foreign (Asian Countries) Policy)

माओ-त्से-तुंगच्या नेतृत्वाखाली चीनमध्ये १९४९ साली कम्युनिस्ट क्रांती घडवून आणली.

साम्यवादी क्रांतीनंतर चीनच्या वाटचालीचे दोन कालखंड दिसून येतात. पहिला कालखंड १९४९ ते १९७६ पर्यंतचा माओचा चीन आणि त्यानंतरचा दुसरा कालखंड डेंग झिआओ पिंगचा १९७६ ते १९९७ पर्यंतचा कालखंड होय. या दोन्ही कालखंडात चीनची प्रगती झाली या दोन्ही कालखंडातील चीनच्या आर्थिक व परराष्ट्रीय धोरणाचा अभ्यास केल्यास असे दिसून येते की, माओकालीन आर्थिक धोरण व त्यानंतर डेंगकालीन आर्थिक धोरण यांत बराच फरक आहे. त्याचे स्वरूप पुढीलप्रमाणे–

अ) माओचे आर्थिक धोरण

१९४९ च्या साम्यवादी क्रांतीनंतर माओ-त्से-तुंगने अध्यक्षपदाची सूत्रे हाती घेतली. पीपल्स डेमॉक्रसीची स्थापना केली असली तरी माओची शासनव्यवस्था कम्युनिस्ट पक्षाची हुकूमशाहीच होती. शासनाचे निर्णय आणि अंमलबजावणी एकतंत्री पद्धतीने होऊ लागले. माओने चीनची पुनर्रचना आणि पुनर्बांधणी करण्यासाठी अतिशय शिस्तबद्ध पद्धतीने निर्णय घेतले.

माओकालीन चीनच्या आर्थिक धोरणाचा आढावा पुढीलप्रमाणे–

१) कृषिसुधारणा कायदा

२८ जून, १९५० रोजी कृषिसुधारणा कायदा पास केला. त्यानुसार जमीनदारांच्या जमीन व स्थावर मालमत्ता ताब्यात घेऊन तिचे वाटप करणे. शेतजमीन शेतकऱ्यांना वाटून देण्याचे क्रांतीपूर्वी दिलेले आश्वासन माओने पाळल्यामुळे सर्वसामान्य शेतकरी वर्गात आनंद निर्माण झाला. हा कायदा साम्यवादी तत्त्वज्ञानाला अनुसरून होता. या कायद्यामुळे शेती उत्पादनात वाढ झाली.

२) उत्पादनवृद्धी कार्यक्रम

चीन देश कृषिप्रधान असला तरी फक्त कृषीविषयक सुधारणा करून चालणार नव्हते, तर कृषीप्रमाणेच औद्योगिकीकरणाकडे लक्ष देऊन उत्पादन वृद्धी कशी होईल, याकडे माओने लक्ष केंद्रित केले. उत्पादन वृद्धीचा कार्यक्रम हाती घेऊन दीर्घ मुदतीचे सामाजिकीकरण करण्याचे धोरण अमलात आणले. माओने पहिल्या दोन पंचवार्षिक योजनांमध्ये (१९५४ ते १९६२) वेगाने औद्योगिक विकास करण्यावर लक्ष केंद्रित केले. लोखंड, पोलाद, कोळसा, विद्युतनिर्मिती, जड उद्योगधंदे, गृहबांधणी साहित्य आणि मूलभूत रासायनिक द्रव्यांची निर्मिती या गोष्टींना अग्रक्रम दिला; त्यामुळेच १९५७ पर्यंत ८०० पायाभूत औद्योगिक प्रकल्प पूर्ण करण्यात आले. औद्योगिक उत्पादनाचा वेग १२ टक्क्यांनी वाढला, राष्ट्रीय उत्पन्नात ५० टक्क्यांनी वाढ झाली. पोलाद आणि कच्चे लोखंड यांचे उत्पादन तिप्पट झाले. विद्युतनिर्मितिक्षमता दुप्पट वाढली. मात्र, जीवनावश्यक वस्तूंचे उत्पादन वाढू दिले नाही.

३) ग्रेट लीप धोरण (हनुमान उडी धोरण)

पहिल्या दोन पंचवार्षिक योजनांच्या यशामुळे कम्युनिस्ट पक्षात उत्साहाचे वातावरण निर्माण झाले. त्याचाच परिपाक म्हणून माओने पुढील पंचवार्षिक योजनेत हनुमान उडी घेण्याचे जाहीर केले. त्यानुसार औद्योगिक उत्पादनात ३३ टक्के वाढ करण्याचे ठरवून अंतिम लक्ष्य निश्चित केले. लघुउद्योगांचाही मोठ्या प्रमाणावर विकास करण्याचे ठरविले; कारण चीनमध्ये मनुष्यबळही भरपूर होते आणि लघुउद्योगांस भांडवल व यांत्रिक वस्तू खूप कमी प्रमाणात लागून ते छोट्या घरात आणि ग्रामीण भागातही स्थापन करता येते. 'कम्युन्स' स्थापणे हा हनुमान उडीच्या धोरणाचाच एक भाग होता. सामुदायिक शेतीचेच परिवर्तन 'कम्युन्स'मध्ये करण्यात आले. सुरुवातीला २५००० 'कम्युन्स' स्थापन केले. मात्र, प्रारंभीच्या कम्युन्सपेक्षा वेगळ्या अधिकारांनी युक्त अशी ही नवी कम्युन्स होती. नव्या कम्युन्सकडे करवसुली करणे, कच्चा मालाच्या पुरवठ्याची व्यवस्था करणे, शाळा चालविणे, बँका कार्यान्वित करणे, हॉस्पिटलवरती देखरेख ठेवणे इत्यादी जास्त जबाबदारी असलेली कामे सोपविण्यात आल्याने हे धोरण फारसे यशस्वी झाले नाही. तसेच हा प्रयोग नवीन होता. परिणामी, वस्तूंचा उत्पादन खर्च वाढला आणि दर्जा घसरला. कुशल कामगार वर्गाचा अभाव यामुळे आधुनिक यंत्राचा वापर झाला नाही. परंतु माओने आपली चूक कबूल केली नाही.

४) दळणवळण साधनांतील प्रगती

चीनचा आर्थिक कायापालट घडवून आणवयाचा असेल तर दळणवळणात अधिकाधिक प्रगती करणे आवश्यक आहे. त्यानुसार दळणवळण व दूरसंचार क्षेत्रांत

खूप सुधारणा केली. चीनमधील प्रत्येक मोठे शहर व प्रांत राजधानी पेकिंगशी हवाई मार्गाने जोडण्यात आले. डाक व माध्यम यंत्रणेचे जाळे संपूर्ण चीनभर पसरविण्यात आले. परिणामी, थोड्याच कालावधीत चीन अविकसित वा मागासलेल्या राष्ट्रांच्या मालिकेतून विकसनशील देशाच्या मालिकेत आला.

५) औद्योगिक प्रगती

शेती विकासाप्रमाणेच औद्योगिकीकरणावरही अधिक भर दिला. आधुनिक नाजूक यांत्रिकी वस्तूंचे उत्पादन करणारे अनेक औद्योगिक प्रकल्प कार्यान्वित करण्यात आले होते. आण्विक क्षेत्रातही प्रगती केली. अण्वस्त्रांचे उत्पादनही सुरू केले. त्यामुळेच चीनला अमेरिका, रशिया, फ्रान्स, इंग्लंड या राष्ट्रांच्या मालिकेत पाचवे राष्ट्र म्हणून स्थान मिळाले. अण्वस्त्रे व क्षेपणास्त्रे या शस्त्रांच्या उत्पादनात चीनने एवढी आघाडी मारली की, चीन महासत्तांच्या रांगेत जाऊन बसला.

माओने क्रांतीनंतर चीनवर विलक्षण प्रभुत्व प्रस्थापित केले होते. सुरुवातीला प्रगती दिसत असली तरी सामुदायिक शेतीचा प्रयोग फसलेला होता. औद्योगिक उत्पादनात काही प्रमाणात वाढ झालेली असली तरी या उत्पादनाला चीनबाहेरील बाजारपेठ उपलब्ध नसल्यामुळे मंदीचे चिन्ह दिसू लागले. आंतरराष्ट्रीय बाजारपेठेत चीनला स्थान नसल्याने देशांतर्गत मालाचाही पुरेसा उठाव होत नव्हता; त्यामुळे मोठे उद्योग आजारी पडू लागले, बेकारीचे प्रमाण वाढले, भूकबळी, उपासमारीचे प्रमाण वाढले. दारिद्र्य, आर्थिक मंदी, बेकारी, कृषिउत्पादनात घट, भ्रष्टाचार इत्यादी समस्यांनी गंभीर स्वरूप धारण केले. अनेक आघाड्यांवर आलेले अपयश लपविण्यासाठी माओनो १९६६ साली सांस्कृतिक क्रांतीची घोषणा केली. त्यानुसार भ्रष्टाचार दूर करण्याचा व विरोधकांचा बीमोड करण्याचा प्रयत्न केला. डेंगसारख्या विरोधकांना भूमिगत व्हावे लागले. संतप्त तरुणांनी यादवीच आरंभली. अगोदरच उद्ध्वस्त झालेली अर्थव्यवस्था, सांस्कृतिक क्रांतीमुळे देशोधडीला लागली. अराजकता निर्माण झाली. शेवटी माओने सांस्कृतिक क्रांतीचे आवाहन मागे घेतले.

डेंग यांचे आर्थिक धोरण

राष्ट्राचा विकास हे कोणत्याही आर्थिक धोरणाचे उद्दिष्ट असते. डेंगने हाच व्यवहारवादी दृष्टिकोन ठेवून चीन साम्यवादी आहे की भांडवलवादी याचा फारसा विचार केला नाही. खुल्या अर्थव्यवस्थेत अभिप्रेत असणारे 'बाजारप्रणीत अर्थशास्त्र' समोर ठेवून त्यांनी साम्यवादाला मुरड घातली; त्यामुळे त्यांच्यावर डेंग साम्यवादी नाहीच अशी टीका केली. त्यास डेंग यांनी उत्तर दिले की, चीन जोपर्यंत विकासाच्या मार्गावर शीघ्र गतीने जात आहे तोपर्यंत तो कम्युनिस्ट आहे की, भांडवलवादी आहे

याचा विचार करण्याची आवश्यकता नाही. चीनचा विकास शीघ्र गतीने होत असल्याचा निर्वाळा जागतिक बँकेने व आंतरराष्ट्रीय नाणेनिधीने निःशंकपणे दिला आहे. चीनच्या सत्तेवर माओनंतर आलेल्या डेंगच्या आर्थिक धोरणाचे स्वरूप पुढीलप्रमाणे-

१) शेतकऱ्यांना स्वातंत्र्य

डेंग यांनी सामुदायिक शेतीऐवजी खाजगी शेतीचा अवलंब केला. ज्या शेतकऱ्यांना जमीन कसायची आहे, त्यांना सुमारे ३० वर्षांच्या भाडेपट्टीवर जमीन देण्यात येऊन, ती जमीन कशी कसायची, कोणते पीक घ्यायचे, आलेल्या उत्पादनातून स्वतःकडे किती ठेवायचे, किती विकायचे यांबाबतचे सर्व अधिकार व स्वातंत्र्य शेतकऱ्यांना देण्यात आले. यापूर्वी शेतमालाचा सर्व व्यापार शासननियंत्रित होता, आता तो बाजारावर निर्धारित ठेवण्यात येऊ लागला. शेतमालाच्या किमतीही मागणीपुरवठा तत्त्वानुसार ठरू लागल्या या नवीन व्यवस्थेला 'हाऊसहोल्ड प्रॉडक्शन रिस्पॉनसिबिलीटी सिस्टिम' असे संबोधले जाते. या नवीन व्यवस्थेमुळे चीनच्या कृषिउत्पादनात अत्यंत भरीव वाढ झाली. १९७८ साली अन्नधान्याचे उत्पादन ३०४ दशलक्ष टन होते. ते १९९६ साली ४८० दशलक्ष टनांवर गेले. याच दरम्यान कापूस, तेलबिया आणि साखर यांचे उत्पादनही झपाट्याने वाढले. एकूण लागवडीखालील जमिनींपैकी ५० % जमीन सिंचनाखाली आली. एकंदरीत डेंगच्या काळात चीन अन्नधान्याच्या बाबतीत स्वयंपूर्ण झाला. फळे, भाज्या, मांस, अंडी यांचे उत्पादनही वेगाने वाढले. याला चीनमध्ये 'दुय्यम उत्पादन' असे म्हटले जाते. त्याचा फायदा शेतकऱ्यांचे उत्पादन वाढण्यात व चौरस आहार होण्यासाठी झाला.

२) औद्योगिक प्रगती

डेंगच्या काळात औद्योगिक क्षेत्रातही मूलभूत बदल करण्यात आले. उद्योगांबाबतचे सर्व निर्णय नोकरशाहीने घेण्याएवजी आता ते उद्योगांतील व्यवस्थापनाने घ्यायला सुरुवात केली. त्यासाठी उत्पादनवाढीचे राष्ट्रीय उद्दिष्ट पार पाडण्यासाठी आवश्यक ती स्वायत्तता उद्योगांना प्रदान करण्यात आली. या काळातील मोठे यश म्हणजे ग्रामीण उद्योगांच्या संख्येतील वाढ हे होय. अशा उद्योगांना तेथे 'टाऊनशिप अँड व्हिलेज एंटरप्राईजेस' असे म्हटले जाते. जवळ जवळ २२० लक्ष ग्रामीण उद्योग असून त्यात सुमारे साडेतेरा कोटी लोकांना रोजगार उपलब्ध झाला. १९८५ ते १९९५ या दशकात चीनने प्रतिवर्षी सुमारे १० % औद्योगिक उत्पादनाचे उद्दिष्ट साध्य केले. आयात-निर्यातीचे प्रमाणही वेगाने वाढले. त्यास चीनला अमेरिकेने दिलेला अनुकूल व्यापारी दर्जा, चिनी राज्यकर्त्यांचे अत्यंत व्यवहारी व एकसंध असे परदेश व्यापारविषयक

धोरणही जबाबदार आहे. चीनने भाववाढ रोखण्यात यश मिळवले आहे. त्याचबरोबर शेतकऱ्यांचे आर्थिक हितही जोपासले जात आहे. या सर्वांचा परिणाम म्हणून चीनमधील दारिद्र्य वेगाने कमी होत आहे. १९८६ ते १९९३ या काळात चीनने दरवर्षी ६० लाख लोकांचे दारिद्र्य यशस्वीपणे नष्ट केले. संपूर्ण चीन दारिद्र्यमुक्त करण्याचा चिनी राज्यकर्त्यांचा संकल्प कौतुकास्पद आहे.

अशा प्रकारे साम्यवादी चीनच्या अर्थव्यवस्थेचा अभ्यास केल्यास असे लक्षात येते की माओ काळापासून आर्थिक सुधारणांना सुरुवात होऊन डेंग काळात तर चीन अन्नधान्याच्या बाबतीत स्वयंपूर्ण होऊन औद्योगिक क्षेत्रात वेगाने वाढ करून आयात-निर्यातीतही प्रचंड वाढ झालेली दिसून येते.

ब) परराष्ट्रीय धोरण

इ.स. १९४९ ते १९९२ या कालखंडातील चीनच्या परराष्ट्रीय धोरणाचे स्वरूप पुढीलप्रमाणे-

माओची परराष्ट्रनीती

चीनमध्ये जशी साम्यवादी क्रांती यशस्वी झाली, तशीच क्रांती अथवा बदल घडून यावेत म्हणून शेजारच्या राष्ट्रांतील कम्युनिस्टांना आर्थिक आणि लष्करी मदत देण्याचे धोरण माओने स्वीकारले होते. युरोपात जे धोरण साम्यवादी रशियाने स्वीकारले तसेच धोरण साम्यवादी चीनने आशिया खंडात स्वीकारून कम्युनिस्टांच्या मदतीने शेजारच्या राष्ट्रांतील राजकीय ताकद वाढविणे हाच माओचा उद्देश होता. माओच्या परराष्ट्रीय धोरणाचे स्वरूप पुढीलप्रमाणे-

१) युनोचे सभासदत्व

सप्टेंबर १९४९ मध्ये कम्युनिस्ट क्रांतीनंतर घटनात्मकदृष्ट्या माओने चीनचे प्रजासत्ताक जाहीर केले. त्यास साम्यवादी राष्ट्रांनी तत्काळ राजनैतिक मान्यता दिली. १९५१ पर्यंत २६ राष्ट्रांनी चीनला राजनैतिक दर्जा दिला. त्यांपैकी १५ राष्ट्रे युनोचे सदस्य होते. चीनला युनोचे सदस्यत्व मिळावे असा अर्ज चीनने युनोकडे केला; तसेच राष्ट्रीय चीनऐवजी लाल चीनला संयुक्त राष्ट्रसंघाच्या सुरक्षा परिषदेवर कायम सदस्यत्व मिळावे अशीही चीनने मागणी केली. मात्र, सुरुवातीस अमेरिकेने त्यास विरोध केला. परंतु शेवटी अमेरिकेने १९७१ मध्ये लाल चीनला राजनैतिक मान्यता दिली; त्यामुळे चीनला संयुक्त राष्ट्रसंघाचे सदस्यत्व २६ ऑक्टोबर, १९७१ रोजी मिळाले. तसेच लाल चीनला सुरक्षा परिषदेवर कायम सदस्यत्व देण्यासही अमेरिकेने मान्यता दिली.

२) चीनचे विस्तारवादी धोरण

इ.स. १९५१ मध्ये चिनी लष्कराने भारताचा प्रभाव असलेल्या तिबेटमध्ये सैन्य घुसवून तिबेट गिळंकृत केले आणि तेथील धार्मिक नेता दलाई लामाला कम्युनिस्ट तिबेटला मान्यता देण्यासाठी दबाव आणला. परंतु दलाई लामाने त्यास नकार देऊन देशत्याग केला. चीनने पंचेन लामास तिबेटचा धार्मिक नेता म्हणून नियुक्ती करून आपल्या कामाची पूर्तता केली. शीतयुद्ध काळात रशिया व अमेरिका या दोन महासत्तांच्या प्रभावाला तोंड देण्यासाठी भारताचे पंतप्रधान पंडीत नेहरू आणि इंडोनेशियाचे पंतप्रधान डॉ. सुकार्णो यांच्या प्रयत्नाने आफ्रो-आशियायी राष्ट्रांची एक परिषद १९५५ मध्ये बांडुंग येथे घेण्यात आली. या परिषदेत चीननेही भाग घेऊन असा देखावा केला की, चीन साम्यवादाच्या प्रसारापेक्षाही आंतरराष्ट्रीय शांततेला जास्त महत्त्व देतो आणि अशा शांततेसाठी साम्यवादेतर राष्ट्रांनाही सर्व प्रकारचे सहकार्य देण्याची चीनची तयारी आहे. चीन-भारत सहकार्याचे पर्व या परिषदेपासून सुरू झाले. 'पंचशील करार' हा या परिषदेचाच परिपाक आहे.

३) चीन-भारत संबंध

भारताला शेजारील राष्ट्रांबरोबर मैत्रीचे संबंध असावेत असे वाटत होते. भारताने साम्यवादी चीनला युनोचे सभासदत्व मिळावे यासाठी सातत्याने प्रयत्न केले, परंतु १९५१ मध्ये चीनने तिबेट बळकवल्यानंतर भारत-चीन संबंध काहीसे ताणले गेले. पुढील काळात भारत-चीन यांच्यात 'शांततामय सहजीवनावर' आधारलेला पंचशील करार दोन्ही राष्ट्रांत घडून आला. बांडुंग परिषदेच्या निमित्ताने चीन-भारत अधिकच जवळ आले. त्यातच जिनिव्हा परिषदेत व्हिएतनाम प्रश्नावर नियुक्त केलेल्या कमिशनच्या अध्यक्षपदी भारताची नियुक्ती झाल्याबद्दल चीनने समाधान व्यक्त केल्याने भारताने चीनवर विश्वास टाकला.

१९५९ साली तिबेटच्या स्वातंत्र्यासाठी लढणाऱ्या तिबेटी बंडखोरांनी चीनविरुद्ध उठाव केल्यानंतर चीनने अत्यंत निर्दयपणे हा उठाव मोडून काढला; त्यामुळे दलाई लामाने तेथून पळ काढला व तो भारताच्या आश्रयास गेला. भारताने त्यास राजकीय आश्रय दिला. चीनच्या अंतर्गत कारभारात भारताने हस्तक्षेप करू नये असा निषेधात्मक सूर काढला. त्याचेच पर्यवसन भारत-चीन सीमेवर लष्करी चकमकी झाल्या. मात्र, त्याचे युद्धात रूपांतर झाले नाही. ऑक्टोबर १९६२ मध्ये भारत-चीन सीमारेषा दर्शवणारी आंतरराष्ट्रीय मॅक्मोहोन रेषा अमान्य असल्याचे निमित्त करून चीनने उत्तरेकडून भारतावर आक्रमण केले. 'हिंदी-चिनी भाई भाई' म्हणणारा चीन भारतावर आक्रमण करेल, अशी भारताला थोडीही शंका नव्हती;

त्यामुळेच उत्तर सीमेवर पुरेसा लष्करी बंदोबस्तही नव्हता. परिणामी, या युद्धात भारताला पराभव स्वीकारावा लागला. परंतु जगातील सर्व राष्ट्रे भारताला मदत करत आहेत हे पाहून सीमेवरील व्याप्त प्रदेशातून आपली सेना मागे घेऊन लष्करी कारवाई चीन थांबवेल अशी एकतर्फी घोषणा चीनने करून युद्धविराम केला; असे असले तरी अक्साई चीनचा भारताच्या मालकीचा प्रदेश चीनने आपल्या ताब्यात ठेवलाच. अशा प्रकारे माओच्या काळात भारत-चीन संबंध पूर्णतः बिघडलेले दिसून येतात.

४) चीन-रशिया संबंध

चीन व रशियात साम्यवादी राजवट असल्याने त्यांच्यात कायमस्वरूपी मैत्री टिकेल असे सर्वांनाच वाटत होते; कारण रशियाने चीनमध्ये साम्यवादीचा प्रसार होण्यासाठी मदत केली होती. परंतु पुढील काळात रशियाने मदतीचा हात आखडता घेतला होता; कारण चीन आंतरराष्ट्रीय राजकारणात आपल्यापेक्षा वरचढ झाला असता असे रशियाला वाटत होते. अर्थात, हे मत फारसे गंभीरपणे विचारात घेतले नाही, तरी रशियाला आंतरराष्ट्रीय राजकारणात कम्युनिस्ट चीनच्यारूपाने एक मित्र मिळाला होता, हे खरे आहे. तसेच जिनिव्हा परिषदेसारख्या आंतरराष्ट्रीय परिषदांमध्ये रशियाने चीनला सतत पाठिंबा व्यक्त केला होता. महासत्तांच्या शीत युद्धात चीनही रशियाच्या सदैव पाठीशी राहिला होता. कोरिया व व्हिएतनाम पेचप्रसंगातही त्यांनी परस्परांना पाठिंबा दिला होता. अमेरिकेबाबत रशियाने खंबीर भूमिका घ्यावी, त्यासाठी युद्ध पत्करावे लागले तरी चालेल, अशी चीनची रशियाबाबतची अपेक्षा होती. परंतु असे युद्ध झाल्यास मानवजातीचे अस्तित्वच धोक्यात येईल. परंतु चीनला रशियाचे असे गुळमुळीत धोरण मान्य नव्हते. रशिया मार्क्सवादापासून दूर चालला असून चीनच मार्क्सचा खरा वारसदार आहे. अशी चीनची भूमिका होती. मतभेदाचा आणखी महत्त्वाचा मुद्दा म्हणजे चीनला रशियाने आर्थिक, लष्करी मदत दिलेली असली तरी चीनच्या तुलनेत रशियाचे राहणीमान श्रीमंत वर्गात मोडणारे होते. उलट, रशियाने चीनचे दारिद्र्य कमी करण्यासाठी फारसे प्रयत्न केले नाहीत म्हणून चीन नाराज होता, असे असले तरी चीन-रशिया यांच्यात १९५६ पर्यंत मैत्रीचे संबंध होते. परंतु स्टॅलिनच्या मृत्यूनंतर रशियात सत्तेवर आलेल्या निकिता क्रुश्चेव्ह आदि नेत्यांनी स्टॅलिनवर केलेली टीका चिनी पत्रकारांना मान्य नव्हती; कारण स्टॅलिनच्या मार्गानेच माओ चालला होता. म्हणूनच स्टॅलिनवर टीका म्हणजे माओवर टीका असा चिनी पत्रकारांनी अर्थ लावला. नोव्हेंबर १९५७ मध्ये माओने रशियास भेट दिली. अमेरिकेविरोधी भूमिका घेण्यासाठी रशियाला प्रोत्साहित करण्याचा

प्रयत्न केला. परंतु रशियाने माओस प्रतिसाद न दिल्याने रशिया-चीन संबंध दुरावला. मार्क्सवादाचा खरा वारसदार रशिया की चीन, यावरूनही त्यांच्यात मतभेद वाढू लागले. जगात चीन हेच एकमेव कम्युनिस्ट राष्ट्र आहे, असा दावा माओने केला. चीन-भारत संघर्षातही रशियाने चीनविरुद्ध भारताला पाठिंबा दिला होता. ही गोष्ट चीनला मान्य नव्हती. सैबेरियातील चीन-रशिया सीमाप्रश्नाबाबतही दोन्ही राष्ट्रांतील संबंध ताणले गेले. सीमेवर दोन्ही राष्ट्रांच्या फौजा समोरासमोर लढाईच्या पावित्र्यात उभ्या होत्या. किरकोळ चकमकीही झाल्या. फक्त प्रत्यक्ष युद्ध झाले नाही. कम्युनिझमचा वापर दोन्ही राष्ट्रांनी आपल्या स्वार्थासाठी साधन म्हणून केला. दुसऱ्या महायुद्धानंतर आशिया व आफ्रिका खंडांतील नवोदित राष्ट्रांवर वर्चस्व स्थापन करणे हे रशिया व अमेरिकेप्रमाणे चीनचेही उद्दिष्ट होते.

अशा प्रकारे १९५० ते १९७६ पर्यंत माओने जगातील उदयोन्मुख सत्ता म्हणून चीनला उभे केले.

डेंगची परराष्ट्र नीती

डेंग यांनी चीनच्या परराष्ट्र नीतीबाबत सखोल विचार केला. आंतरराष्ट्रीय संबंध गुंतागुंतीचे असतात, त्यातून आपले हितसंबंध कसे जपायचे, याचे पूर्ण ज्ञान असल्याने परराष्ट्र धोरणाची उद्दिष्टे निश्चित करताना काही तडजोडी कराव्या लागल्या. शांतता आणि विकास ही परराष्ट्र धोरणाची उद्दिष्टे निश्चित केली. शांतता देशांतर्गत असलीच पाहिजे त्याचप्रमाणे शेजारच्या राष्ट्रांशी सलोख्याचे आणि मैत्रीचे संबंध राखणे आवश्यक आहे, असे डेंग यांचे मत होते. चीनची दारे जगासाठी खुली झाली व पाश्चिमात्य तंत्रज्ञान व कौशल्य सहजपणे चीनमध्ये आले. परंतु या उपक्रमास चिनी जनतेने मोठा विरोध केला. त्यातून तिआनमेन चौकातील हत्याकांड उद्भवले. त्यातून डेंग सावरले आणि आपल्या परराष्ट्र धोरणाची वाटचाल त्यांनी अखंडपणे चालू ठेवली. त्यांनी आर्थिक विकासाचे उद्दिष्ट पूर्ण करण्यासाठी जागतिक बँक, आंतरराष्ट्रीय विकास संघटना, आशियाई विकास बँक यांसारख्या आंतरराष्ट्रीय आर्थिक संस्थांशी संबंध प्रस्थापित केले आणि त्याद्वारे चीनला दीर्घ मुदतीची मोठी कर्जे उपलब्ध झाली. जागतिक अर्थव्यवस्थेचे परस्परावलंबित्व लक्षात घेऊन अनेक देशांशी राजकीय तडजोडी घडवून आणल्या. सीमा प्रश्नावरून रशिया व भारत यांच्याशी असलेले मतभेद बाजूला करून त्यांच्याशी आर्थिक व सांस्कृतिक संबंध प्रस्थापित करण्यात आले. त्याचा चीनला आर्थिक लाभ तर झालाच शिवाय सीमा प्रश्नावरून असलेला तणाव कमी होऊन शांतता निर्माण झाली.

हाँगकाँग, मकाऊ बेटे आणि तैवानची प्राप्ती

चीनच्या एकीकरणासाठी इंग्लंडच्या ताब्यात असलेले हाँगकाँग बेट, पोर्तुगालच्या ताब्यात असलेली मकाऊ बेटे हा चीनचाच एक भाग होता, तेथील ८० टक्क्यांहून अधिक जनता चिनी होती. डेंग यांनी हा भाग चीनमध्ये समाविष्ट करण्यासाठी इंग्लंडशी वाटाघाटी केल्या, १९८४ च्या चीन-ब्रिटन करारानुसार १ जुलै, १९९७ रोजी हाँगकाँग आणि चीन-पोर्तुगाल करारानुसार मकाऊ बेटे १९९९ मध्ये चीनमध्ये समाविष्ट होणार होते. फोर्मोसा-तैवान हा भागदेखील चीनचाच आहे हे अमेरिकेने १९७२ मध्ये मान्य केले होते. त्यासंबंधीही वाटाघाटी होऊन तैवान-चीन द्विपक्षीय करार होऊन तैवान देखील चीनचे सार्वभौमत्व मान्य करेल असे कराराद्वारे स्पष्ट केले होते. अशा प्रकारे हाँगकाँग, मकाव, तैवान हा चिनी भूभाग परकीयांच्या राजवटीखालून चिनी सार्वभौमत्वाखाली आणला व चीनचे एकीकरण करण्याचा कार्यक्रम डेंग यांनी यशस्वीपणे पार पाडला.

डेंगने खुल्या धोरणाचा अवलंब करून चीनचे पाश्चिमात्य राष्ट्रे, अमेरिका व इतर आशियाई देशांशी संबंध जोडले गेले. याचा परिणाम चीनमध्ये लोकशाही विचारांचे वारे वाहू लागले. चीनच्या आर्थिक विकासाच्या मोबदल्यात हा वैचारिक बदल त्यांनी स्वीकारला. मात्र, लोकशाही विचार स्वीकारताना कम्युनिस्ट तत्त्वज्ञानाची बैठक एकदम उद्ध्वस्त होणार नाही, याची डेंग यांनी खबरदारी घेतली. आर्थिक विकास घडवून आणताना देशातील मूलभूत उद्योगधंदे नष्ट होणार नाहीत तसेच जीवनावश्यक वस्तूंच्या उत्पादनात परकीय भांडवल गुंतवले जाणार नाही याची काळजी डेंग यांनी घेतली. चिनी जनतेच्या श्रमाचा योग्य तो उपयोग करून घेऊन तो एकसंघ ठेवण्याची खबरदारी डेंग यांनी घेतली हे त्यांच्या परराष्ट्रीय धोरणाचे वैशिष्ट्य होय.

सारांश, डॉ. सेनच्या नेतृत्वाखाली जुलमी मांचू सत्तेचा शेवट होऊन चीनमध्ये प्रजासत्ताक राजवट सुरू झाली. परंतु चँग-कै-शेकच्या काळात कोमिंगटांग कम्युनिस्ट प्रदीर्घ संघर्ष होऊन अखेर १९४९ ची चिनी साम्यवादी क्रांती यशस्वी झाली. १९४९ ते १९९२ पर्यंत चीनच्या आर्थिक व परराष्ट्रीय धोरणाचा आढावा घेतल्यास असे लक्षात येते की, चीन हे राष्ट्र जागतिक महासत्तांच्या रांगेत जाऊन बसण्यास यशस्वी ठरला.

सराव प्रश्न

प्र.१) खालील प्रश्नांची सविस्तर उत्तरे लिहा. (४०० शब्दांत)

१) डॉ. सन-यत्-सेनच्या कार्याचा आढावा द्या.

२) चीनमधील साम्यवादी क्रांतीची पार्श्वभूमी सांगा.

३) माओ-त्से-तुंगची साम्यवादी क्रांतीतील भूमिका स्पष्ट करा.

४) १९५० ते १९९२ या काळातील चीनच्या आर्थिक धोरणांचा आढावा द्या.

५) १९५० ते १९९२ या काळातील चीनच्या परराष्ट्रीय धोरणाचे स्वरूप सांगा.

प्र.२) खालील प्रश्नांची थोडक्यात उत्तरे लिहा.

१) डॉ. सेनचे तत्त्वज्ञान.

२) तुंग-मेंग-हुई संघटना.

३) ग्रेट लीप धोरण.

४) डेंग यांच्या आर्थिक सुधारणा.

५) चीन-रशिया संबंध.

३ जपान

Japan

३.१ दोन महायुद्धादरम्यानचा जपान (Japan between two World War)

प्रस्तावना

जपान हा आशिया खंडाच्या सर्वांत पूर्वेकडील, उगवत्या सूर्याचा देश म्हणून ओळखला जाणारा देश आहे. औद्योगिकदृष्ट्या जगातील अत्यंत पुढारलेला उद्योगप्रधान हा देश आहे. दोन महायुद्धादरम्यान बदलत्या जागतिक राजकारणात जपानने सक्रिय सहभाग घेतला. दुसऱ्या महायुद्धानंतर संपूर्णपणे बेचिराख झालेल्या जपानने त्यानंतर केलेली प्रगती आश्चर्यकारक आहे. या प्रगतीमध्ये अमेरिकेच्या जनरल मॅक्आर्थरने महत्त्वाची भूमिका बजावली. आर्थिक महासत्तांपैकी एक असणाऱ्या जपानने परराष्ट्र धोरणात सहकार्याचे धोरण स्वीकारले. जपानच्या इतिहासातील हे टप्पे अभ्यासणे आशियाच्या इतिहासात फार महत्त्वपूर्ण ठरते.

३.१ दोन महायुद्धांदरम्यानचा जपान (Japan between two World War)

दोन महायुद्धाच्या काळात जपानने प्रचंड साम्राज्यविस्तार केला. पहिले महायुद्ध ही जपानला आपल्या सामर्थ्याची चुणूक दाखवून आशियातील आपले स्थान बळकट

करण्याची संधी होती आणि त्या संधीचा जपानने फायदा उचलला. इंग्लंडचे मित्रराष्ट्र म्हणून २३ ऑगस्ट, १९१४ रोजी जपानने जर्मनीविरुद्ध युद्ध पुकारले आणि अतिपूर्वेकडील प्रदेशांतील जर्मन प्रदेशांवर आक्रमक चढाई केली. शांटुंग विभागातील जर्मनविरुद्ध कारवाई करताना जपानने चीनच्या तटस्थतेचा भंग केला. चीनने निषेध नोंदविला असताना त्याची काहीच दखल घेतली नाही. १९१४ सालच्या अखेरपर्यंत जपानने कियाचौ येथील जर्मनीचे मुख्य ठाणे ताब्यात घेतले आणि चीनने जर्मनीला भाडेपट्ट्याने दिलेल्या सर्व विभागांवर जपानने आपले प्रभुत्व प्रस्थापित केले. तसेच या प्रदेशातील रेल्वेमार्गावर आणि जर्मनीच्या मालकीच्या खाणींच्या मालमत्तेवर नियंत्रण प्रस्थापित केले. तसेच जर्मनीच्या मालकीच्या मार्शल, कैरोलीन बेटांवर सहज ताबा मिळविला. त्यानंतर चीनवर वर्चस्व प्रस्थापित करण्यासाठी गाजलेल्या एकवीस मागण्या सादर केल्या.

पहिले महायुद्ध व जपानच्या एकवीस मागण्या

रशिया-जपान युद्धात छोट्याशा जपानने बलाढ्य रशियाचा पराभव केल्याने जपानचा आत्मविश्वास वाढला. पाश्चात्त्यांप्रमाणे जपानचीही साम्राज्यपिपासुवृत्ती वाढू लागली; त्यातूनच जपानचे लक्ष मांचुरिया व चीनकडे वळले. ही संधी जपानला पहिल्या महायुद्धामुळे प्राप्त झाली. पहिल्या महायुद्धात जपान जर्मनीच्या विरोधात दोस्त राष्ट्रांच्या बाजूने सहभागी झाला. युरोपातील राष्ट्रे महायुद्धात गुंतलेली पाहून जपानने मांचुरिया व चीनवर वर्चस्व प्रस्थापित करण्याचा प्रयत्न केला. संपूर्ण चीन ताब्यात घेतले. तसेच अतिशय अपमानास्पद अशा एकवीस मागण्या चीनकडे पाठविल्या त्यानुसार चीनच्या ताब्यातील मंगोलिया, मांचुरिया, शांटुंग प्रांतात जपानला सर्व प्रकारचे हक्क द्यावेत, युरोपिअनांना सर्व बंदरे-रेल्वेमार्ग बंद करावेत आणि त्यांच्या आर्थिक सवलती रद्द कराव्यात व चिनी सरकारने शासकीय कारभारात जपानी सल्लागार नेमावेत, अशा प्रकारच्या मागण्या चिनी अध्यक्षाकडे पाठविल्या आणि त्या अमान्य केल्यास चीनवर आक्रमण करून तो जिंकून घेऊ अशी धमकी दिली. ह्या एकवीस मागण्यांमुळे चीन भयभीत झाला; कारण त्यामुळे चीनचे स्वातंत्र्यच संपुष्टात येणार होते. परंतु वुड्रो विल्सनने चीनला धीर देऊन मध्यस्थी केली. जपानच्या ह्या मागण्यांमुळे युरोपीअन राष्ट्रे जपानवर नाराज झाली. महायुद्धानंतर झालेल्या पॅरिस परिषदेत जपानच्या काही मागण्यांना मान्यता दिली. मांचुरिया, मंगोलिया व यांगत्से खोऱ्यांतील जपानच्या आर्थिक हक्काला मान्यता दिली. प्रशांत महासागरातील मॉर्शल व कोरिलीन बेटे जपानच्या स्वाधीन केली. जर्मनीचा शांटुंग प्रांत व त्यावरील अधिकारी जपानकडे सुपुर्द केले. पहिल्या महायुद्धामुळे जपानचा फायदा झाला असला तरी मांचुरिया व

चीन ताब्यात घेण्याचे स्वप्न पूर्ण झाले नाही. अमेरिकेच्या मध्यस्थीमुळेच पुन्हा एकदा जपानचे नुकसान झाले आणि दोन्ही राष्ट्रांतील संबंध बिघडत गेले. एकंदरीत महायुद्धामुळे जपानचा बराच फायदा तर झालाच. विषुववृत्ताच्या उत्तरेकडील बेटांच्या बाबतीत राष्ट्रसंघाकडून जपानला मँडेट मिळाला. जपानचे महत्त्व लक्षात घेऊन राष्ट्रसंघाच्या समितीमध्ये जपानला कायमचे सभासदत्व देण्यात आले. पहिले महायुद्ध जिंकण्यात जपानचे चांगलेच साहाय्य झाले. जपानचाही आपले साम्राज्य वाढविण्याचा हेतू बऱ्याच प्रमाणात सफल करून घेता आले. त्यामुळेच पहिल्या महायुद्धानंतर जगातील एक श्रेष्ठ सत्ता म्हणून जपानचे स्थान निर्विवाद सिद्ध झाले.

वॉशिंग्टन परिषद (१९२१)

विसाव्या शतकात अमेरिका व जपान शक्तिशाली राष्ट्रे म्हणून ओळखली जाऊ लागली. दोन्ही राष्ट्रांनी आपले सामर्थ्य वाढवून साम्राज्यवादी नीतीचा अवलंब केला. अमेरिकेच्या शेजारी असलेल्या प्रशांत महासागरात जपानची भूमी होती. दोन्ही राष्ट्रांनी आरमारी शक्ती वाढविल्याने परस्परांना धोका वाटू लागला. अमेरिकेचा जपानच्या विस्तारवादाला आळा घालण्याचा प्रयत्न चालूच होता. उदा. रशिया-जपान युद्धातील अमेरिकेची मध्यस्थी अथवा चीनमधील एकवीस मागण्यांना केलेला प्रतिबंध, ह्या सर्व घटनांमुळे जपान-अमेरिका संबंधांना तडा जाऊ लागला; म्हणूनच हे संबंध सुधारण्यासाठी आणि जपानच्या विस्तारवादाला आळा घालण्यासाठी अमेरिकेने १९२१ मध्ये वॉशिंग्टन परिषद भरविली. या परिषदेसाठी अमेरिका, ब्रिटन, फ्रान्स, इटली, चीन, जपान, नेदरलँड, पोर्तुगाल, बेल्जिअम या नऊ राष्ट्रांनी सहभाग घेतला. १२ नोव्हेंबर, १९२१ पासून ६ फेब्रुवारी, १९२२ पर्यंत परिषद भरली होती. पाच बड्या सत्तांच्या नाविक सामर्थ्यावर नियंत्रणे लादणे आणि अतिपूर्वेकडील प्रश्न सोडविण्याचा प्रयत्न करणे ही वॉशिंग्टन परिषदेची प्रमुख उद्दिष्टे होती. या परिषदेवेळी जपानवर दडपण आणून चार राष्ट्रांचा करार, पाच राष्ट्रांचा नाविक करार, नऊ सत्तांचा मुक्तद्वार करार करण्यात आला. चीनचे स्वातंत्र्य कायम ठेवणे, ब्रिटन-अमेरिका आरमाराचे प्रमाण ५:३ ठेवणे आणि शांटुंग प्रांत जपानने चीनच्या स्वाधीन करणे इत्यादी निर्णय वॉशिंग्टन परिषदेत घेण्यात आले. अमेरिकेने जपानच्या विस्तारवादाला आळा घालण्याचा प्रयत्न केला. विविध राष्ट्रांच्या दडपणामुळे जपानने काही निर्णय मान्य केले त्यामुळे जपान दुखावला गेला असला तरी परिषदेनंतर काही वर्षे जपानला जी शांतता लाभली तिचा आपले आर्थिक साम्राज्य बळकट करण्यासाठी जपानने भरपूर उपयोग करून घेतला. त्याचाच परिणाम म्हणून अतिपूर्वेकडील आणि आग्नेय आशियातील प्रदेशांवर जपानने आपले आर्थिक प्रभुत्व परिणामकारकरीत्या प्रस्थापित केले. या प्रभुत्वाचा फायदा घेऊन पुढे

जपानने अधिक आक्रमक भूमिका घेऊन आपली सत्ता वाढविण्याचा प्रयत्न केला आणि थोड्याच काळात आपल्या लष्करी साम्राज्यवादाचे विक्राळ स्वरूप प्रकट केले; म्हणूनच वॉशिंग्टन परिषदेने जपानच्या विस्तारवादाला आळा घातला, असे न म्हणता बड्या सत्तांच्या संघर्षातील विसंवाद तात्पुरता कमी करण्यात परिषदेने यश मिळविले असे म्हणता येईल. वॉशिंग्टन परिषदेने जपानच्या विस्तारवादाचे एक पर्व संपले जपान-अमेरिकेत कायमचे वितुष्ट निर्माण झाले.

जपानचा लष्करी साम्राज्यवाद

दोन महायुद्धांच्या दरम्यानचा कालखंड हुकूमशाही तत्त्वज्ञानाच्या उदयाचा कालखंड होता. रशियामध्ये साम्यवादी हुकूमशाही प्रस्थापित झाली होती तर इटलीमध्ये फॅसिस्ट आणि जर्मनीमध्ये नाझी हुकूमशाही उदयास आली तर जपानमध्ये लष्करी हकूमशाही उदयास आली. हुकूमशाही राष्ट्रे आक्रमक, साम्राज्यवादी वृत्तीची होती. त्यांच्या विस्तारवादी, आक्रमक भूमिकेतून अखेर दुसऱ्या महायुद्धाचा स्फोट झाला. जपानमधील अस्थिर राजकारण व झबत्सूंचा भ्रष्टाचार यांमुळे नव्या घटनेच्या कार्यवाहीच्या सुरुवातीपासूनच लष्कराला स्वतःचे असे स्थान होते. १९३० सालानंतर जपानच्या राजकारणातील सत्तासमतोल लष्कराच्या बाजूने झुकू लागला. याचकाळात लष्करातील काही नेत्यांनी लष्करी यंत्रणेला तत्त्वज्ञानाचा आधार दिला; त्यामुळे लष्कराचे स्वरूप बदलले आणि एकसंघ आणि समर्थ असा प्रभावी सत्तागट निर्माण झाला. या लष्करी गटाला कित्येक प्रशासकांनी आणि राजकीय नेत्यांनी पाठिंबा दिला. १९३१ ते १९४१ या दशकामध्ये जपानमधील राजकारणामध्ये लष्कराला सर्वांत महत्त्वाचे स्थान प्राप्त झाले. जपानच्या अभ्युदयासाठी संपन्न राष्ट्र, समर्थ लष्कर अशी घोषणा मान्यता पावू लागली. अंतर्गतदृष्ट्या प्रशासनावर लष्कराचे नियंत्रण प्रस्थापित करणे, आक्रमक राष्ट्रवादी भूमिका घेऊन जपानचे साम्राज्य वाढविणे आणि आंतरराष्ट्रीय क्षेत्रात प्रभुसत्ता म्हणून जपानचे महत्त्व वाढविणे, ही या लष्करी साम्राज्यवादी गटाची मुख्य उद्दिष्टे होती. १९३२ नंतर लष्कर आणि प्रशासन यांच्यायुतीने जपाननेच राजकीय भवितव्य घडविले. लष्करी साम्राज्यवाद्यांच्या विस्तारवादी राजकारणाला मांचुरियाच्या प्रकारणापासून सुरुवात झाली. दुसऱ्या महायुद्धाअखेरीपर्यंत लष्करी साम्राज्यवादाचे दूरगामी परिणाम जपानला भोगावे लागले.

मांचुरिया प्रकरण

जपानच्या वाढत्या लष्करवादातून अखेर १९३२ साली जपानने मांचुरियावर आक्रमण केले. त्याबरोबरच दुसऱ्या चीन-जपान युद्धाला प्रारंभ झाला. हा संघर्ष जागतिक शांतता धोक्यात आणणारा ठरला. १८९४ पासून चीन व जपानचे संबंध

बिघडले होते. मांचुरिया व कोरियावर चीनचे नाममात्र प्रभुत्व होते. जपान हे प्रदेश गिळंकृत करण्याचा प्रयत्न करीत होता. पहिले चीन-जपान युद्ध व रशिया-जपान युद्धानंतर कोरिया जपानच्या ताब्यात आला आणि मांचुरियात त्याने अनेक सवलती मिळविल्या होत्या. पहिल्या महायुद्धाची संधी साधून जपानने संपूर्ण चीन ताब्यात घेण्याची एकवीस कलमी योजना आखली. परंतु अमेरिकेने विरोध करून जपानच्या विस्तारवादाला आळा घालण्यासाठी १९२१ मध्ये वॉशिंग्टन परिषद भरविली. बड्या राष्ट्रांच्या दडपणामुळे जपानला परिषदेचे निर्णय मान्य करून तात्पुरती माघार घ्यावी लागली. १९२१ ते १९३१ पर्यंत जपानने विस्तारवादी नीतीला मुरड घालून आपले लक्ष देशाच्या अंतर्गत विकासावर केंद्रित केले. ह्या दहा वर्षांच्या काळात जपानमध्ये मवाळ पक्षाच्या हाती शासनाची सूत्रे होती. त्यांनी व्यापार, उद्योगधंदे, तंत्रज्ञान व दळणवळणाच्या विकासावर लक्ष केंद्रित केले. व्यक्तिस्वातंत्र्य, उदारमतवाद व लोकशाही मूल्यांना प्राधान्य देण्यात आले. नागरिकांना सार्वजनिक मतदानाचा हक्क सुपुर्द केला. लष्करी अधिकाऱ्यांचे शासनावरील दडपण कमी झालेले होते. परंतु ही परिस्थिती जास्त काळ टिकली नाही. जपानने पुन्हा एकदा आक्रमकनीतीचा पुरस्कार केला. मांचुरिया-चीनवरील आक्रमणास पुढील घटक जबाबदार ठरले.

१) जपानची महत्त्वाकांक्षा

पहिल्या चीन-जपान युद्धात व रशिया-जपान युद्धात जपानला फार मोठे यश प्राप्त झाले. कोरियावर प्रभुत्व निर्माण करून त्याने मांचुरिया व चीनमध्ये अनेक प्रकारच्या आर्थिक सवलती प्राप्त करून घेतल्या; त्यातूनच जपानमध्ये मांचुरिया व चीन जिंकून घेण्याची महत्त्वाकांक्षा वाढली.

२) अमेरिका-जपान सत्तास्पर्धा व वैमनस्य

जपानने चीनवर वर्चस्व स्थापित करण्याच्या हेतूने चीनकडे २१ मागण्या सादर केल्या त्यांपैकी काही मान्य झाल्या. मात्र, अमेरिकेने वॉशिंग्टन परिषदेच्या माध्यमातून जपानच्या विस्तारवादाला आळा घालण्याचा प्रयत्न केला. रशिया-जपान युद्धावेळीही अमेरिकेने जपानला आडकाठी केली. अमेरिकेच्या या धोरणामुळे जपान संतप्त होऊन त्याने अमेरिकेसह सर्व महासत्तांचे निर्णय धाब्यावर बसविले. शेवटी १९४१ला पर्ल हर्बरवर हल्ला करून जपानने अमेरिकेचा सूड घेतला. ह्या दोन राष्ट्रांतील सत्तास्पर्धा व वैमनस्य चीन-जपान युद्धाला कारणीभूत ठरले.

३) चीनमधील परिस्थिती

चीनमधील अंतर्गत परिस्थिती दुसऱ्या चीन-जपान युद्धाला प्रेरक ठरली. १९११च्या चीन क्रांतीनंतर सत्तेवर आलेल्या युवान-शी-काई व चँग कै-शेकाई व चँग-कै-शेकनी

राष्ट्रहिताची धोरणे राबविली नाहीत. चँग-कै-शेकने तर जपानी आक्रमणाचा धोका लक्षात घेऊन सर्व शक्ती जपानविरोधी केंद्रित करायची, परंतु तसे न करता माओला व त्याच्या साम्यवादाला विरोध केला. परकीयांनाच संधी देणारी त्यांची नीती होती. चीन अराजक व आर्थिक संकटातून वाटचाल करीत होता. चीनमधील कम्युनिस्ट पक्ष व कोमिंगटांग पक्षातील देशांतर्गत यादवी विकोपाला पोहोचली. ही स्थिती जपानी आक्रमणाला पोषक ठरली.

४) आंतरराष्ट्रीय घडामोडी

पहिल्या महायुद्धानंतर आंतरराष्ट्रीय शांतता प्रस्थापित करण्यासाठी स्थापन केलेला राष्ट्रसंघ अतिशय दुर्बल ठरला. जपानच्या विस्तारवादाला आळा घालता आला नाही. त्यातच याच कालखंडात जपान, जर्मनी, इटली, यांच्यात करार झाला. (२६ सप्टेंबर, १९४० रोजी) त्यातूनच जपानच्या विस्तारवादाला अधिकच चालना मिळाली.

५) जपानची अंतर्गत स्थिती

जपानची अंतर्गत स्थिती आणि चीन-जपानमधील वाढता तणाव प्रस्तुत संघर्षाला मोठ्या प्रमाणात जबाबदार ठरला. चीनच्या राजकीय अस्थिरतेप्रमाणेच मांचुरियाची समृद्धी जपानला आकर्षित करीत होती; कारण मांचुरिया सुपीक जमीन, निसर्ग संपत्ती व खनिजद्रव्यांनी संपन्न होता. व्यापारीदृष्टीने मांचुरियाचे महत्त्व अधिक होते. जपानने मंचुरियात मोठे भांडवल गुंतविले होते. चीनला जोडणारा मांचुरियन रेल्वेमार्ग बांधलेला होता. जपानची संपन्नता मांचुरियावर अवलंबून होती; त्यामुळेच मांचुरिया ताब्यात घेणे व त्यानंतर चीनवर प्रभुत्व प्रस्थापित करणे शक्य होते. १९२९च्या आर्थिक महामंदीने जपानची अर्थव्यवस्था ढासळली, त्यामुळेच जपानने मांचुरिया जिंकून घेण्याचा निर्णय घेतला. १९३१ मध्ये मांचुरियन रेल्वे मार्गावरील मुकडेन शहरात बॉंबस्फोट झाला. यामागे चीनचाच हात आहे असा अपप्रचार करून जपानने मांचुरियावर आक्रमण केले.

चीन-जपान यांचे संबंध दिवसेंदिवस बिघडत चालले असतानाच मांचुरियाच्या पश्चिम विभागात २७ जून, १९३१ रोजी जपानी लष्करी अधिकारी कॅप्टन नाकामुरा याचा चिनी सैनिकांकडून खून झाला. हा खून म्हणजे जपानी लष्कराचा अपमान आहे असा जपानने प्रचार केला. त्यातच १८ सप्टेंबर, १९३१ रोजी मध्यरात्री मुकडेन शहराजवळ साऊथ मांचुरिया रेल्वेमार्गावर बॉंबस्फोट झाला. या दोन्ही घटनांबद्दल जपानने चीनला जबाबदार धरले. केवळ चार दिवसांच्या अवधीत मुकडेनच्या उत्तरेकडील दोनशे मैलांच्या परिसरातील सर्व शहरे जपानने काबीज केली. जपानची आक्रमकता अधिकाधिक वाढून थोड्याच वेळात जपानने चीनमधील ईशान्येकडील तीन प्रांतांवर

ताबा मिळविला. त्यानंतर थोड्याच कालावधीत जपानने १९३२पर्यंत संपूर्ण मांचुरिया जिंकून घेतला. 'पी-यु' ह्या नामधारी मांचुराजपुत्राला गादीवर बसवून तेथे 'मांचुकुओ' राज्याची घोषणा केली. अशा तऱ्हेने समृद्ध मांचुरिया जपानच्या ताब्यात आला. चीनने जपानी आक्रमणाविरुद्ध राष्ट्रसंघाकडे तक्रार केली. राष्ट्रसंघाने जपानला सैन्य काढून घेण्याचा आदेश देताच जपानने राष्ट्रसंघाच्या सभासदत्वाचाच राजीनामा दिला. १९३५साली जपानने चीनकडे तीन मागण्या पाठविल्या. त्यानुसार चीनने मांचुकुओला मान्यता द्यावी. कम्युनिस्टांच्या विरोधात चँगने जपानला साहाय्य करावे व चीनने परकीय सत्तेची मदत घेऊ नये; या तीन मागण्यांचा समावेश होता. जपानने अमेरिकेच्या धमकीकडे दुर्लक्ष केले. चँग-कै-शेकला कम्युनिस्टांचा बीमोड करायचा होता, त्याला स्वत:ला जपानशी युद्ध करण्यात रस नव्हता. चिनी जनता जपानविरोधी संतप्त झाली होती. हँको-टिएनस्टीन-पेकिंग रेल्वे मार्गावर लुकुचिओ रेल्वे स्थानकाशेजारी मार्कोपोलो पूल होता व तेथे जपानी लष्कराची छावणी होती. जुलै १९३७मध्ये चिनी लष्कराने येथे गोळीबार केला. याचेच निमित्त करून जपानने आपल्या फौजा चीनमध्ये घुसविल्या. त्याबरोबरच दुसऱ्या चीन-जपान युद्धाचा भडका उडाला. अल्पावधीत जपानने शांघाय व नानकिंग ताब्यात घेतले. रशियाच्या दडपणामुळे कोमिंटांग व कम्युनिस्टांनी युती करून जपानचा प्रतिकार केला. रशिया व अमेरिकेने चँग-कै-शेकच्या सरकारला भरपूर मदत देऊनही त्याचा उपयोग झाला नाही. दरम्यान दुसऱ्या जागतिक महायुद्धाचा स्फोट झाला. चिनी सैन्याचा ठिकठिकाणी पराभव करून हँको व कँटन घेऊन १५,५०,००० चौ.कि.मी. उत्तर चीनची विशालभूमी ताब्यात घेतली. ३० मार्च, १९४० रोजी वांग-चिंग-वैच्या नेतृत्वाखाली नानकिंग येथे 'जपानी राष्ट्रीय सरकारची' स्थापना केली.

रोम बर्लिन टोकियो अक्ष करार

दुसऱ्या महायुद्धा दरम्यान २६ सप्टेंबर, १९४० रोजी जपान, जर्मनी आणि इटली यांच्यात त्रिपक्ष करार झाला, त्यामुळे युद्धाचे क्षेत्र अधिक व्यापक झाले. या करारानुसार जपानचे अतिपूर्वेकडील प्रभावक्षेत्र जर्मनी आणि इटली यांनी मान्य करावे, तर जपानने जर्मनी, इटली या देशांचे युरोपातील प्रभावक्षेत्र मान्य करावे असे ठरविले गेले. युरोप आणि आशियात युद्धात न गुंतलेल्या कोणत्याही राष्ट्राने या करारातील तीन राष्ट्रांपैकी कोणत्याही राष्ट्रावर हल्ला केल्यास या तीन राष्ट्रांनी परस्परांना सहकार्य करावे, अशी करारात तरतूद केली होती.

दरम्यानच्या काळात जपान-रशिया करार होऊन एकमेकांच्या प्रदेशांत हस्तक्षेप न करण्याचे धोरण स्वीकारले. मात्र, जर्मनीने रशियावर अचानक आक्रमण करताच

जपानपुढे मोठी समस्या निर्माण झाली; कारण जपानने जर्मनीबरोबर तसेच रशियाबरोबरही 'मैत्रीचा करार' केला होता. जपानपुढे मोठी समस्या निर्माण झाली असली तरी अखेर जपानने २ जुलै, १९४१रोजी रशियाबरोबरील अलिप्तता कराराचे पालन करावयाचे असा निर्णय घेतला. या निर्णयानुसार जपानने दक्षिण आशियातील आक्रमक मोहीम पुढे चालू केली. जपानचे हे आक्रमण इंग्लंड आणि अमेरिका यांना मान्य नव्हते. त्यांनी जपानची आर्थिक कोंडी केली. जपानने त्यातून मार्ग काढण्याची तयारी केली. वाटाघाटीच्या बाबतीत अमेरिकेने एक मसुदा तयार केला. अर्थात, जपानच्या लष्करी नेतृत्वाला त्या अटी मुळीच मान्य नव्हत्या; म्हणूनच जनरल तोजोने आर्थिक कोंडीला लष्करी सामर्थ्याने उत्तर देण्याचे निश्चित केले. वाटाघाटी करण्याची तयारी आहे असे भासवून अमेरिकेवर अचानक हल्ला करावयाचा असे ठरले. त्यानुसार ७ डिसेंबर, १९४१ रोजी जपानने पर्ल हर्बरवर अचानक हल्ला केला. जपानचा हा बाँबहल्ला एवढा अनपेक्षित आणि जबरदस्त होता की, पॅसिफिक समुद्रातील पर्ल हार्बर नजीकच्या हवाई बेटांतील अमेरिकन युद्धनौकांचा आणि विमानांचा प्रचंड विध्वंस झाला. तसेच २३४३ मृत्यू, १२७२ जखमी, ९६० बेपत्ता एवढी प्रचंड किंमत अमेरिकेला मोजावी लागली. पर्ल हार्बरवरील हल्ल्यानंतर थोड्याच अवधीत जपानने इंग्लंड आणि अमेरिकेविरुद्ध युद्धाची औपचारिक घोषणा केली. ८ डिसेंबर, १९४१ रोजी अमेरिका, इंग्लंड आणि राष्ट्रकुळातील वसाहतींनी जपानविरुद्ध युद्ध जाहीर केले. ११ डिसेंबर, १९४१ रोजी जर्मनी आणि इटली यांनी अमेरिकेविरुद्ध युद्ध पुकारले. अर्थात, लवकरच जर्मनी, इटली शरण आले तरीही जपान लढतच होता. शेवटी अमेरिकेने ६ ऑगस्ट, १९४५ रोजी हिरोशिमा व ९ ऑगस्ट, १९४५ रोजी नागासाकीवर अणुबाँब टाकला. जपानने २ सप्टेंबर, १९४५ रोजी शरणागती स्वीकारली. जपानचे सार्वभौमत्व संपले आणि जनरल डग्लस मॅक्‌आर्थर यांच्या अंतिम नियंत्राखाली दोस्त राष्ट्रांच्या प्रभुत्वाखाली जपानचा कारभार सुरू झाला. सारांश दोन जागतिक महायुद्ध काळातील जपानचा अभ्यास केल्यावर असे लक्षात येते की १९०५ मध्ये झालेल्या रशिया-जपान युद्धापासून जपानचा आत्मविश्वास वाढून जपानची साम्राज्यवादी वृत्ती वाढली; त्यातूनच अखेर संपूर्ण जग महायुद्धात गोवले गेले. अखेर जपानच्या पर्लहर्बरवरील हल्ल्यामुळे अमेरिकेने प्रत्यक्ष युद्धात सहभाग घेऊन, जपानवर अणुबाँब टाकून जपानला निर्णायक शरणागती स्वीकारण्यास भाग पाडले. दुसऱ्या महायुद्धाचे जपानवर दूरगामी परिणाम घडून आले. जपानची अर्थव्यवस्था खिळखिळी झाली. गुन्हेगारी वाढली. समाजातील नीतीमत्तेचा ऱ्हास झाला. जपानच्या साम्राज्यवादाला मूठमाती मिळाली.

३.२ अमेरिका व्याप्त जपान आणि जनरल मॅक्आर्थरची कामगिरी (America occupation, achievement and General MacArthur)

दुसऱ्या जागतिक महायुद्धाचा शेवट जपानच्या शरणागतीने झाला. अमेरिकन सेनापती जनरल डग्लस मॅक्आर्थर याने दोस्त राष्ट्रांच्या वतीने १४ ऑगस्ट, १९४५ रोजी जपानची शरणागती स्वीकारली व त्याच्या लष्कराने जपानचा ताबा घेतला. जपानच्या भवितव्याचा निर्णय करण्यासाठी व त्यासंबंधी धोरण निर्धारित करण्यासाठी जपानविरुद्धच्या युद्धात भाग घेतलेल्या अकरा राष्ट्रांचे अतिपूर्वेकडील मंडळ स्थापन केले (डिसेंबर १९४५). याशिवाय चार प्रतिनिधींची एक समितीही स्थापन करण्यात आली. या समितीचे अध्यक्षपद अमेरिकेकडे होते व कार्यालही वॉशिंग्टनला होते. या दोन समितींनी निर्धारित केलेल्या धोरणाची अंमलबजावणी करण्यासाठी जनरल मॅक्आर्थर याची नेमणूक सर्वोच्च अधिकारी म्हणून करण्यात आली.

जपान व्याप्तीची उद्दिष्टे

२२ सप्टेंबर, १९४५ रोजी अमेरिकन सरकारकडून जनरल मॅक्आर्थरला आक्रमक राष्ट्रवाद, लष्करवाद व साम्राज्यवाद यांचे समूळ उच्चाटन करणे हे प्रमुख उद्दिष्ट होते. हे उद्दिष्ट साध्य करण्यासाठी पुढील कार्यवाही करण्याचे आदेश देण्यात आले.

१) जागतिक शांतता जपानकडून धोक्यात येऊ नये म्हणून जपानचे निर्लष्करीकरण व नि:शस्त्रीकरण करणे.

२) जपानच्या लष्करी सामर्थ्याचा आर्थिक आधार नष्ट करणे, मात्र जपानचे स्वतंत्र अस्तित्व टिकविण्यासाठी जेवढे आर्थिक व्यवहार आवश्यक असतील तेवढे कायम ठेवणे.

३) जपानमधील प्रस्थापित शासनपद्धती नष्ट करून त्या जागी लोकशाही शासनव्यवस्था निर्माण करणे.

४) जपानी जनतेत लोकशाही तत्त्वप्रालीचे बीजारोपण करणे. ही सर्व धोरणे मॅक्आर्थरने आपल्या अधिकाराचा वापर करून आपल्या मार्गदर्शनाखाली जपानच्या सरकारमार्फत अमलात आणावीत असे ठरले.

व्याप्तीचे स्वरूप

जपानची पुनर्रचना आणि मॅक्आर्थर

जपानच्या पुनर्रचनेची आवश्यकता लक्षात घेऊन मॅक्आर्थरने आर्थिक, सामाजिक, औद्योगिक, शेतीविषयक व शैक्षणिक क्षेत्रांत काही मूलभूत बदल केले.

त्याचे स्वरूप पुढीलप्रमाणे-

१) राजकीय बदल व सुधारणा

जपानमध्ये लोकशाही शासनपद्धती निर्माण करणे हे जपान व्याप्तीचे एक उद्दिष्ट होते. प्रशासनात अमीर उमरावांचे प्राबल्य होते. लष्करवादी गटाचे महत्त्वाचे वर्चस्व होते. राजसत्ता निरंकुश होती. राजकीय पक्ष दुर्बल होते. ही व्यवस्था नष्ट करण्यासाठी लोकप्रतिनिधीमार्फत मॅक्‌आर्थरने आवश्यक ते कायदे केले, त्यानुसार उमरावसभा बरखास्त केली. सम्राटाच्या घराण्याची मालमत्ता सरकारजमा केली. सम्राटाच्या पदाला असलेले दैवी अधिष्ठान काढून घेतले. सम्राटाने आठवड्यातून एकदा मॅक्‌आर्थरला भेटावे असा नियम केला. लष्करी हुकूमशहाच्या काळातील राजकीय कैद्याची मुक्तता केली. राजकीय पक्षांवरील निर्बंध दूर केले. विचारस्वातंत्र्य, धर्मस्वातंत्र्य, संघटनास्वातंत्र्य यांची हमी दिली. जुनी शासनव्यवस्था रद्द करून नवी राज्यघटना तयार केली मे१९४७ मध्ये नवी राज्यघटना लागू करण्यात आली.

२) जपानचे निर्लष्करीकरण

जपानचे लष्करी सामर्थ्य संपुष्टत आणण्यासाठी जपानी सैनिकांना नि:शस्त्र केले. लष्कर उभारणीवर बंदी घातली. लष्करीयंत्रणा बरखास्त केली. लष्करवादाला प्रोत्साहन देणाऱ्यांना युद्ध गुन्हेगार ठरविण्यात आले. पंतप्रधान तोजो व इतर सहा वरिष्ठ अधिकाऱ्यांना मृत्युदंडाची शिक्षा ठोठावली. तर ५००० अधिकाऱ्यांना कडक शिक्षा ठोठावल्या, प्रखर राष्ट्रवादाचा प्रचार करणाऱ्या १३०० संघटना बेकायदाशीर ठरविल्या, २ लाख अधिकारी बडतर्फ केले; तर २० लक्ष जहाल राष्ट्रवाद्यांना सामाजिक जीवनापासून दूर केले. जहाल राष्ट्रवादाचे शिक्षण देणाऱ्या शिक्षकांना शैक्षणिक क्षेत्रातून काढून टाकले. जपानच्या ताब्यातील जिंकून घेतलेले प्रदेश काढून घेऊन जपानचा साम्राज्यवाद नष्ट केला आणि जपानच्या प्रादेशिक सीमा होन्शू, क्युशू, शिकाकू व होकॅडो या चार बेटापुरत्या मर्यादित केल्या. शिंतो धर्माने लष्करवादाला चालना दिल्याने त्या धर्माला असलेला राजाश्रय रद्द केला. जपान हे 'दैवी राज्य' नाही व सम्राट हा 'देवाचा प्रतिनिधी' नाही अशा आशयाची घोषणा १ जानेवारी, १९४६ रोजी सम्राटाकडून करविण्यात आली; त्यामुळे परंपरागत लष्करवादाचा दैवी आधार नष्ट होणार होता; जपानच्या लष्करी सामर्थ्याचा आर्थिक पाया नष्ट केला. त्यासाठी युद्धसाहित्य उत्पादन करणारे कारखाने बंद करण्यात आले. अणु संशोधनाच्या कार्यक्रमावर बंदी घातली. औद्योगिक संघाचे विघटन करून अर्थव्यवस्थेवरील त्यांची पकड नष्ट करण्यात आली. अशा प्रकारे भविष्यात लष्करवादाला आर्थिक आधार मिळणार नाही, अशी व्यवस्था केली.

नवी राज्यघटना (मे १९४७)

नवी लोकशाही राज्यघटना लागू करणे ही जपानच्या इतिहासातील मोठी राजकीय क्रांतीच होती. अमेरिका व इंग्लंड शासनव्यवस्थेवर आधारित नवी राज्यघटना तयार केली. नव्या राज्यघटनेची प्रमुख वैशिष्ट्ये होती. त्यानुसार- १) सम्राट सार्वभौम नसून जनता सार्वभौम आहे.२) द्विगृही संसद निर्माण करून त्यातील सभासदांची लोकशाही पद्धतीने निवड करणे. ३) इंग्लंडच्या धर्तीवर संसदीय शासनपद्धती स्वीकारण्यात आल्याने पंतप्रधान सर्वाधिकारी होऊन मंत्रिमंडळ संसदेस जबाबदार धरण्यात आले. ४) न्यायव्यवस्था अमेरिकन पद्धतीची स्वीकारण्यात आली. कार्यकारी मंडळाच्या वर्चस्वापासून ती मुक्त ठेवण्यात आली. ५) राज्यघटनेतील कलमान्वये जपानने युद्धाला हद्दपार केले. सैन्यदल उभारायचे नाही अशी भूमिका स्वीकारण्यात आली. याशिवाय लोकशाहीव्यवस्था स्थिर होण्यासाठी सत्तेच्या विकेंद्रीकरणाच्या धोरणानुसार स्थानिक स्वराज्यसंस्था निर्माण केल्या व त्यातील लोकप्रतिनिधींची संख्या वाढविली. पोलीस दलाचेही विकेंद्रीकरण केले.

३) आर्थिक व सामाजिक परिवर्तन

अ) प्रगतिशील औद्योगिक व्यवस्था

लहान उद्योगांना उत्तेजन देण्यात आले. औद्योगिक क्षेत्रांत सर्वांना समान संधी मिळावी असे धोरण अंगीकारण्यात आले. झैबत्सु विसर्जित केली. मोठमोठी औद्योगिक घराणे निकालात काढली. आर्थिक स्वामित्वाचे विकेंद्रीकरण केले. त्यानुसार मोठ्या व्यापारी कंपन्या मोडीत काढून त्याचे रूपांतर अनेक छोट्या कंपन्यात केले.

ब) जमीनविषयक सुधारणा (ऑक्टेबर १९४६)

उद्योगाप्रमाणे कृषिक्षेत्रातला जमीनदारांचा प्रभाव नष्ट करण्यासाठी १९४६ मध्ये कृषिसुधारणा कायदा केला. त्यानुसार कोणाच्याही हाती १० एकरपेक्षा अधिक जमीन राहणार नाही अशी व्यवस्था करून प्रत्येकाने अतिरिक्त शेतजमीन सरकारला विकावी सरकारने ती जमीन कमी किमतीत दीर्घकालीन हप्त्याच्या सवलतीने लहान शेतकऱ्यांना व कुळांना विकण्यात यावी, असे ठरले गेले. परिणामी, जमीनदारी पद्धत नष्ट झाली.

क) कामगार चळवळ

मोठ्या औद्योगिक संघाकडून कामगारांना न्याय हक्क मिळावेत म्हणून १९४६पासून कामगारांना संघटना स्थापन करण्याचा अधिकार देण्यात आला. त्यांचा सामूहिक वाटाघाटीचा अधिकार मान्य केला. कामगारांचे कामाचे तास, वेतन, कामाची स्थिती याबाबतही कायदे केले.

ड) शैक्षणिक बदल

जपानमध्ये खऱ्या अर्थाने परिवर्तन घडवून आणावयाचे असेल तर त्या दृष्टीने शैक्षणिक परिवर्तन आवश्यक होते. पूर्वीच्या शिक्षणसंस्था व त्यांचा अभ्यासक्रम लष्करवादास प्रोत्साहन देणाऱ्या संस्था होत्या. सम्राटाच्या दैवी अंशाचे व जपानी लोकांच्या वंशश्रेष्ठत्वाचे धडे विद्यार्थ्यांना दिले जात; ही परिस्थिती नाहीशी करून लोकशाही संकल्पना नव्या तरुण पिढीत रुजविणे आवश्यक होते. त्यामुळेच परंपरावादी शिक्षकांना बडतर्फ केले, अभ्यासक्रमात लोकशाही संकल्पना अंतर्भूत केल्या, तशा प्रकारची नवी पाठ्यपुस्तके तयार केली. पाश्चिमात्य जगातील उदारमतवादी विचारप्रणालीची शिकवण जपानी विद्यार्थ्यांना देऊन त्यांच्यातील परंपरानिष्ठा नष्ट करून, त्यांच्यात बुद्धिवादी दृष्टिकोन व स्वतंत्र विचार विकसित करण्यावर भर दिला. जपानी तरुणांना परदेशात विशेषत: अमेरिकेत जाऊन शिक्षण घेण्याची संधी उपलब्ध करून देण्यात आली. एकंदरीत पाश्चात्त्य धर्तीच्या आधुनिक शिक्षण प्रणालीला सुरुवात केली.

इ) सामाजिक सुधारणा

व्याप्तीच्या काळात अमेरिकेने जपानमध्ये सामाजिक क्रांती घडवून आणली. व्यक्तिस्वातंत्र्यामुळे, स्त्री-पुरुष समानतेमुळे स्त्रियां नोकऱ्या करू लागल्या. निवडणुकीत भाग घेऊ लागल्या, मतदान करू लागल्या.

व्याप्तीच्या उद्दिष्टांत बदल

१९४९-५०च्या सुमारास व्याप्तीच्या उद्दिष्टांत बदल दिसू लागले. मॅक्आर्थरने हेतुपुरस्सर बदल घडवून आणले. जपानने अतिशय संयमाने बदल स्वीकारले; असे असले तरी, राष्ट्रीय अप्रतिष्ठेची आणि अमेरिकन सैन्याने सुमारे पाच वर्षे जपान व्यापल्याची बोच स्वाभिमानी जपानी मनाला निश्चितच होती. अशा स्थितीत जपानच्या शक्तीचे खच्चीकरण करण्याचे कठोर धोरण सोडून देऊन जपानचा आर्थिक विकास घडवून आणणे, दूरपूर्वेतील एक प्रगत राष्ट्र बनविणे आणि जपानला अमेरिकेच्या प्रभावळीत कायम टिकविणे अमेरिकेला आवश्यक वाटू लागले. त्यामुळेच अमेरिकेच्या जपानसंबंधी धोरणात बदल होऊ लागले. १९४७ नंतर जागतिक राजकारणाचे चित्र बदलू लागले. अमेरिका व रशिया यांच्यातील शीत युद्धाचे क्षेत्रही विस्तार पावू लागले होते. १९४९ साली चीनमध्ये अमेरिकेचे साहाय्य घेतलेल्या चँग-कै-शेकला चीनमधून पलायन करावे लागले व चीनमध्ये साम्यवादी क्रांती यशस्वी झाली, हा एक प्रकारे अमेरिकेच्या धोरणाचा पराभवच होता. तसेच आग्नेय आशियातील साम्यवादी गट प्रबळ होऊ लागल्याने भांडवलशाही राष्ट्रांनी त्यांची धास्तीच घेतली. अशा परिस्थितीत अमेरिकेला जपानला आपल्या प्रभावळीत ठेवणे, अतिपूर्वेकडील प्रदेशातील

साम्यवादविरोधी तळ म्हणून जपानचा वापर करता येणे आवश्यक वाटले, त्यासाठी जपानचे सहकार्य मिळणे आवश्यक होते. जपानव्याप्तीचा शेवट केल्याशिवाय आणि जपानला मदतीचा हात दिल्याखेरीज जपानचे सहकार्य मिळणार नाही हे स्पष्टच होते; म्हणूनच मॅक्आर्थरने १९४९ साली जपान व्याप्तीचे उद्दिष्ट सफल झाली अशी घोषणा केली. जपान व्याप्तीचा कालावधी न वाढविता जपानशी शांततेचा तह २८ एप्रिल, १९५२ रोजी करण्याचा आणि जपानच्या आर्थिक पुनरुत्थानाला आवश्यक तेवढे साहाय्य करण्याचा निर्णय अमेरिकेने घेतला.

आर्थिक पुनर्वसनाचा कार्यक्रम

मॅक्आर्थर प्रशासनाने जपानमधील साम्यवादी विचार रोखण्यासाठी जपानच्या आर्थिक उन्नतीसाठी उद्योगधंद्यांना चालना दिली. कर्जरूपाने अमेरिकन भांडवलदारांनी जपानमध्ये भांडवल गुंतविले. युद्धखंडणी म्हणून जपानमधून जी औद्योगिक मालमत्ता आणि यंत्रसामग्री अमेरिका घेऊन जाणार होती ती अमेरिकेत न नेता जपानमध्येच उपयोगात आणली जाऊ लागली. भांडवलदारांना व कारखानदारांना अनेक सवलती दिल्या गेल्या. ज्या मोठ्या घराण्यांची औद्योगिक मालमत्ता गोठविण्यात आली होती ती मुक्त करून खाजगी औद्योगिक संघावरील निर्बंध दूर केले. जपानच्या मालाला आंतरराष्ट्रीय बाजारपेठ मिळण्याची व्यवस्था केली. कामगारांचा संपावर बंदी घातली, या बदललेल्या धोरणामुळे जपानचे उद्योगधंदे भरभराटीस आले. आर्थिकदृष्ट्या सुदृढ झालेला जपान साम्यवादाविरोधी लढ्यातील आशियामधील बालेकिल्लाच बनला.

आर्थिक पुनर्रचनेबद्दल कार्यवाही सुरू असतानाच अमेरिकेने जनरल मॅक्आर्थरला परत बोलावले आणि त्याच्या जागेवर जनरल रिज्वेची नियुक्ती केली. त्याने जनरल मॅक्आर्थरचा कार्यक्रम पुढे चालू ठेवला. परिणामी, थोड्याच दिवसांत जपान आर्थिकदृष्ट्या सुस्थिर, सुदृढ राष्ट्र झाले.

अमेरिका–जपान शांतता करार व जपान व्याप्तीचा शेवट (२८ एप्रिल, १९५२)

सप्टेंबर १९५१ मध्ये सॅन्फ्रांसिस्को येथे आंतरराष्ट्रीय परिषद भरविली. त्या वेळी अमेरिकेसह ४८ राष्ट्रांनी जपानशी शांतता करारावर सह्या केल्या. या करारानुसार युद्धस्थितीचा शेवट झाला. जपानला सार्वभौमत्व दिले. त्याबरोबरच जपान व्याप्तीचाही शेवट करण्याचे ठरविण्यात आले. जपानच्या सीमा मात्र चार बेटांपुरत्या मर्यादित केल्या होत्या त्या तशाच ठेवल्या. स्वसंरक्षणासाठी संरक्षण व्यवस्था उभारण्याचा जपानचा अधिकार मान्य करण्यात आला. व्याप्तीच्या काळातील सर्वच कायद्याचे पालन व्हावे असे बंधन घातले नाही. अर्थव्यवस्थेवरील बंधनेही दूर केली. युनोच्या सनदेतील सर्व तत्त्वे जपानने मान्य केले. त्यानंतर लगेचच अमेरिकेने जपानशी स्वतंत्रपणे 'सुरक्षा करार' केला. व्याप्तीची

मुदत संपल्यानंतरही अमेरिकेचे लष्करी व नाविक तळ आणि अमेरिकेची सेना जपानच्या भूमीवर ठेवण्याचा अधिकार अमेरिकेने जपानकडून मिळविला. त्यानंतर २८ एप्रिल, १९५२ रोजी अमेरिका-जपान शांतता कराराच्या तरतुदी अमलात आणल्या. याच दिवशी जपान व्याप्तीची इतिश्री होऊन जपान हे स्वतंत्र सार्वभौम राष्ट्र म्हणून जपानची वाटचाल सुरू झाली.

३.३ १९५० ते १९९२ या काळातील जपानचा आर्थिक विकास आणि परराष्ट्रीय धोरणाचा आढावा (Economic Development and Foreign Policy 1950-1992 (Brief Survey))

आर्थिक धोरण

२८ एप्रिल, १९५२ रोजी जपानव्याप्तीचा शेवट होऊन स्वतंत्र सार्वभौम राष्ट्र म्हणून जपानच्या वाटचालीला सुरुवात झाली. जपानच्या सरकारने राजकीय स्थैर्य, आर्थिक विकास व सामाजिक सुस्थिरता निर्माण करण्याकडे लक्ष केंद्रित केले;

त्यापैकी या कालखंडातील आर्थिक विकासाची चर्चा पुढीलप्रमाणे-

१९५२ नंतर जपानच्या आर्थिक विकासाला अनेक गोष्टी अनुकूल ठरल्या. खाजगी गुंतवणुकीला प्रोत्साहन दिले. मोठ्या औद्योगिक संघावरील बंधने दूर झाल्याने पुन्हा त्यांची निर्मिती झाली. जपानच्या विकासासाठी अमेरिकेने मोठ्या प्रमाणात भांडवल गुंतविले. परिणामी, जहाजबांधणी, कापड, छपाई, मोटार, इलेक्ट्रॉनिक वस्तू इत्यादी क्षेत्रात जपानने महत्त्वाचे स्थान प्राप्त केले. जपानी वस्तूंनी आंतरराष्ट्रीय बाजारपेठ काबीज केली. संपूर्ण जपानभर उद्योगधंद्यांचे जाळे पसरले. कमी वेतनावर काम करणारा कामगार वर्ग सहज उपलब्ध असल्याने उत्पादन खर्च कमी होता; तसेच जपानने शांततेचे धोरण स्वीकारल्यामुळे वसाहती ताब्यात नसल्याने लष्करी यंत्रणेवरील खर्च कमी होता. परिणामी, हा सर्व पैसा उद्योगांत भांडवल म्हणून गुंतविला. तसेच जपानी लोकांची शिस्तप्रियता आणि कष्ट करण्याची वृत्ती, यामुळे आर्थिक विकासास अधिकच चालना मिळाली. एवढेच नव्हे तर जागतिक आर्थिक क्षेत्रात पाश्चात्त्य राष्ट्रांच्या बरोबरीचे स्थान मिळविले. 'ऑरगनायझेशन फॉर इकॉनॉमिक कोऑपरेशन अँड डेव्हलपमेंट' या आंतरराष्ट्रीय संघटनेचे सभासदत्व जपानने मिळवले. त्यावरून जपान आर्थिक महासत्ता बनल्याचे लक्षात येते. १९७१मध्ये जपानचे वार्षिक उत्पन्न वीस हजार कोटी डॉलर्स असून ते जगात तिसऱ्या क्रमांकाचे झाले. तर १९८० मध्ये जपानचे दरडोई वार्षिक उत्पन्न अमेरिकेइतके होते. १९९० मध्ये जपानने ती मर्यादा ओलांडली. १९७० पासून दरवर्षी वार्षिक उत्पन्न १२ टक्क्यांनी वाढतच गेलेले दिसून

येते. पुढील काळात ही वाढ कमी झाली तरीही अमेरिकेच्या वार्षिक उत्पन्नाच्या दुपटीइतकी होती. जपानच्या आर्थिक क्षेत्रातील विक्रम निश्‍चितच नेत्रदीपक होता. १९७० ते १९९० या काळात अमेरिकन डॉलर व जर्मन मार्क या चलनांपेक्षा जपानचा 'येन' प्रभावी ठरला होता. १९७० पासून जपान आग्नेय आशियाई राष्ट्रांच्या आर्थिक विकासाला हातभार लावू लागले. आशियाई राष्ट्रांना उद्योगधंद्यांसाठी मोठ्या रकमा दिल्या. आफ्रिका व लॅटिन अमेरिकन राष्ट्रातही खाजगी जपानी कंपन्यांनी भांडवल व तंत्रज्ञान पुरविले. या दरम्यान आशियातील विकसित देशांत जपान पहिल्या क्रमांकावर तर जगात तिसऱ्या क्रमांकावर होता. उद्योगधंद्यांबरोबर जपानी समाजाचे राहणीमान उंचावले. नवा मध्यम वर्ग अस्तित्वात आला.

परराष्ट्रीय धोरण

२८ एप्रिल, १९५२ रोजी जपानच्या व्याप्तीचा शेवट झाल्यानंतर जपानला सार्वभौमत्व पुन्हा प्राप्त झाले. परराष्ट्रांशी कशा प्रकारे संबंध ठेवायचे हे ठरविण्याचे बऱ्याचअंशी स्वातंत्र्य जपानला मिळाले. जपानला आर्थिक स्थैर्य प्राप्त करून देणे व त्यासाठी औद्योगिक विकास घडवून आणून परदेशी व्यापार जास्तीतजास्त वाढविणे हे जपानच्या परराष्ट्रीय धोरणाचे मुख्य उद्दिष्ट बनले, त्यानुसार पाश्‍चिमात्य राष्ट्रांशी सलोख्याचे संबंध प्रस्थापित करून १९५५ साली जपानने कॉमनवेल्थ राष्ट्रांशी व्यापार सुरू केला. १९५५ साली जपानने साम्यवादी रशिया व साम्यवादी चीन या दोन राष्ट्रांशी व्यापारी व राजनैतिक संबंध प्रस्थापित करण्याचा प्रयत्न केला. त्याचवेळी अमेरिकेचा गैरसमज होणार नाही याचीही काळजी घेतली. साम्यवादी रशियाबरोबर राजनैतिक पातळीवर वाटाघाटी सुरू झाल्या .१९५६ साली चीन व जपानने संयुक्त पत्रक काढून युद्धाची स्थिती संपविण्याचे, राजनैतिक संबंध प्रस्थापित करण्याचे व व्यापार सुरू करण्याचे मान्य केले. परस्परांच्या सार्वभौमत्वास व अखंडत्वास मान देणे, परस्परांवर आक्रमण न करणे, एकमेकांच्या अंतर्गत कारभारात हस्तक्षेप न करणे, शांततामय सहजीवन मान्य करणे, आपापसांतील प्रश्‍न शांततेच्या मार्गाने सोडविणे असे ठरले. संयुक्त पत्रकात स्पष्ट केल्याप्रमाणे चीन आणि जपान या दोन्ही देशांनी २९ सप्टेंबर, १९७२ रोजी राजनैतिक संबंध प्रस्थापित केले. अशा प्रकारे चीन व जपानमधील युद्धसदृश परिस्थितीचा शेवट झाला. पुढे १९७५ मध्ये शांतता करार करण्यासाठी जपान व चीन यांच्यात प्रदीर्घ वाटाघाटी झाल्या, परंतु त्यातून काही निष्पन्न झाले नाही.

जपानने रशिया बरोबरही शांतता करार करण्याचा प्रयत्न केला. त्यानुसार जानेवारी १९७६ मध्ये रशियाचे परराष्ट्रमंत्री गोमिको यांनी जपानला भेट दिली. जपान व रशिया यांच्यात प्रदीर्घ बोलणी झाली. परंतु त्यातूनही काही निष्पन्न झालेले दिसत नाही. मात्र,

जपानच्या युनोतील प्रवेशाला विरोध न करण्याचे रशियाने मान्य केले त्यामुळे युनोचा सभासद होण्याचा मार्ग मोकळा झाला. १९५६ पासून अमेरिका व साम्यवादी चीन यांच्याबाबतही जपानने पुनर्विचार करावा अशी मागणी सुरू झाली. अमेरिकेच्या सुरक्षा कराराच्या दडपणामुळे शेजारी राष्ट्रांच्या मनात विशेषत: चीनच्या मनात जपानविषयी शंका निर्माण होते; त्यामुळे चीनसारखी मोठी बाजारपेठ जपानला उपलब्ध होत नाही, अशा तक्रारी झाल्यामुळे जपानच्या सरकारने जपानी व्यापारी शिष्टमंडळाला चीन भेटीची परवानगी दिली आणि काही प्रमाणात खाजगीपातळीवर व्यापार करण्यास परवानगी दिली. १९७२ मध्ये जपानचा पंतप्रधान तनाका याने पेकिंगला भेट दिली. बऱ्याच वर्षाने चीन-जपान संबंधाचे नवे पर्व सुरू झाले. चीनवर आक्रमण केल्याबद्दल जपानने दिलगिरी व्यक्त केली. पेकिंग सरकार हेच चीनचे खरे सरकार असून तैवान हा चिनी गणराज्याचाच अविभाज्य भाग असल्याचे जपानने मान्य केले. जपानकडून युद्धखंडणी घेण्याचा हक्क चीनने सोडून दिला तर जपानने चीनच्या साम्यवादी शासनाला मान्यता दिली; तसेच परस्परांवर आक्रमण न करण्याचे, अंतर्गत कारभारात हस्तक्षेप न करण्याचे आणि निर्माण झालेल्या समस्या वाटाघाटीच्या मार्गाने सोडविण्याचे दोन्ही राष्ट्रांनी मान्य केले. २२ सप्टेंबर, १९७२ रोजी दोन्ही देशात राजनैतिक संबंध प्रस्थापित झाले; त्यानंतर परस्पर व्यापारातही वाढ झाली.

जपानमध्ये अमेरिकेविषयी आक्षेप घेणारा एक गट होता. अमेरिकेमुळे परराष्ट्रीय धोरण ठरविताना स्वातंत्र्य राहात नाही. अमेरिकेमुळे जपान शीतयुद्धात खेचले जाते अशी टीका होऊ लागली. जपानच्या भूभागावर असलेले अमेरिकेचे लष्करी तळ आणि जपान जवळच्या समुद्रात अमेरिकेने अण्वस्त्रांच्या चाचण्या केल्यामळे अमेरिकेवर डाव्या गटांचा रोष होता. या संदर्भात जपानने अमेरिकेशी बोलणी सुरू केली. त्यानुसार १९६० मध्ये जपान व अमेरिका यांच्यात परस्पर सुरक्षितता व सहकार्याचा करार झाला आशियातील कोणत्याही राष्ट्राशी युद्ध करण्यासाठी जपानचे लष्करी तळ वापरले जाणार नाही, तसेच त्या तळांवर अण्वस्त्रे आणण्यापूर्वी जपानच्या सरकारशी विचारविनिमय केला जाईल आणि लष्करी तळांची कालमर्यादा दहा वर्षांची राहील त्यानंतर तो कोणत्याही पक्षाला रद्द करता येईल असे कराराद्वारे निश्चित केले. परंतु त्या तरतुदींमुळे विरोधकांचे समाधान झाले नाही. याच सुमारास जपान व अमेरिका यांच्यात बोनीन वओकिनावा बेटांच्या मालकी हक्काबाबत वादाला सुरुवात झाली. जपानच्या दक्षिणेला लहान लहान बेटे होती त्यातील ओकिनावा हे सर्वांत मोठे बेट होते. जपानच्या अधिकाराखालील हे बेट अमेरिकेने दुसऱ्या महायुद्धाच्या दरम्यान जिंकून घेतले होते. ओकिनावावर अमेरिकेने मोठा लष्करी तळ उभारला होता. त्यामुळे जपानी लोक संतप्त झाले होते; त्यामुळेच १९७२ साली अमेरिकेने ओकिनावाचे नियंत्रणही जपानच्या हाती सोपविले.

सारांश : दोन जागतिक महायुद्धकाळातील जपानच्या धोरणाचा आढावा घेतल्यास असे लक्षात येते की, या दरम्यान जपानी लष्करवादास प्रेरणा मिळून जपानची साम्राज्यतृष्णा दिवसेंदिवस वाढत जाऊन त्यातूनच अखेर दुसऱ्या जागतिक महायुद्धात जपान पराभूत होऊन बिनशर्त शरणागती स्वीकारावी लागली. त्यानंतर व्याप्त जपानच्या काळात मॅक्आर्थरने जपानची पुनर्रचना करून आर्थिक विकास घडवून आणून लोकशाही तत्त्वप्रणाली रुजविण्यात यश संपादन केलेले दिसून येते. १९५२ नंतर म्हणजे व्याप्तीचा शेवट झाल्यानंतर जपान खऱ्या अर्थाने स्वतंत्र होऊन या काळात जपानने जी आर्थिक प्रगती केली त्यास जगाच्या आर्थिक इतिहासात तोड नाही. याच काळात जपानने चीन, रशिया अणि अमेरिकेबरोबर मैत्रीचे संबंध अधिकाधिक दृढ करण्याचा प्रयत्न केला, त्यात जपानला काही प्रमाणात यशही मिळालेले दिसून येते.

सराव प्रश्न

प्र.१) खालील प्रश्नांची सविस्तर उत्तरे लिहा. (४०० शब्दांत)

१) जपानच्या मांचुरियावरील आक्रमणाची कारणे लिहा.

२) दुसऱ्या महायुद्धातील जपानच्या हालचालींचा थोडक्यात मागोवा घ्या.

३) जपानवरील अमेरिकेच्या व्याप्तीच्या काळातील जनरल मॅक्आर्थरच्या कामगिरीचा आढावा घ्या.

४) १९५० ते १९९२ या काळातील जपानच्या आर्थिक धोरणांचा आढावा घ्या.

५) १९५० ते १९९२ या काळातील जपानच्या परराष्ट्रीय धोरणाचे स्वरूप स्पष्ट करा.

प्र.२) खालील प्रश्नांची थोडक्यात उत्तरे लिहा.

१) जपान मधील लष्करवाद.

२) जपानचे मांचुरियातील आर्थिक हितसंबंध.

३) जपानची नवी राज्यघटना (मे १९४७).

४) जपानचा पर्ल हार्बरवरील हल्ला.

५) अमेरिकेच्या जपानवरील व्याप्तीची उद्दिष्टे सांगा.

६) व्याप्तीच्या काळातील जपानमधील जमीन सुधारणांचा आढावा घ्या.

४ इजिप्त

Egypt

प्रस्तावना

इजिप्त हे मध्यपूर्वेतील एक मोठे व महत्त्वाचे राष्ट्र आहे. भौगोलिकदृष्ट्या ते उत्तर अफ्रिकेतील राष्ट्र असून धार्मिक व सांस्कृतिक दृष्ट्या पश्चिम आशियाशी जोडले गेलेले आहे. वैभवशाली प्राचीन परंपरा असणारे हे राष्ट्र आहे. नेपोलियनने इजिप्तवर आक्रमण केले आणि पाश्चात्त्य विचारांचा शिरकाव इजिप्तमध्ये झाला. ब्रिटिश व फ्रेंचांनी इजिप्तवर वर्चस्व मिळवण्याचा प्रयत्न केला आणि अखेर इ.स. १८८२ मध्ये इजिप्तवर ब्रिटिशांचे वर्चस्व प्रस्थापित झाले. अन्य वसाहतींप्रमाणेच इजिप्तमध्ये राष्ट्रवादाची भावना निर्माण झाली व संघर्ष करून इजिप्तने स्वातंत्र्यही मिळवले. जनरल नासेर याने इजिप्तमध्ये 'रक्तहीन क्रांती' करून राजसत्ता नष्ट केली. प्रचंड लोकप्रियतेच्या आधारे ते इजिप्तचे अध्यक्षही झाले. इजिप्तमध्ये अंतर्गत सुधारणा केल्या, प्रभावशाली परराष्ट्र धोरण आखले, इजिप्तला मानाचे स्थान मिळवून दिले. आशियातील वसाहतींवर नियंत्रण ठेवणे आणि व्यापार या दृष्टीने युरोपीय राष्ट्रांना महत्त्वाचा असणाऱ्या सुएझ कालव्याचा प्रश्न आंतरराष्ट्रीय राजकारणात फार महत्त्वाचा ठरला. इजिप्तच्या अस्मितेचा प्रश्न म्हणून इजिप्शियन नेत्यांनी याकडे पाहिले. अत्यंत प्रतिष्ठेच्या बनलेल्या या प्रश्नाचा निकाल शेवटी इजिप्तचे वर्चस्व प्रस्थापित होऊनच लागला.

४.१ दोन महायुद्धांदरम्यानचा इजिप्त (Egypt Between Two World War)

इ.स १८८२ मध्ये इजिप्तवर ब्रिटिशांची सत्ता प्रस्थापित झाली. लॉर्ड क्रोमर या ब्रिटिश अधिकाऱ्याने इजिप्तमध्ये ब्रिटिशांचे बळकट प्रशासन प्रस्थापित केले. इतर वसाहतींप्रमाणेच इजिप्तमध्ये राष्ट्रवादी नेत्यांच्या प्रभावाने राष्ट्रीय भावना निर्माण झाली. १८९२ नंतर या राष्ट्रीय भावनेचा प्रसार होऊन ब्रिटिशविरोधी वातावरण तयार होऊ लागले. इजिप्शियन लोक ब्रिटिशांना कट्टर शत्रू मानू लागले होते. जागोजागी या भावनेचा उद्रेक होऊ लागला. १९०५ मध्ये अशाच एका घटनेमुळे राष्ट्रवादी चळवळीला आणखीनच प्रेरणा मिळाली. ही घटना देन्शवाई घटना म्हणून ओळखली जाते. या घटनेमध्ये ४ इजिप्शियन शेतकऱ्यांना फासावर लटकविण्यात आले होते तर नऊ शेतकऱ्यांना आजन्म गुलामगिरीची शिक्षा दिली होती. भर चौकात चाबकाचे फटके मारण्याची शिक्षाही अनेक शेतकऱ्यांना देण्यात आली होती; यामुळे इजिप्तमध्ये सर्वत्र ब्रिटिशांविरुद्ध रागाची लाट पसरली. शेवटी ब्रिटिशांना माघार घ्यावी लागली आणि शेतकऱ्यांना शिक्षेतून सूट द्यावी लागली; पण यावरून धडा घेऊन ब्रिटिशांनी कायदे आणखीनच कडक केले. राष्ट्रवादी चळवळ दडपण्याचा सर्वतोपरी प्रयत्न केला. तरीही विद्यार्थी, कामगार आणि सुशिक्षित पांढरपेशा वर्गाने ही चळवळ जिवंत ठेवली.

इ.स १९०७ मध्ये साद झगलूल या नेत्याने अल्-हिब्ज, अल्-उम्मा नावाचा राष्ट्रीय पक्ष स्थापन केला. स्वातंत्र्याचा पुरस्कार करणारा हा पक्ष होता. इंग्लंडमध्ये उदारमतवादी पक्षाचे राज्य होते; त्यामुळे इजिप्तमध्ये थोडे उदार धोरण स्वीकारण्यात आले. संसदेची स्थापना करण्यात आली. इजिप्तमध्ये शांतता निर्माण होऊन प्रगती होण्याची लक्षणे दिसू लागली. मात्र, त्याचवेळी पहिल्या महायुद्धाला सुरुवात झाली. पहिल्या महायुद्धात तुर्कस्थान ब्रिटिशांच्या विरुद्ध लढत होते; त्यामुळे अरबी नेत्यांनी ब्रिटिशांच्या बाजूने मदत करणे पसंत केले. याचा परिणाम म्हणून युद्धानंतर ब्रिटिश सरकार स्वतंत्र अरब राज्याच्या निर्मितीला सहकार्य करेल असे आश्वासन ब्रिटिशांनी दिले. हे आश्वासन अगदी मोघम होते आणि ब्रिटिशांची भूमिका दुटप्पी पक्षाची होती. इजिप्तमध्ये ब्रिटिशांनी हुसेन कमिलका याला गव्हर्नरपदी नेमले आणि इजिप्त हा प्रदेश इंग्लंडच्या संरक्षणाखाली असल्याची घोषणा केली. युद्ध सुरू असताना इंग्लंडने इजिप्तमध्ये मार्शल लॉ पुकारला. भाषण स्वातंत्र्यावर व मुद्रण स्वातंत्र्यावर बंदी घालण्यात आली.

युद्ध सुरू असतानाच वुड्रो विल्सनने १४ तत्त्वे जाहीर केली. या तत्त्वांमुळे आणि स्वतंत्र अरब राष्ट्रांच्या निर्मितीला ब्रिटिशांनी दिलेल्या पाठिंब्यामुळे इजिप्तमधील

लोकांना स्वातंत्र्याची आशा वाटू लागली; पण प्रत्यक्षात ब्रिटिशांनी पूर्ण स्वातंत्र्य तर नाहीच किमान अंतर्गत स्वातंत्र्यही दिले नाही, याची चीड इजिप्तमधील लोकांच्या मनात निर्माण झाली. राष्ट्रवादी चळवळ अधिक प्रखर झाली. या चळवळीची सूत्रे साद झगलूल याच्याकडे आली. युद्धाच्या समाप्तीनंतर साद झगलूल याने ब्रिटिश सरकारकडे राजकीय हक्कांची मागणी केली. इजिप्तच्या स्वातंत्र्याची मागणी करण्यासाठी हायकमिशनरने झगलूलच्या नेतृत्वाखाली एक शिष्टमंडळ (वफ्द) लंडनला पाठवण्याची सूचना केली. ३ नोव्हेंबर, १९१८ रोजी झगलूल वफ्दसह ब्रिटिश हायकमिशनसमोर उपस्थित झाला. त्याने इजिप्तला स्वातंत्र्य मिळावे अशी मागणी केली. त्याच्या या प्रयत्नाला वफल-अल्-मस्री असे म्हटले जाते. त्याच्या या प्रयत्नाला पाठिंबा देणाऱ्या हजारो तारा पाठविण्यात आल्या. संपूर्ण देशात संप आणि उठाव यांना ऊत आला. याला प्रत्युत्तर म्हणून झगलूलसह चार नेत्यांना अटक करून माल्टा बेटावर पाठविण्यात आले. यामुळे तर देशातील आंदोलन अधिकच उग्र झाले. ब्रिटिशांनी हे आंदोलन दडपून टाकण्याचा प्रयत्न केला. शेवटी त्यांनी झगलूलला मुक्त केले व पॅरिस येथील शांतता परिषदेस उपस्थित राहण्याची परवानगी दिली; पण ही उपस्थिती निष्फळ ठरली. शेवटी इजिप्तमधील राष्ट्रवादी चळवळीपासून मुक्ती मिळवण्यासाठी इंग्लंडने काही अटींवर इजिप्तला स्वातंत्र्य बहाल केले.

२८ फेब्रुवारी, १९२२ रोजी ब्रिटिश साम्राज्यांतर्गत राष्ट्र असा इजिप्तचा दर्जा रद्द करून इजिप्तला स्वतंत्र राष्ट्र म्हणून मान्यता दिली. इ.स. १९०६ पासून इजिप्शियन राष्ट्रवाद्यांनी सुरू केलेल्या प्रयत्नांना त्यामुळे यश मिळाले. हे स्वातंत्र्य देताना पुढील चार मुद्दे राखून ठेवण्यात आले होते.

१) ब्रिटिशांनी इजिप्तमध्ये निर्माण केलेल्या विविध प्रकारच्या संदेशवाहक आणि दळणवळणाच्या मार्गांचे रक्षण करणे.

२) परकीय आक्रमणांपासून इजिप्तचे संरक्षण करणे, परकीय राष्ट्रांकडून इजिप्तच्या राजकारणात प्रत्यक्ष किंवा अप्रत्यक्ष हस्तक्षेपापासून संरक्षण करणे.

३) इजिप्तमधील परकीय हितसंबंधांचे तसेच अल्पसंख्याकांचे संरक्षण करणे.

४) सुदानची सुरक्षितता.

वरील मुद्द्यांचा विचार केला तर लक्षात येते की, इजिप्तला स्वातंत्र्य दिले असले तरी महत्त्वाचे अधिकार ब्रिटिशांनी स्वतःकडे राखून ठेवलेले होते. या नकली स्वातंत्र्याचा स्वीकार करावा की नाही हा वफ्द पक्षापुढे प्रश्न होता; पण मिळेल ते स्वातंत्र्य घेऊन पुढील सुरुवात करावी हा विचार करून हे स्वातंत्र्य स्वीकारण्यात आले.

ब्रिटिशांचा अधिकार संपुष्टात आला आणि इजिप्तचा सुलतान फौद सत्तेवर आला; त्याने नवीन राज्यघटना केली. इजिप्तमध्ये झालेल्या निवडणुकांमध्ये ७० % जागा मिळवून वफ्द पक्ष जिंकून आला. ब्रिटिश, सुलतान फौद आणि वफ्द पक्ष अशा तीन सत्ता इजिप्तमध्ये होत्या. सुदान प्रश्नावरून अजूनही वफ्द पक्ष संतुष्ट नव्हता; त्यामुळे ब्रिटिशविरोधी आंदोलने चालूच होती. संपूर्ण स्वातंत्र्याची आणि सुदानचीही मागणी होतच होती. त्याच दरम्यान नोव्हेंबर १९२४ मध्ये सुदानचा गव्हर्नर जनरल आणि इजिप्शियन सैन्याचा सेनापती सर ली स्टॅकचा खून झाला. ब्रिटिश सरकार पुनः चिडले. त्यांनी इजिप्तकडे चार मागण्या केल्या.

१) सर ली स्टॅकच्या खुन्याला शिक्षा करावी.
२) ब्रिटिश विरोधी निदर्शने आणि चळवळी ताबडतोब थांबवाव्यात.
३) दंगल आणि लुटालुटीत झालेल्या नुकसानीबद्दल पाच लक्ष इजिप्शियन पौंड नुकसानभरपाई म्हणून द्यावी.
४) सुदानमधून इजिप्तशियन सैन्याला परत बोलवावे.

या मागण्या मान्य झाल्यामुळे सुदान ब्रिटिशांच्या ताब्यात आले आणि इजिप्तचे सुदानवरील वर्चस्व पूर्णपणे नाहीसे झाले. इ.स. १९२७ मध्ये झगलूलचा मृत्यू झाला. यानंतर १९३५ पर्यंत इजिप्त आणि इंग्लंड यांचे संबंध सलोख्याचे राहिले. वफ्द पक्षाने कोणतेही कडक धोरण स्वीकारले नाही. सुलतान फौदने या दरम्यान हळूहळू सर्व सत्ता आपल्या ताब्यात घेतली. राष्ट्रीय चळवळ तर काहीशी मंदच झाली होती.

इ.स.१९३६ मध्ये इजिप्तचे शेजारील राष्ट्र इथियोपियावर इटलीने आक्रमण केले आणि इजिप्तमधील नेते अस्वस्थ झाले. त्यांना स्वसंरक्षणासाठी काही करण्याची गरज वाटू लागली. अशा वेळी १९३६ मध्ये इजिप्त आणि इंग्लंड यांच्यामध्ये 'मैत्री करार' झाला. हा करार 'अँग्लो इजिप्शियन करार' म्हणून ओळखला जातो. या कराराचा कालावधी २० वर्षे ठरविण्यात आला. ऑगस्ट १९३६ मध्ये झालेल्या या करारानुसार–

१) इंग्लंड आणि इजिप्त युद्धकाळात एकमेकांना साहाय्य करतील आणि परराष्ट्रनीती ही या कराराला अनुसरूनच आखली जाईल.
२) सुएझ कालव्याच्या संरक्षणाकरिता इंग्लंडला दहा हजार पायदळ, चारशे वैमानिक व इतर सैन्य ठेवता येईल.
३) सुदानमध्ये इजिप्शियन अधिकाऱ्यांना व प्रवाशांना प्रवेश मिळेल.
४) परदेशी आणि इजिप्शियन जनतेच्या जीवित आणि मालमत्तेचा अधिकार सरकार कायम ठेवेल.

इ.स. १९३६ मध्ये झालेला 'मैत्री करार' हा इ.स. १८८२ ते १९५२ या दरम्यान ब्रिटिश आणि इजिप्त यांच्यामध्ये झालेला एकमेव 'मैत्री करार' होता. ज्या मागणीमुळे इंग्लंड आणि इजिप्तमध्ये वारंवार संघर्ष होत होते ती मागणी सहकार्यवृत्तीने मान्य करण्यात आली होती.

इंग्लंडशी सहकार्य करण्याचे धोरण स्वीकारणाऱ्या नाहास पाशाला १९४२ मध्ये इंग्लंडने प्रधानमंत्रीपदी बसवले आणि इजिप्तने अक्ष राष्ट्रांविरुद्ध दोस्त राष्ट्रांच्या बाजूने दुसऱ्या महायुद्धात उडी घेतली.

इजिप्तमध्ये पहिल्या व दुसऱ्या महायुद्धादरम्यान ज्या राजकीय आंतरराष्ट्रीय संबंधांतील घडामोडी झाल्या त्या वरीलप्रमाणे होत्या; पण अंतर्गत सामाजिक व इतर बदल झाले ते पुढीलप्रमाणे होते. पहिल्या महायुद्धानंतर इजिप्तचे नेते इजिप्तला इंग्लंडच्या जोखडातून मुक्त करण्यास स्वातंत्र्य मिळवण्यास उत्सुक होते. त्याचबरोबर त्यांनी इजिप्तमध्ये आधुनिक विचार व सुधारणा आणण्यासाठी काही प्रयत्न केले; त्यातून झालेले बदल पुढीलप्रमाणे-

१) **लोकसंख्येत वाढ :** १९१७ मध्ये इजिप्तची लोकसंख्या १,२७,१८,००० इतकी होती तर पुढील २० वर्षांत ती १,५७,०१,००० एवढी वाढली. वाढलेल्या लोकसंख्येला जीवनावश्यक वस्तू उपलब्ध करून देणे, सोयीसुविधा पुरविणे हे आव्हान नवीन सरकारपुढे होते.

२) **जीवनमान :** या वीस वर्षांच्या कालावधीत इजिप्तमधील जनतेचे जीवनमान उंचावले नाही; कारण वाढती लोकसंख्या व अपुरे उत्पादन याचा परिणाम म्हणून जीवनमान उंचावले नाही.

३) **उत्पादन :** इजिप्तमध्ये आधुनिक पद्धतीचे शेतीचे प्रयोग आणि सिंचन व्यवस्थेच्या मदतीने शेतीच्या उत्पादनात वाढ झाली. उद्योगधंद्यांसाठी लागणाऱ्या विजेची कमतरता होती. कोळशाचीही उपलब्धता कमीच होती. अंदाजपत्रकातील तूट भरून काढण्यासाठी उद्योगांवर जास्तीत जास्त कर लादले होते. त्यामुळे मोठे उद्योगधंदे विकसित होऊ शकले नाहीत. कापसाला भाव मिळत असल्याकारणाने जमीनदारांनी कापसाला महत्त्व दिले. सरकारनेही कापसाची निर्यात वाढविण्यासाठी शेत जमिनीवर कर कमी केले. सुदानी लोकांच्या शेतीकरिता जलसिंचनाची योजना करून इजिप्तच्या शेती व्यवसायाला अडचण निर्माण झाली होती. एकूण काय तर शेतीचे उत्पादन हे कापसापुरते मर्यादित झाले होते. औद्योगिकीकरणाला चालना मिळाली नव्हती; त्यामुळे उत्पादनात फार मोठी वाढ झाली नाही.

४) **शिक्षण :** राष्ट्रवादी नेत्यांनी आधुनिकीकरणात शिक्षणाचे महत्त्व लक्षात घेतले होते. प्राथमिक शिक्षण सक्तीचे व मोफत केले होते; त्यामुळे प्राथमिक शिक्षण घेणाऱ्यांची संख्या वाढली. उच्च शिक्षणामध्ये कायदा, भाषा, मानवीय विद्या शाखा यांमध्ये शिक्षण दिले जात होते. तंत्रज्ञानाचे शिक्षण कमी होते; पण एकूण शिक्षणामुळे राष्ट्रीय जागृतीला चालना मिळाली.

५) **वैचारिक बदल :** राष्ट्रवादी विचार आणि इस्लामचे विचार या दोन विचारांचा मोठा प्रभाव या कालखंडात दिसतो. मिश्र-अल्-फतान आणि ईखवान-अल्-मुस्लिमन् या दोन संघटना त्या वेळी इजिप्तमध्ये तरुणांत लोकप्रिय होत्या. अल्-फतानचे अनुयायी हिरव्या रंगाचा पोशाख घालत असत. ईखवानचा उद्देश परदेशी विचारांचे उच्चाटन करून इस्लामचे पुनरुत्थान करण्याचा होता. राष्ट्रवादी विचारांचे रूपांतर पुढे अतिरेकी राष्ट्रवादात आणि दहशतवादात झाले. हे काही अंतर्गत बदल दोन महायुद्धांदरम्यान इजिप्तमध्ये आढळून येतात.

४.२ जनरल नासेर आणि इजिप्तचे आधुनिकीकरण (General Nasser and Modernization of Egypt)

जनरल नासेर : जनरल नासेर म्हणजेच गमाक अब्दुल नासेर. नासेरचा जन्म इजिप्तमधील अलेक्झांड्रिया शहराजवळच्या एका खेड्यात झाला. १५ जानेवारी, १९१८ रोजी जन्मलेल्या नासेरने कायद्याचे शिक्षण घेतले. परंतु त्याला सैनिकी पेशाची आवड असल्याने सैन्यात दाखल झाला. आपल्या देशातील गरिबी, अराजकता यांची त्याला चीड आली होती. इजिप्तची अशी दुरवस्था होण्यास भ्रष्टाचारी राजवट कारणीभूत आहे, असे त्याचे मत होते. सुलतान जनतेकडे लक्ष देत नाहीत आणि जमीनदार त्यांची पिळवणूक करतात. स्वातंत्र्य हा आपला नैसर्गिक अधिकार आहे आणि तो मिळवण्यासाठी क्रांती केलीच पाहिजे असे नासेरचे विचार होते. भ्रष्टाचारी राजवट उलथून टाकलीच पाहिजे. तो सुदानमध्ये असतानाच काही सैनिकी अधिकाऱ्यांशी त्याची याबाबत चर्चा झाली. झकेरिया मोहिद्दीन (संयुक्त अरब गटराज्याचे उपाध्यक्ष), हकीम अमर (संयुक्त गटराज्याचे सरसेनापती) आणि अन्वर सादत अशा समविचारी मित्रांनी इजिप्तच्या भल्यासाठी एक गुप्त क्रांतिकारी संघटना तयार केली. या संघटनेचे नाव होत 'स्वतंत्र अधिकारी'. ब्रिटिशांचा इजिप्तमधील अधिकार नष्ट करणे, सुलतान फारुखला पदच्युत करणे हा त्यांचा उद्देश होता. १९५२ मध्ये या अधिकाऱ्यांच्या मदतीने त्याने इजिप्तमध्ये रक्तहीन क्रांती घडवून आणली आणि १९५४ मध्ये तो इजिप्तचा अध्यक्ष झाला.

जुलै १९५२ ची रक्तहीन क्रांती

इजिप्तमध्ये १९५२ मध्ये रक्तहीन क्रांती होण्याची कारणे

१) सुएझ कालवा मालकी हक्काबाबत इजिप्तमध्ये होत असलेल्या दंगली आणि अशांतता.

२) वफ्द पक्षाचे सरकार बहुमतात असूनही बडतर्फ केले.

३) सुलतान फारुख याचा अनियंत्रित आणि जुलमी कारभार.

४) राजकीय पक्षाचे एकीकरण.

५) सुलतान फारुख याच्याबद्दलची चीड.

६) भ्रष्टाचारी शासनसंस्था.

७) इस्राइल-इजिप्त युद्धात झालेला इजिप्तचा पराभव.

८) सुलतान फारुख याने युद्धमंत्री म्हणून आपल्या मेहुण्याची केलेली नेमणूक.

इजिप्तमधील राष्ट्रवाद हा १९३९ पर्यंत इजिप्तपुरताच मर्यादित होता. वास्तविक इजिप्तवर अन्य कोणत्याही राष्ट्रांपेक्षा अरबी राष्ट्रांचा प्रभाव अधिक होता. तरीही सकल अरबवादाला इजिप्तमध्ये कधीही वाव मिळाला नाही. पॅलेस्टाईनचा प्रश्न निर्माण झाला आणि इजिप्त अरब राष्ट्रांच्या विचारांनी प्रभावित झाले. इजिप्तमधील काही राष्ट्रवाद्यांनी एकत्र येऊन १९४३-४४ मध्ये अरब-लीग संघटनेची स्थापना केली. अरब राष्ट्रवादाचा प्रभाव निर्माण झाल्यामुळे इजिप्तने पॅलेस्टाईनच्या फाळणीला विरोध केला होता.

१५ मे, १९४८ रोजी पॅलेस्टाईनमधील ब्रिटिशांचे संरक्षणात्मक अधिकार रद्द करून त्यांचे सैन्य पॅलेस्टाईनमधून काढण्यास सांगितले. त्याचवेळी ज्यू लोकांसाठीच्या स्वतंत्र इस्राइल राष्ट्राची घोषणा करण्यात आली. इजिप्तने इस्राइलच्या निर्मितीचा निषेध केला. इतर अरब राष्ट्रांच्या मदतीने इस्राइलवर सर्व बाजूंनी आक्रमण केले. इस्राइल हे राष्ट्र निर्माण होण्यापूर्वीच नष्ट करण्याचा प्रयत्न इजिप्त व अरब राष्ट्रांनी केला; पण या युद्धात अरब राष्ट्रे व इजिप्त यांचा पराभव झाला. जागोजाग पिछेहाट झाली. त्याचबरोबर तह करावे लागले. नवनिर्मित राष्ट्राकडून झालेला पराभव इजिप्शियन लोकांसाठी अत्यंत अपमानकारक होता. या पराभवाचे खापर सुलतान फारुख आणि भ्रष्ट सरकारवर फोडण्यात आले. असे सरकार आणि असा सुलतान नकोच अशा भावनेतून जनतेने क्रांती केली.

इ.स. १९५० मध्ये इजिप्तमध्ये निवडणुका झाल्या. पुन्हा वफ्द पक्षाला बहुमत मिळाले. नाहास पाशा पाचव्या वेळेला पंतप्रधान झाला. सुएझ कालव्याच्या धोरणाबाबत इंग्लंड आणि इजिप्त यांच्यात वाद होताच. इ.स. १९३६ च्या करारानुसार इंग्लंडकडे

सुएझच्या संरक्षण आणि व्यवस्थापनाची जबाबदारी होती; पण नाहास पाशाला ब्रिटिश सैन्याचे अस्तित्वच त्या भागात नको होते. नाहास पाशाने १९३६ च्या कराराचा धिक्कार केला. हा करार रद्द झाल्याची घोषणा केली. याला प्रत्युत्तर म्हणून ब्रिटिशांनी लष्करी कारवाईद्वारे आपले वर्चस्व अबाधित ठेवण्याचा प्रयत्न केला. इजिप्तमध्ये ठिकठिकाणी ब्रिटिशांच्या विरोधी निदर्शने झाली. दंगेधोपे झाले. सुलतान फारुख याने या सर्व अशांततेचे खापर नाहास पाशावर फोडले आणि त्याला बडतर्फ केले. सैन्यामध्ये या सर्वांचा विपरित परिणाम होऊन असंतोष निर्माण झाला.

अशा प्रकारे २७ जानेवारी, १९५२ नंतर देशात राजकीय आणि शासकीय यंत्रणेत मोठी अस्वस्थता निर्माण झाली. वफ्द पक्षाबद्दल जनतेच्या मनात कोणतीही सहानुभूती नव्हती; कारण दुसऱ्या महायुद्धादरम्यान वफ्द पक्षाने वैयक्तिक स्वार्थासाठी राष्ट्रहिताकडे दुर्लक्ष केले होते. सुलतान फारुख तर जनतेच्या मनातून उतरला होताच. इस्राइलविरुद्ध इजिप्त आणि अरब राष्ट्रांनी केलेल्या युद्धात सैनिकांना जी शस्त्रसामग्री पुरवली गेली होती ती अत्यंत हलक्या दर्जाची होती, आणि हे सुलतान फारुखच्या सूचनेनुसार झाल्याचा लोकांचा दावा होता. हा उघडपणे सैनिकांच्या जीवाशी खेळ होता; त्यामुळे सर्वसामान्य लोकांप्रमाणेच सैनिकही सुलतान फारुखच्या विरोधात होते. १९४९ मध्ये गमाल अब्दुल नासेर याने सैन्यातील अधिकाऱ्यांची एक गुप्त संघटना उभारली होती. या संघटनेचे नाव 'कमिटी ऑफ फ्री ऑफिसर्स' किंवा 'स्वतंत्र्य अधिकारी संघटना' या संघटनेचे ध्येय होते, राजसत्ता उलथून टाकणे आणि अरब जगतात इजिप्तचे महत्त्वं वाढविले. सुलतान फारुखला हे लक्षात येताच त्याने त्याच्या मेहुण्याला युद्धमंत्री केले. सर्वत्र मोठा असंतोष पसरला कैरोमध्ये व इजिप्तच्या इतरही शहरांत ब्रिटिश इमारती व निवासस्थाने यांवर मोठ्या संख्येने इजिप्शियन लोकांनी हल्ले केले. त्यापाठोपाठ २३ जुलै, १९४२ रोजी स्वतंत्र अधिकारी संघटनेच्या गटाने नासेरच्या नेतृत्वाखाली जोरदार उठाव करून इजिप्तमध्ये सत्तापालट घडवून आपला सुलतान फारुखला सत्तेवरून खाली खेचण्यात आले आणि त्याचा मुलगा जो अज्ञान होता त्याला म्हणजे फैद दुसरा याला गादीवर बसविण्यात आले. त्याचबरोबर इजिप्तच्या प्रजातंत्र राज्याची घोषणा करण्यात आली. अशा प्रकारे इजिप्तमधील १९५२ ची रक्तहीन क्रांती यशस्वी झाली.

जुलै १९५२ मध्ये इजिप्तमध्ये झालेल्या रक्तहीन क्रांतीचे परिणाम म्हणजे–

१) सुलतान फारुख यांची राजवट संपुष्टात आली.

२) पक्षीय राजकारण नष्ट झाले. एकाच पक्षाची सत्ता राहिली.

३) लष्करी राजवट (हुकूमशाही) इजिप्तमध्ये प्रस्थापित झाली.

४) अरब जगतात इजिप्तचा दरारा निर्माण झाला.
५) भ्रष्ट अधिकारी आणि राष्ट्रविरोधी कारवाया करणाऱ्यांना शिक्षा देण्यात आल्या.

इजिप्तचे आधुनिकीकरण करण्यात जनरल नासेरने मोठी भूमिका बजावली होती. १९५२ ची राज्यक्रांती झाल्यानंतर रिव्होल्युशनरी कमांड कौन्सिल (RCC) ने अनेक बदल घडवून आणले व इजिप्तच्या राजकारणाचा चेहराच बदलून टाकला.

१) सर्वांत प्रथम सर्व राजकीय पक्ष विसर्जित केले आणि सोशॅलिस्ट युनियन हा एकच अधिकृत पक्ष घोषित करण्यात आला. या पक्षाचे सदस्य होते शेतकरी, कामगार, बुद्धिवादी आणि सैनिकही.
२) सर्वांत प्रथम राजघराण्याची मालमत्ता जप्त केली.
३) कमाल जमीनधारणा कायदा आणला; जेणेकरून मोठ्या जमीनदारांची मक्तेदारी संपुष्टात आणली.
४) आर्थिक पुनर्रचनेला सर्वाधिक प्राधान्य देण्यात आले.
५) करपद्धतीची पुनर्रचना केली.
६) भ्रष्टाचार विरहित न्यायव्यवस्था आणण्याचा प्रयत्न केला.
७) स्त्रियांना काही अधिकार देण्यात आले.
८) नवीन शिक्षण सुधारणा करण्यात आल्या.
९) इजिप्त हे धर्मातीत राष्ट्र बनले.

इजिप्तच्या इतिहासात १९५२ ते १९५५ हा कालखंड हुकूमशाहीचा कालखंड समजला जातो. जनरल नासेर याने १९५६ मध्ये नवीन घटना सादर केली. अध्यक्षाची निवडणूक प्रक्रियेने निवड होऊ लागली. इजिप्त हे इस्लामिक अरब राज्य बनले आणि एक पक्षीय राजवट आली.

जनरल नासेर याने प्रभावी परराष्ट्र धोरण आखून इजिप्तला मध्यपूर्वेत स्वतंत्र स्थान मिळवून दिले.

जनरल अब्दुल नासेरचे परराष्ट्र धोरण

नासेरने इजिप्तची सूत्रे हाती घेतल्यानंतर आर्थिक आणि व्यापार दृष्टीने फायदेशीर ठरणारे तसेच सार्वभौमत्वाला पोषक असे परराष्ट्र धोरण आखले.

१) तटस्थतेचे धोरण : दुसरे महायुद्ध संपलेले असले तरी शीतयुद्धाच्यारूपाने तिसऱ्या महायुद्धाचे सावट जगावर होतेच. दुसऱ्या महायुद्धात एकमेकांसोबत लढलेली राष्ट्रे एकमेकांची कट्टर शत्रू झालेली होती. एका बाजूला अमेरिका आणि तिचा भांडवलवादी प्रभुत्वाचा गट होता; तर दुसऱ्या बाजूला रशिया

आणि साम्यवादी प्रभावाचा गट होता. दोन्ही गट आपापला प्रभाव वाढविण्याचा प्रयत्न करीत होता; तसेच जागतिक सत्ता संतुलनाचाही प्रयत्न होत होता. इजिप्तचे भौगोलिक स्थान व परंपरा लक्षात घेता, इजिप्तनेही कोणत्याही गटात सामील होणे अपेक्षित होते. परंतु जनरल नासेरने यांपैकी कोणत्याही गटात सामील होणे नाकारले. याउलट, इजिप्तच्या प्रगतीसाठी या दोनही राष्ट्रगटांनी मैत्रीचे धोरण स्वीकारले. 'युद्ध नको शांतता आणि विकास हवा' हीच त्यावेळची अपेक्षा होती. स्वतंत्र भारतानेही अलिप्ततेचे धोरण स्वीकारलेले होते आणि अशा धोरणाचा स्वीकार करणाऱ्या राष्ट्रांचा एक गटच स्थापन झालेला होता. जनरल नासेर यानेही शांततेच्या धोरणाचा व अलिप्ततावादचा स्वीकार केला होता.

२) **संयुक्त अरब गणराज्याची स्थापना :** इजिप्तमधील इतिहासाचा आणि परंपरेचा विचार करता जनरल नासेर यांना अरब राष्ट्रे व संस्कृती अधिक जवळची वाटली; म्हणून त्याने अरब राष्ट्रवादाचा पुरस्कार केला; इतरही अरब राष्ट्रांनी एकत्र येऊन संयुक्त अरब गणराज्य स्थापन करावे असा प्रयत्न त्याने केला. त्यातल्या त्यात इजिप्त हे आधुनिक प्रगत राष्ट्र असल्यामुळे याबाबत नासेरने पुढाकार घेतला; १९५८ मध्ये इजिप्त आणि सिरिया यांचे संयुक्त अरब गणराज्य स्थापन झाले पुढे त्यामध्ये येमेनही सामील झाला; पण पुढे सिरिया यातून बाहेर पडला आणि संयुक्त अरब गणराज्याचा प्रयत्न फसला.

३) **वसाहतवादाचे निराकरण :** जनरल नासेर याची लोकप्रियता एवढी वाढली की, त्याचे धोरण पाहून वसाहतवादाचे निराकरण करणारा, मुक्ती देणारा म्हणून त्याच्याकडे पाहू लागले. त्याने वसाहतवादाचे निराकरण करण्यात पुढाकार घेतला.

४.३ सुएझचा पेचप्रसंग (Suez Crisis)

सुएझ कालव्याचे आंतरराष्ट्रीय राजकारणात अतिशय महत्त्वाचे स्थान आहे. पश्चिम आशियाई देशांना पाश्चात्त्य तसेच इतर राष्ट्रांशी व्यापार करता यावा, या दृष्टीने सुएझ कालवा तयार करण्यात आला होता. मात्र, या कालव्याचा व्यापारापेक्षा जागतिक राजकारणासाठीच वापर करण्यात आला. शीतयुद्धाच्या काळात सुएझच्या प्रश्नामुळे आंतरराष्ट्रीय वातावरण ढवळून निघालेले होते. अमेरिका आणि रशिया या दोन्ही महासत्ता तसेच इस्राइलसारखे अमेरिकाप्रणीत राष्ट्र सुएझवर आपले वर्चस्व प्रस्थापित करण्यासाठी विशेष प्रयत्न करीत होते. सुएझ प्रश्नाची आंतरराष्ट्रीय राजकारणातील भूमिका पुढीलप्रमाणे स्पष्ट करता येईल–

१) सुएझची निर्मिती

मुबलक प्रमाणात असलेली जमीन व ती शेतलागवडीकरता योग्य करण्याच्या उद्देशाने तसेच इजिप्तच्या आधुनिकीकरणाचा एक भाग म्हणून १८५४ साली एका फ्रेंच कंपनीने शेती व व्यापार यांच्या वृद्धीसाठी सुएझ कालवा खोदण्याचे काम सुरू केले व हे कार्य १८६९ साली पूर्ण झाले. मस्कत, बगदाद, बहारिन अशा लहान-लहान देशांशी व्यापार करण्यात कोणतीही अडचण येऊ नये या उद्देशाने हा कालवा खोदण्यात आला.

२) सुएझ क्षेत्राची माहिती

सुएझ हा इजिप्तमधील एक भाग आहे व त्या भागाचे किंवा प्रांताचे नाव 'सुएझ' असेच आहे. सुएझ कालव्याच्या दक्षिण टोकावर तीनशे सात वर्ग किलोमीटर क्षेत्रफळाचा प्रदेश स्थित असून नाईल नदीतून काढण्यात आलेल्या कालव्यातून लोकांना गोडे पाणी पुरविण्यात येते. तौफिक बंदरात लढाऊ आणि व्यापारी जहाजे नांगरण्याची व्यवस्था केलेली आहे. सुएझच्या संयोगभूमीलगत सुएझ कालव्याच्या निर्मितीने जहाजांना तांबड्या समुद्रातून भूमध्य सागरातील पोर्ट सईद बंदरात पोहचणे कमी खर्चाचे आणि कमी त्रासाचे झालेले आहे. सिनाई वाळवंट व तांबड्या समुद्राचा वायव्य दिशेकडील प्रवाह आफ्रिका खंडापासून अलग करता येतात. सिनाईलगतचा भाग उंच असून आफ्रिकेत किनाऱ्यालगत अल्-घुरदाक आणि रासकरीब ही तेलाची क्षेत्रे आहेत.

३) सुएझवर वर्चस्व मिळवणे यासाठी स्पर्धा

दुसऱ्या महायुद्धाच्या समाप्तीनंतर अरब जगतात इस्राइलची निर्मिती करण्यात आल्याने अमेरिका आणि रशिया या दोन्ही महासत्तांनी तेलाने समृद्ध असलेल्या प्रांतावर आपले वर्चस्व कसे प्रस्थापित करता येईल या दृष्टीने व्यूहरचना केली. १९७३ च्या अरब-इस्राइल संघर्षात अमेरिकेने इस्राइलला व रशियाने अरब राष्ट्रांना मोठ्या प्रमाणावर आर्थिक व लष्करी मदत केली. या मदतीमागचा अमेरिकेचा हेतू साम्यवाद रोखणे व रशियाचा हेतू अमेरिकन साम्राज्यवाद रोखणे असे जरी वरवर दिसले तरी या मदतीमागचा हेतू सुएझ व आसपासच्या प्रदेशांत असलेल्या खनिज तेलांच्या खाणीवर आपले वर्चस्व प्रस्थापित करणे हा होता.

४) इजिप्त-इस्राइल संबंध व सुएझ प्रश्न

इस्राइलच्या निर्मितीपासून इजिप्तचे इस्राइलशी कधीही मित्रत्वाचे संबंध नव्हते. गाझा प्रदेशातून वारंवार इस्राइली दहशतवादी इजिप्तच्या प्रदेशावर आक्रमण करीत असत. इस्राइलच्या दहशतवादी कारवायांना प्रतिबंध करण्याच्या उद्देशाने इजिप्तचे अध्यक्ष नासेर यांनी युद्धाची तयारी सुरू केली. झेकोस्लोव्हाकियाकडून इजिप्तला

बऱ्याच प्रमाणात युद्धोपयोगी साहित्य मिळाले. सिरिया, सौदी अरेबिया, लेबनॉन आणि जॉर्डन या देशांत ज्यूंविरोधी जनमत तयार करण्याची मोहीम नासेरने हाती घेतली. मात्र, या धोरणाला अमेरिका, इंग्लंड या राष्ट्रांनी विरोध केला. अमेरिकेने इजिप्तला आस्वान धरण बांधण्यासाठी एक कोटी डॉलर्स देण्याचे मान्य केले होते. मात्र, इजिप्तच्या या कृतीमुळे अमेरिकेने ही रक्कम देण्याचे नाकारले. नासेरला आंतरराष्ट्रीय वित्तीय संस्थांनीदेखील कर्जे देण्याचे नाकारले. त्यातल्या त्यात नासेरने साम्यवादी चीनला मान्यता दिली व सोव्हिएत संघाशी जवळीक साधून पाश्चात्त्य राष्ट्रांना डिवचले. १९५६ साली नासेरची इजिप्तचा राष्ट्राध्यक्ष म्हणून नियुक्ती करण्यात आली होती. नासेरने सुएझ कालवा ही इजिप्तची मालमत्ता आहे असे जाहीर करून त्याचे राष्ट्रीयीकरण करण्याची घोषणा केली. मात्र, या घोषणेला पाश्चिमात्य राष्ट्रांसह इस्राइलने विरोध केला. इंग्लंड व फ्रान्स या दोन्ही देशांनी या घोषणेला विरोध दर्शविला आणि सुएझ प्रकरण राष्ट्रसंघाच्या सुरक्षा परिषदेकडे पाठविले.

५) इंग्लंड व फ्रान्सची कारवाई

अमेरिका, इंग्लंड, फ्रान्स या राष्ट्रांनी नासेरच्या सुएझ कालव्याच्या राष्ट्रीयीकरणाच्या धोरणाला विरोध केला व हे सुएझ प्रकरण राष्ट्रसंघाच्या सुरक्षा परिषदेकडे पाठविले. दरम्यानच्या काळात इस्राइलने सिनाई प्रदेशात आपले सैन्य पाठवून इजिप्तशियन सैनिकी अड्डे आणि तळ उद्ध्वस्त केले. ३० ऑक्टोबर, १९५६ रोजी इंग्लंड आणि फ्रान्स या राष्ट्रांशी इजिप्त आणि इस्राइल या दोन्ही राष्ट्रांना सुएझ क्षेत्रातून आपापल्या फौजा हटविण्याचे व तो प्रदेश मोकळा करण्याचे आदेश दिले. इस्राइलने इंग्लंड आणि फ्रान्स यांचे आवाहन मान्य केले. मात्र, इजिप्तने या आवाहनाला अजिबात प्रतिसाद दिला नाही. कालवा क्षेत्राचे रक्षण करण्याच्या निमित्ताने इंग्लंड आणि फ्रान्सच्या विमानदलांची कारवाई सुरू केली. इजिप्शियन विमानतळावर प्रचंड प्रमाणात बॉम्बवर्षाव करण्यात आला. ब्रिटिश व फ्रेंच सैन्य सुएझ बंदरावर चाल करून गेले व अतिशय अल्पकाळात या बंदराचा ताबा घेतला. कालवा परिसराचे संरक्षण करणे हा आपल्या आक्रमाणाचा हेतू आहे असे जरी फ्रान्स, इंग्लंड यांसारखी राष्ट्रे सांगत असली तरी प्रत्यक्षात या भागातील तेलसंपत्तीवर कब्जा मिळविणे हा हेतू लपून राहिलेला नव्हता.

६) राष्ट्रसंघाचा आदेश

इंग्लंड आणि फ्रान्स यांचे सैन्य इजिप्तचे मोठे नुकसान करीत आहे हे राष्ट्रसंघाच्या लक्षात आले व लगेचच राष्ट्रसंघाने इंग्लंड व फ्रान्सला या क्षेत्रातून आपल्या फौजा काढून घेण्यास सांगितले. अमेरिका आणि रशिया या देशांनीदेखील ब्रिटिश आणि

फ्रान्सच्या कृतीचा निषेध केला. २३ सप्टेंबर, १९५७ पर्यंत इस्राइलने आपली फौज, अकैबचे आखात व गाझापट्टी वगळता सर्व भागांतून काढून घेतली. या संघर्षात इजिप्तचा जरी लष्करी दृष्टीने पराभव झालेला असला तरी बड्या राष्ट्रांनी दिलेला पाठिंबा ही बाब इजिप्तच्या बाजूची होती. पाश्चिमात्य बड्या राष्ट्रांचा इजिप्तला नैतिक पाठिंबा मिळाला. त्यामुळे इंग्लंड व फ्रान्सला दमदाटीने आपले वर्चस्व पश्चिम आशियातील कोणत्याही राष्ट्रात प्रस्थापित करणे शक्य झाले नाही.

७) नासेरचे सुएझविषयीचे धोरण

इ.स. १८८८ मध्ये आंतरराष्ट्रीय 'कॉन्स्टॅन्टिनोपल कन्व्हेन्शन' करारानुसार सुएझ कालव्याचा वापर युद्धकाळात सर्व राष्ट्रांना करता येत होता. अगदी पहिल्या आणि दुसऱ्या महायुद्धाच्या काळात दोस्त राष्ट्रांनी या कालव्याचा लष्करी कारणांसाठी मुक्तपणे वापर केलेला होता. वस्तुतः या कालव्याचे संपूर्ण रक्षण करण्याची जबाबदारी इजिप्तवर होती. मात्र, प्रत्यक्षात इंग्लंडनेच कालव्याचा परिसर सुरक्षित केला. नासेर याने या कालव्याचा परिसर सुरक्षित केला. नासेरला या कालव्याचा वापर देशाच्या औद्योगिकीरणासाठी करायचा होता. इंग्लंडला वाहतुकीच्या मार्गातून प्रचंड पैसा मिळत होता; त्यातून इजिप्तला कोणताच वाटा मिळत नसल्याने या कालव्याची मालकी इंग्लंडच्या हातून कोणत्याही परिस्थितीत काढून घेण्याचे धोरणे नासेरने आखले.

८) इजिप्तचा इस्राइलवर दबाव

इजिप्त-इस्राइल युद्धात इस्राइलवर दबाव आणण्यासाठी नासेरने इस्राइलच्या जहाजांना सुएझ कालव्याचा वापर करण्यावर बंदी घातली. मात्र, इंग्लंडने याकडे दुर्लक्ष केले पण कालव्याचे राष्ट्रीयीकरण होताच त्याने नासेरच्या विरोधात फ्रान्सच्या मदतीने कठोर स्वरूपाची लष्करी कारवाई सुरू केली. युरोपिअन राष्ट्रांना आवश्यक असणारे तेल मुख्यतः अरब देशातूनच मिळत असल्याने नासेरने सुएझ कालव्याचे राष्ट्रीयीकरण करून सर्व देशांची नाकेबंदी करण्याचा निर्णय घेतला. वास्तविक नासेरची ही कृती आंतरराष्ट्रीय करारचा भंग करणारी आहे असे इंग्लंड व फ्रान्सने जाहीर केले.

९) इंग्लंड व फ्रान्सने उपस्थित केलेले मुद्दे

सुएझ कालव्याच्या राष्ट्रीयीकरणाच्या विरोधात इंग्लंड आणि फ्रान्सने काही मुद्दे उपस्थित केले ते पुढीलप्रमाणे होत-

अ) भविष्यात इजिप्शियन सरकार सुएझ कालवा वाहतुकीसाठी बंद करू शकेल किंवा वाहतूक एखाद्या राष्ट्राला त्रस्त करू शकेल.

ब) इजिप्तने कालव्याचे राष्ट्रीयीकरण केलेले असले तरी हा कालवा आंतरराष्ट्रीय वाहतुकीचा मार्ग असल्याने इजिप्तने सर्वच देशांचे हितसंबंध डावललेले आहेत.

क) इजिप्तला तंत्रज्ञानाच्या अभावी प्रगत राष्ट्रांच्या सहकार्याशिवाय कालव्याची देखभाल करणे अशक्य आहे.

ड) कालव्याचे राष्ट्रीयीकरण केल्यामुळे पाश्चिमात्य राष्ट्रांना या पुढे कालव्याच्या आंतरराष्ट्रीय वाहतुकीमुळे होणारा नफा मिळू शकणार नाही आणि इजिप्तला देखील अशा नफ्यातून देशाच्या उन्नतीसाठी विशेषतः आवश्यक बांध घालण्यासाठी इतर राष्ट्रांची मदत घ्यावीच लागेल व इजिप्तचे हे धोरण रशियाच्या पथ्यावर पडेल.

१०) चोवीस राष्ट्रांची परिषद

इजिप्तने सुएझ कालव्याचे राष्ट्रीयीकरण केल्यानंतर इंग्लंडने पुढाकार घेऊन चोवीस राष्ट्रांची परिषद भरविली. या परिषदेने कालव्याचे नियंत्रण आणि सर्व आनुषंगिक गोष्टी सुरळीत चालाव्यात म्हणून एक आंतरराष्ट्रीय स्तरावरील संघटना स्थापन करण्याचा निर्णय घेतला. मात्र, आपले राष्ट्र सार्वभौम आहे व ते कोणत्याही संघटनेचे अधिपत्य स्वीकारणार नाही असे स्पष्ट केले; तसेच अमेरिकेने 'सुएझ कॅनॉल युझर्स असोसिएशन' या संस्थेची स्थापना केलेली होती, त्यालादेखील नासेरने विरोध केला.

हा वाद सुरू असताना १८८८ च्या कॉन्स्टॅन्टिनोपाल कन्व्हेन्शनकडे कोणाचेही लक्ष गेले नाही. दिवसेंदिवस आंतरराष्ट्रीय वातावरण बिघडत चालले होते. ऑक्टोबर १९५६ ते जानेवारी १९५७ पर्यंत हा संघर्ष सुरूच होता. राष्ट्रवादाने भारावलेल्या अरब जगतात नासेर यांची प्रतिष्ठा वाढत होती. रशियाने इजिप्तला मोठ्या प्रमाणावर आर्थिक व लष्करी मदत देण्यात सुरुवात केली. अरब-इस्राइल युद्धात अरब राष्ट्रांनाच पाठिंबा दिला. मात्र, संयुक्त अरब गणराज्याच्या निर्मितीनंतर नासेरचा वरचष्मा सिरिया, इराक, सौदी अरेबिया या देशांना असह्य झाला. एकीकडे अरब देशांनी संयुक्तपणे समानतेच्या तत्त्वानुसार सर्व अरब राज्यांनी अरब राष्ट्रीयत्वाचा मान राखावा, असे प्रतिपादन अरब नेते करीत होते तर दुसरीकडे नासेरचे अनुयायी इजिप्तला अरब जगतात प्रतिष्ठा मिळवून देण्याचे प्रयत्न करीत होते. थोडक्यात, सुएझचा प्रश्न हा शीतकाळात अधिकच तीव्र झाला.

सराव प्रश्न

प्र.१) खालील प्रश्नांची सविस्तर उत्तरे लिहा. (सुमारे ४०० शब्दांत उत्तरे)

१) दोन महायुद्धादरम्यान इजिप्तमधील राजकीय परिस्थितीचे वर्णन करा.

२) इजिप्तच्या आधुनिकीकरणात जनरल नासेरचे योगदान स्पष्ट करा.

३) सुएझच्या पेचप्रसंगाची सविस्तर माहिती लिहा.

प्र.२) खालील प्रश्नांची थोडक्यात उत्तरे लिहा.

१) इजिप्तला १९२२ मध्ये मिळालेल्या स्वातंत्र्यामध्ये इंग्लंडचे हक्क स्पष्ट करा.

२) अँग्लो-इजिप्शियन करार लिहा.

३) इजिप्तमध्ये दोन महायुद्धांदरम्यान झालेला अंतर्गत बदलाचे वर्णन करा.

४) इजिप्तमधील १९५२ च्या रक्तहीन क्रांतीची कारणे लिहा.

५) इजिप्तमधील १९५२ च्या रक्तहीन क्रांतीचे परिणाम लिहा.

६) जनरल नासेर यांचे परराष्ट्रीय धोरण काय होते?

५ | तेलाचे राजकारण

Oil Diplomacy

५.१ इराण–रेझाशाह पहलवी आणि इराणचे आधुनिकीकरण, इराण आणि दुसरे महायुद्ध, इराण आणि तेलाचे राजकारण (Iran-Rezashah Pahlavi and Modernization of Iran, Iran and Second World War, Iran and Oil Diplomacy)

५.२ इराकमधील राजकीय सुधारणा, रशिद आलीचा उदय, १९५८ ची क्रांती, इराक–इराण संघर्ष (Political Development in Iraq, Rise of Rashid Ali, 1958 Revolution, Iraq and Iraq-Iran Conflict)

५.३ कुवेत–इराक युद्ध आणि त्याचे परिणाम (Kuwait-Iraq war and its Impact)

प्रस्तावना

एकोणिसाव्या शतकात मध्यपूर्वेतील प्रदेशाला एक वेगळेच महत्त्व प्राप्त झाले. पाश्चात्त्य देशांच्या पूर्वेकडे असणाऱ्या वसाहतींना ताब्यात ठेवण्यासाठीचे आणि व्यापाराचे मार्ग याच प्रदेशातून जात होते. शिवाय या प्रदेशात उपलब्ध होणारे तेल हे पाश्चात्त्यांच्या औद्योगिक प्रगतीसाठी आवश्यक होते. पाश्चात्त्य राष्ट्रांनी आपले तेलकारखाने या प्रदेशातच सुरू केले होते. साहजिकच, तेलाची उपलब्धी असणारे हे प्रदेश आपल्या ताब्यात राहावेत हा अट्टाहास पाश्चात्त्य राष्ट्रे करीत होती. इंग्लंड आणि रशियाने इराणमध्ये अनेक व्यापार व अर्थविषयक सवलतींचे करार केले होते. एवढेच नव्हे तर रशिया व इंग्लंडने इराणचे प्रादेशिक लचकेही तोडले होते. इराणमध्ये बँका, बांधकाम, दळणवळणाची साधने यांवरही ब्रिटिशांचे वर्चस्व होते. रशियानेही इराणला दिलेल्या

कर्जाच्या मोबदल्यात व सैन्य प्रशिक्षणाच्या निमित्ताने आपले वर्चस्व निर्माण केले होते. इराणी तरुणांनी युरोपीय संस्कृतीचे स्वागतच केले. परंपरागत राजवट नष्ट करण्याचे प्रयत्न केले. त्यामुळे इराणमध्ये पाश्चात्त्यांविषयीची सद्भावना नष्ट झाली.

पहिल्या महायुद्धात इराणने तटस्थतेची घोषणा केली होती. परंतु इंग्लंड आणि रशियाच्या युद्धातील सहभागामुळे इराणला युद्धात भाग घ्यावा लागला. पॅरिस शांतता परिषदेत इराणच्या प्रतिनिधींनी सहभाग घेतला; पण त्या वेळी राष्ट्रवाद्यांची निराशा झाली. परकीयांचे हस्तक बनलेले दुबळे इराणी सरकार उलथून पाडण्याचे राष्ट्रवाद्यांनी ठरविले. रेझाशाह याने जियाउद्दीनच्या राष्ट्रवादी चळवळीला साहाय्य आणि सामर्थ्य दिले आणि इराणमध्ये रक्तहीन क्रांती घडून आली. क्रांतीनंतर सय्यद जियाउद्दीन पंतप्रधान तर रेझाशाह युद्धमंत्री झाले.

५.१.१ रेझाशाह पहलवी आणि इराणचे आधुनिकीकरण (Iran-Rezashah Pahlavi and Modernization of Iran)

रेझाशाह हा एक साधा शिपाई होता; पण पुढे त्याने सेनापती म्हणून नाव कमावले. २० फेब्रुवारी, १९२१ रोजी २५०० शिस्तबद्ध व अशिक्षित अनुयायांच्या मदतीने त्याने सरकारी इमारतींचा आणि शासनाचा ताबा घेतला. त्याची युद्धमंत्री म्हणून नेमणूक झाली व काही दिवसांतच तो इराणचा प्रधानमंत्री झाला. १२ डिसेंबर, १९२५ रोजी रेझाशाह पहलवी ही पदवी घेऊन तो इराणचा शाह बनला. इराणमध्ये दीर्घ काळ राज्य केलेल्या काझर घराण्याची सत्ता संपुष्टात येऊन पहलवीची सत्ता सुरू झाली. प्रखर राष्ट्रवादाने प्रेरित झालेल्या रेझाशाहने इराणच्या आर्थिक व सामाजिक जीवनात आमूलाग्र बदल घडवून आपले आणि इराण हे एक आधुनिक राष्ट्र बनवले.

रेझाशाह पहलवीच्या सुधारणा

१) **लष्कराची उभारणी :** सैन्याला सामर्थ्यशाली बनवण्यासाठी बड्या उद्योगपतींकडून, तेलकंपन्यांकडून मिळणाऱ्या रॉयल्टीमधून पैसा उभा करण्यात आला. १९८८ मध्ये सक्तीच्या लष्करी शिक्षणाची सुरुवात केली या लष्कराच्या बळावरच देशात शांतता निर्माण केली. सैन्यासाठी आधुनिक शस्त्रास्त्रे विकत घेतली. तरुणांना प्रशिक्षण दिले.

२) **वाहतुकीची नवीन व्यवस्था :** आधुनिक पद्धतीचे पक्के रस्ते, टेलिग्राफ, टेलिफोन अशी दळणवळणाची साधने उभारली. देशात रेल्वेमार्गाचे जाळे निर्माण केले. कॅस्पियन समुद्रापासून इराणच्या आखातापर्यंत रेल्वेबांधणीची

धाडसी योजना आखली व ती पूर्णही केली. हमरस्त्यांवर पोलिसांची नेमणूक करून रस्ते सुरक्षित केले. त्यामुळे व्यापाराला चालना मिळाली.

३) **व्यापार :** इराणच्या उद्योगधंद्यांना उत्तेजन देण्याकरिता परकीय मालाची आयात नियंत्रित केली. लोकर, सुती कापड, गालिचे, पितळी धातूचे उद्योगधंदे यामुळे भरभराटीला आले. नवे उद्योग सुरू करण्यासाठी परकीय भांडवल न घेता देशातच काही उत्पादनांवर कर बसवून पैसा उभा करण्यात आला. खाजगी उद्योगव्यवसायांवर सरकारी नियंत्रण आणले.

४) **परकीयांचे अधिकार रद्द केले :** ब्रिटिश इम्पिरियल बँकेला नोटा चलनात आणण्याचा विशेषाधिकार होता हा चलन काढण्याचा अधिकार रद्द करण्यात आला. इंडो-युरोपिअन टेलिग्राफ डिपार्टमेंटच्या ताब्यात असलेल्या राष्ट्रांतील तारायंत्रांवर इराणी सरकारचे वर्चस्व प्रस्थापित करण्यात आले. १९३२ मध्ये मंत्रिमंडळाच्या समतीने 'अँग्लो-पर्शियन' ऑइल कंपनीच्या सर्व सवलती रद्द करण्याचा निर्णय घेतला. या कंपनीतील बरेचसे भांडवल इंग्लंडचेच होते. यात कंपनीने इराणशी समझोता केला. कंपनीचे कार्यक्षेत्र मोठ्या प्रमाणात मर्यादित झाले. क्रमाक्रमाने कंपनीतील परकीय अधिकाऱ्यांच्या जागी इराणी अधिकाऱ्यांची नियुक्ती केली जावी अशी अट घातली. दरवर्षी ५० हजार डॉलर्स इंग्लंडमधील इराणी तरुणांच्या शिक्षणावर खर्च व्हावेत व बाजारभावापेक्षा इराणी लोकांना व इराण सरकारला कंपनीने खनिज तेल सवलतीच्या दराने विकावे असे ठरविण्यात आले. अरेबिक भाषेव्यतरिक्त इतर भाषेतील पाट्या काढून टाकण्यास सांगितले.

५) १९३५ मध्ये रेझाशाहने पर्शियाचे नाव इराण असे अधिकृतरीत्या जाहीर केले.

६) **शिक्षण :** सरकारने शिक्षणाबाबतचे मुल्लांचे अधिकार काढून स्वतःमुलामुलींसाठी शाळा व विद्यापीठे सुरू केली. १९३४ मध्ये तेहरान येथे विद्यापाठ सुरू केले. परदेशी तज्ज्ञांच्या नियुक्त्या करून विज्ञान, वाणिज्य, वैद्यकशास्त्र, कायदा, परदेशी भाषा, कृषी शिक्षण यांना उत्तेजन देण्यात आले. परकीयांनी चालवलेल्या शिक्षणसंस्थांवर बंदी घातली.

७) **धर्मगुरूंचे अधिकार :** रेझाशाहने धर्मादाय देणग्या इत्यादी सर्व सरकारी नियंत्रणात ठेवले. परंपरागत इस्लामी कायद्यात सुधारणा केल्या पाश्चात्त्य पद्धतीचे कायदे तयार केले, धर्माच्या नावाखाली चाललेला भ्रष्टाचार व पिळवणूक थांबवण्याचे प्रयत्न केले. मुल्लांना परवानगीशिवाय सार्वजनिक ठिकाणी प्रवचन

करण्यास बंदी घातली. मुल्लांचे विवाहविषयक व शैक्षणिक अधिकार काढून घेण्यात आले.

८) **सामाजिक सुधारणा :** बालविवाह पद्धती बंद करण्यात आली. मुलामुलींच्या विवाहाचे किमान वय निश्चित करण्यात आले. विवाह आणि घटस्फोटाची नोंदणी करणे आवश्यक करण्यात आले. वैद्यकीय व्यवस्था खेडोपाडी पोहोचविण्याची व्यवस्था केली. आधुनिक व सुसज्ज हॉस्पिटल्स उभारली. कामगार कल्याणाचा विचार करून त्यांच्यासाठी आवश्यक ते कायदे केले.

९) **कॅलेंडरमध्ये सुधारणा :** रेझाशाहने जुन्या झोरोष्ट्रीयन सौर पंचागाची निर्मिती केली. वर्षातील सर्व महिन्यांना फारसी नावे दिली गेली.

१०) **धर्मविषयक बदल :** शहीद हुसेनचा मृत्यू शियापंथीय विशिष्ट पद्धतीने माहिनाभर पाळत होते हा अवधी कमी केला. शोकमिरवणुकांवर बंदी घातली. आझान आणि हजसारखा प्रस्थापित गोष्टी बंद केल्या नाहीत, पण त्यासाठीच्या सोयी सवलती देणे सरकारने बंद केले.

११) **स्त्री सुधारणा :** रेझाशाह स्त्री स्वातंत्र्याचा पुरस्कर्ता होता. प्रचार व शिक्षण याद्वारे पडदापद्धती हळूहळू बंद करण्यात आली. स्त्री शिक्षणाला चालना देण्यात आली. स्त्रियांना पाश्चात्त्य पद्धतीचा पोशाख करण्यास उत्तेजन दिले गेले. १९३५ मध्ये स्त्री शिक्षणाच्या प्रसाराकरिता व राष्ट्रीय भावनेच्या वाढीकरिता एक स्वतंत्र शिक्षण केंद्र सुरू केले. स्त्रियांच्या शारीरिक शिक्षणालाही चालना दिली. स्त्रियांना शासकीय पदे देण्यासंबंधीचा नियम केला.

रेझाशाहने इराणचे आधुनिकीकरण केले. इराणवरील परकीय सत्तांचा प्रभाव व दडपण दूर केले होते. पण एककेंद्री शासन प्रस्थापित केले. त्यामुळे राजकीय पक्ष स्थापन झाले नाहीत एककेंद्री सत्तांमुळे त्याच्यानंतर इराणची सत्ता प्रभावीपणाने चालवणारा नेता निर्माण झाला नाही. रेझाशाहने पाश्चात्त्य देशांकडून प्रेरणा घेतली. इराणची पाश्चात्त्यांमध्ये जर्मनीशी मैत्री झाली. दुसरे महायुद्ध सुरू झाले आणि इराणने तटस्थतेचे धोरण स्वीकारले. पण इंग्लंड आणि रशिया यांच्या दबावामुळे रेझाशाहला सत्ता सोडावी लागली.

५.१.२ इराण आणि दुसरे महायुद्ध (Iran and Second World War)

दुसऱ्या महायुद्धापूर्वी इराणने इंग्लंडचे वर्चस्व झुगारून देण्याचा प्रयत्न केला होता. पण पाश्चात्त्य तंत्रज्ञान व विज्ञान तर हवे होते. तेव्हा इराणने जर्मनीची मदत घेतली. इराणच्या आधुनिकीकरणामध्ये जर्मन इंजिनिअर्स आणि तंत्रज्ञ यांचा मोठा

सहभाग होता. जर्मनीशी इराणचा व्यापारही वाढलेला होता. एकूण व्यापाराच्या ४१% व्यापार हा जर्मनीशी होत होता. नाझीवादाने प्रभावित झालेल्या रेझाशाहने नाझी धर्तीवर संघटना व सौन्य त्याच धर्तीवर उभारल्या.

दुसरे महायुद्ध सुरू झाले. इराणने आपले तटस्थतेचे धोरण जाहीर केले; पण एकूण इराणचा जर्मनीकडे कल होताच आणि याची जाणीव इंग्लंड व रशियाला होती. अमेरिकेकडून येणारी शस्त्रास्त्रे रशियापर्यंत पोहोचविण्यासाठी दोस्तांना इराणचा वापर करायचा होता. तशी परवानगी रेझाशाहकडे मागितलीही; पण इराणने तटस्थता जाहीर केलेली असल्यामुळे दोस्तांची ही विनंती मान्य केली नाही. तेव्हा इंग्लंड व रशियाने इराणवर आक्रमण केले. इराणचे या दोन राष्ट्रांपुढे काही चालले नाही. रेझाशाहला पदच्युत करून दूर अफ्रिकेत पाठविण्यात आले. त्याचा वीस वर्षांचा मुलगा मोहम्मद रीझा सत्तेवर आला.

युद्धाच्या कालखंडातील इराण

२९ जानेवारी, १९४२ रोजी इराणने रशिया व इंग्लंड यांच्या बरोबर मैत्रीचा आणि अनाक्रमणाचा करार केला. या करारानुसार रशिया व इंग्लंडने इराणचे स्वातंत्र्य मान्य केले; पण रशिया व इंग्लंड यांचे इराणमध्ये असलेले सैन्य आक्रमणासाठी आले नाही, आशियातील सत्तांकडून सर्व प्रदेश मुक्त झाल्यानंतर सहा महिन्यांत हे सैन्य काढून घेतले जाईल असे दोस्तांनी मान्य केले; इराणने आपली तटस्थता सोडून दोस्तांच्या बाजूने आणि जर्मनीच्या विरुद्ध युद्धात भाग घेतला. युद्धाच्या दरम्यान इराणवर सतत परकीय आक्रमणाची टांगती तलवार होतीच.

इराणमध्ये पुनः परंपरावादी राजवट सुरू झाली. इस्लामी रीतीरिवाज पडदापद्धती अस्तित्वात आली. दोस्त राष्ट्रे लोकशाहीसाठी लढण्याचा दावा करीत असली तरी इराणमध्ये त्यांनी प्रतिक्रिया वाद्यांनाच पाठिंबा दिला होता. युद्धकाळात जनजीवन विस्कळीत झाले. दोस्त राष्ट्रांना युद्धसामग्री पुरविणारे कंत्राटदार श्रीमंत झाले. सर्वत्र महागाई वाढली. घरभाडी, जमिनींच्या किमती, जीवनावश्यक वस्तूंच्या किमती भरमसाठ वाढल्या. महागाईची झळ आणि चलनवाढीचे दुष्परिणाम याने सर्वसामान्यांचे जीवन कठीण झाले.

इराणची पाश्चात्त्यांविषयीची धास्ती कमी व्हावी यासाठी १९४३ मध्ये चर्चिल, स्टॅलिन आणि रुझवेल्ट यांची तेहरानमध्ये बैठक झाली. तेहरान बैठकीतील निर्णय–

१) दोस्त राष्ट्रांनी इराणचे स्वातंत्र्य आणि प्रादेशिक अखंडत्व याची हमी द्यावी.

२) युद्धकाळात दोस्त राष्ट्रांना इराणकडून जी मदत मिळाली त्याची योग्य भरपाई म्हणून इराणला आर्थिक मदत द्यावी.

३) ॲटलांटिक सनदेमध्ये नमूद केलेली तत्त्वे इराणशी भविष्यात होणाऱ्या व्यवहारात पाळली जावीत.

दोस्त राष्ट्रांचा कटू अनुभव इराणला आला होता; पण निदान भविष्यात तरी सार्वभौमत्वाची हमी या बैठकीतील निर्णयामुळे इराणला मिळाली.

५.१.३ इराण आणि तेलाचे राजकारण (Iran and Oil Diplomacy)

तेलाचे राजकारण

उद्योगप्रधान पाश्चात्त्य देश तेल संस्कृतीचे प्रतीक आहेत. रासायनिक तंत्रज्ञान आणि अभियांत्रिकी यांच्या साहाय्याने कच्च्या तेलाचे तेलाच्या अनेकविध प्रकारांत रूपांतर करता येते. तेलाच्या विविध प्रकारांच्या सहज उपलब्धतेवरच पाश्चात्त्य समाजाचे कल्याण अवलंबून आहे. पश्चिम आशियातील विविध प्रदेशांमध्ये जगभरातील निश्चित व ज्ञात साठ्यांपैकी ६०% साठे असून ते प्रामुख्याने इराणचे आखात आणि तैग्रीस युफ्रेटिसची खोरी या प्रदेशांत आहेत. तेलाने समृद्ध असणारा हा सर्व प्रदेश उजाड वाळवंटाचा आणि अति उष्णतेचा आहे. पश्चिम आशियातील तेलाने युरोपिअन देशांच्या तेलविषयक सर्व गरजा सहजपणे पूर्ण होऊ शकत होत्या. अशा परिस्थितीत पश्चिम आशियातील तेलाने समृद्ध असलेल्या प्रदेशाला विशेष महत्त्व प्राप्त होणे आणि तेलाचा प्रश्न राजकारणात गुरफटला जाणे स्वाभाविकच होते.

तेलाच्या राजकारणाची पार्श्वभूमी

युरोपात औद्योगिक क्रांती झाल्यानंतर विविध यंत्रांचा वापर मोठ्या प्रमाणात वाढला. यंत्रांतून निघणाऱ्या उत्पादनाला व यंत्राकरिता आवश्यक म्हणून इंधनाचा वापर केला जात होता. परिणामतः सर्वच प्रगत राष्ट्रांची नजर पश्चिम आशियाई देशांतील तेलावर होती. पश्चिम आशियात तेलाचे साठे मुबलक प्रमाणात आढळतात. हे फार पूर्वीपासून माहीत होते; पण सुरुवातीला तेल उत्पादन व निर्मिती यांची पद्धती जुनी होती. अमेरिका, इंग्लंड व फ्रान्स यांच्या पश्चिम आशियामधील हस्तक्षेपामुळे तेल उत्पादन करण्याच्या पद्धतीत आधुनिक तंत्रज्ञानामुळे प्रगती झाली. तेलाचे कमी वेळात जास्त उत्पादन होणे सुरू झाले. बड्या राष्ट्रांनी वाहतुकीचा प्रश्नही सोडवला म्हणून तेलाच्या व्यापार व वाहतुकीमध्ये कोणत्याही अडचणी आल्या नाहीत. त्यामुळे अमेरिका, इंग्लंड, फ्रान्स व रशिया या देशांच्या तेल कंपन्यांनी पश्चिम आशियायी तेल उत्पादक देशांकडून विशेष सवलती मिळवून तेल उत्पादन करण्याच्या प्रक्रियेमध्येच सहभाग घेण्याचा आपला हेतू साध्य करण्याचा प्रयत्न यशस्वी केला.

मध्यपूर्वेतील तेलाचे उत्पादन करणारा इराण हा एक महत्त्वाचा देश होता. विसाव्या शतकात तेल उत्पादन करण्याची इराणची क्षमता सर्वांत जास्त होती.

i) अँग्लो – इराणीयन ऑईल कंपनी

वास्तविकतः इराण हा तेलसाठ्यांच्या दृष्टिकोनातून आत्यंतिक समृद्ध असा प्रदेश होता; पण इराणकडे तेल उद्योग उत्तम प्रकारे चालवण्यासाठी आवश्यक असलेले तंत्रज्ञान व यंत्रसामग्री नसल्याने तेल काढण्याचे कार्य अँग्लो–इराणीयन ऑईल कंपनीकडे सोपविण्यात आले. या कंपनीकडून रॉयल्टीच्या स्वरूपात काही रक्कम इराणला मिळत असे. पण एकंदरीतच नफ्याच्या प्रमाणातील ही रक्कम अगदीच कमी होती.

ii) तेल कंपनी व्यवस्थापनाबाबतचा असंतोष

सन १९४५ नंतर इराणमधील तेलाचा प्रश्न व कंपनी व्यवस्थापन अधिक बिकट बनत गेले. तेलाचा हक्क व मिळणारा पैसा यांमुळे कंपनी व इराणी सरकार यांच्यात गंभीर मतभेद निर्माण झाले. तेल उत्पादन व मिळणारी रक्कम यांत कंपनीच्या हिशेबात प्रचंड प्रमाणात तफावत निर्माण झाली. कंपनीचे पक्षपाती धोरण व बेहिशेबी कारभाराने इराणी जनता त्रस्त झाली होती.

iii) तेल उद्योगाचे राष्ट्रीयीकरण

सुरुवातीला मुसादिक आणि कंपनी यांच्यात प्रदीर्घ वाटाघाटी झाल्या; पण त्यातून काहीच निष्पन्न झाले नाही शेवटी या समितीने अँग्लो–इराणी कंपनीचे राष्ट्रीयीकरण व्हावे अशी एकमताने सूचना केली गेली. जनमत कंपनीचे राष्ट्रीयीकरण व्हावे या बाजूचे होते. सन १९५१ मध्ये कंपनीचे राष्ट्रियीकरण घडवून आणणारे दोन कायदे इराणच्या संसदेकडून मंजूर करून घेतले. त्यानुसार कंपनीचे राष्ट्रीयीकरण झाले; पण तितकेशे कुशल मुनष्यबळ इराणकडे उपलब्ध असल्याने कंपनीच्या तेल उत्पादनात आणि निर्यातीत कमालीची घट झाली व त्याचा विपरीत परिणाम इराणच्या अर्थव्यवस्थेवर झाला.

iv) इराणमधील अंतर्गत अशांतता

अर्थव्यवस्थेवर विपरीत परिणाम होत असतानाच इराणमध्ये अंतर्गत अशांतता निर्माण झाली. मुसादिकने ब्रिटिशांवर आगपाखड करण्यास सुरुवात केली. १९५२ मध्ये त्याने इंग्लंडबरोबरचे राजनैतिक संबंध तोडले. इराणचा परंपरागत शत्रू असणाऱ्या रशियाशी स्नहेसंबंध जोडण्याचे प्रयत्न इराणने केले. जनतेतील असंतोष दडपण्याचा प्रयत्न मुसादिकने केला. त्याच्या दहशतीमुळे इराणचा रेझाशाह पळून गेला. या परिस्थितीतून मार्ग काढण्यासाठी इराणचा सेनाधिकारी जनरल झेहदी पुढे सरसावला.

त्याने सैन्याच्या मदतीने मुसादिकला अटक केली; शाहला मायभूमीत परत आणले. शाहने देशात शांतता व सुव्यवस्था प्रस्थापित केली. इंग्लंडशी पुन्हा राजनैतिक संबंध प्रस्थापित केले.

v) संयुक्त राष्ट्रसंघ आणि इराण

तेल उत्पादन सुधारणा घडवून आणण्यासाठी सन १९५४ मध्ये संयुक्त राष्ट्रासंघाच्या विद्यमाने एका आंतरराष्ट्रीय तेल महामंडळ प्रतिनिधींशी वाटाघाटी करून तेलाच्या उत्पादनाकरिता तंत्रज्ञान व तंत्रज्ञ पुरविण्याचा २५ वर्षांचा एक करार इराण सरकारने घडवून आणला; परिणामी, तेल उत्पादनात प्रचंड वाढ झाली व अर्थव्यवस्थेला मजबुती येऊ लागली.

vi) १९५५ चा बगदाद करार

रशियाशी संबंध तोडून टाकण्याच्या इरादयाने इराण सरकारने इराणमधील साम्यवादी पक्षावर बंदी घातली. त्याचबरोबर अमेरिका, इंग्लंड या सत्तांकडून भरपूर आर्थिक मदत व संरक्षणाविषयक साधनसामग्री मिळवण्याच्या उद्देशाने प्रयत्न करण्यात आले. त्याचा अपरिहार्य परिणाम म्हणजे १९५५ मध्ये घडून आलेला बगदाद करार होय.

५.२ इराक (Iraq)

आधुनिक काळात इराक या नावाने ओळखला जाणाऱ्या ह्या देशाचे नाव अल जम्हूरिया, अल् इराकिया, अल् इराक असे आहे. जगातील प्राचीन संस्कृती या प्रदेशात उगम पावली होती. प्रदीर्घ असा सांस्कृतिक वारसा इराकला लाभला आहे. विशेषतः अरबी संस्कृतीचा विचार केला तर ह्या देशाने सांस्कृतिक वैभवाचा कालखंड पाहिला आहे. मंगोल आक्रमणांनी उद्ध्वस्त झालेल्या या देशाला विसाव्या शतकात अनेक राजकीय स्थित्यंतरांना तोंड द्यावे लागले. सद्दाम हुसेनच्या हुकूमशाहीची चांगली-वाईट फळेही भोगावी लागली. इराण-इराकच्या दीर्घकालीन युद्धामुळे आणि जगाच्या बदलत्या राजकारणामुळे इराक चर्चेमध्ये राहिला.

५.२.१ इराकमधील राजकीय विकास (Political Development in Iraq)

पहिले महायुद्ध संपुष्टात आल्यानंतर अनेक ठिकाणी विश्वस्त पद्धतीच्या अंतर्गत इंग्लंडचे वर्चस्व प्रस्थापित झाले. त्याच पद्धतीने १९१८ मध्ये इंग्रजांनी इराकचा ताबा घेतला. वास्तविक युद्धाच्या दरम्यान इंग्रज अधिकारीच इराकमधील मुलकी व सैनिकी प्रशासन चालवित होते. इराकमध्ये असणाऱ्या इंग्रज सैन्याच्या खर्चाचा बोजा हा इराकी जनतेवर पडत होता. या खर्चाची जोडणी करण्याकरिता जमीनदार व शेतकऱ्यांवर

भरमसाठ कर लादलेले होते. त्यामुळेच हे युद्ध संपेल आणि आपली आर्थिक जाचातून सुटका होईल अशी अपेक्षा इराकी जनतेला होती. पहिले महायुद्ध संपले आणि दोस्त राष्ट्रे व तुर्कस्तान यांच्यात झालेल्या सेव्हर्सच्या तहानुसार तुर्कस्तानच्या साम्राज्याची विभागणी करण्यात आली. यामध्ये इराकचा प्रदेश इंग्लंडच्या ताब्यात विश्वस्त प्रदेश म्हणून देण्यात आला. इराकच्या सीमा राष्ट्रसंघाने निश्चित केल्या; पण इराकला हे अजिबात मान्य नव्हते. इंग्रजांविरुद्ध इराकी जनतेने बंड केले. जामील मिदकाई या इराकी सैन्याधिकाऱ्याच्या नेतृत्वाखाली मोसूल प्रदेशाजवळ एका ब्रिटिश तुकडीचा संहारही करण्यात आला. इराकी जनतेचा हा प्रखर प्रतिसाद पाहून इंग्लंडने थोडे सौम्य धोरण स्वीकारले. १९२१ मध्ये अमिर फैजल याला इराकचा राजा म्हणून घोषित केले आणि एक मंत्रिपरिषद निर्माण केली. या परिषदेत इराकी नेत्यांचा समावेश करण्यात आला. इराणमध्ये इंग्रजांचे एक प्रशासन ज्याच्याकडे सर्वाधिकार होते ते आणि दुसरे राजा फैजल व मंत्रिपरिषद यांचे असे दुहेरी राज्य सुरू झाले. सर्व प्रमुख अधिकार हे इंग्रजांकडेच होते. याविरुद्ध इराकमध्ये संघर्ष सुरू झाला.

इंग्रजांविरुद्ध उठाव आणि स्वातंत्र्य : इंग्रजांविरोधी भावना इराकमध्ये वाढत चालली होती. देशाच्या अंतर्गत व बाह्य संरक्षणाची व्यवस्था इराकी सरकारकडे सोपवावी अशी मागणी सातत्याने होत होती. इराकमधील जनक्षोभ वाढला होता. अशावेळी सर गिल्बर्ट क्लेटन याला इंग्लंडने उच्चायुक्त म्हणून नेमले. क्लेटनने विश्वस्तपद्धती समाप्त करण्याचा एक प्रस्ताव इराकी मंत्रिपरिषदेपुढे मांडला. हा करार मान्य होऊन पुढे इराकला स्वातंत्र्य मिळाले. या प्रस्तावामध्ये पुढील कलमे होती.

१) इंग्लंडला हब्बानिया आणि शुआबिया या दोन विमान तळांवर पूर्ण अधिकार द्यावा. युद्धाला आवश्यक अशी युद्धसामग्री इराकमधून ने-आण करण्याचा अधिकार इंग्लंडला असावा.

२) युद्धाकाळात किंवा संकटाच्या प्रसंगी इराकने इंग्लंडकडूनच सैनिकी मदत घ्यावी.

३) इराकमध्ये असणाऱ्या इंग्लंडच्या प्रतिनिधीला सर्व देशांच्या प्रतिनिधी मंडळात प्रथम स्थान देण्यात यावे.

४) इराकी सैनिक अधिकाऱ्यांना प्रशिक्षणासाठी इंग्लंडमध्ये पाठवण्यास प्राधान्य देण्यात यावे. सैन्य तज्ज्ञांची नियुक्ती करतानाही इंग्रजांना प्राधान्यक्रम दिला जावा.

५) राष्ट्रसंघाचे सदस्यत्व मिळण्यासाठी इंग्लंड इराकला मदत करेल.

या प्रस्तावाप्रमाणे मंत्रिपरिषदेने इराकी संसदेच्या अनुमतीने इंग्लंडशी तह केला.

१९३६ ची राज्यक्रांती : इराकमध्ये शतकानुशतके राजेशाही राज्यव्यवस्था होती. पहिल्या महायुद्धानंतर स्थापन झालेले इंग्रजांचे वर्चस्व आणि त्याविरुद्ध केलेल्या उठावानंतर प्रस्थापित झालेली संसदीय पद्धत ही इराकी जनतेच्या पचनी पडली नाही. खऱ्या अर्थाने संसदीय प्रशासनपद्धती इराकमध्ये अस्तित्वातच येऊ शकली नाही. म्हणूनच १९३१ ते १९३६ या कालावधीत इराकमध्ये एकवीस सरकारे आली आणि पडलीही. सुशिक्षित आणि पाश्चात्त्य जगाची जाणीव होत असलेल्या तरुण वर्गात या बद्दल असंतोष निर्माण झाला. एकूणच लोकशाही आणि संसदीय राज्यपद्धतीविषयी अविश्वास पसरला. तुर्कस्तानमध्ये केमाल पाशाने केलेल्या क्रांतीप्रमाणे आपल्याही देशात क्रांती घडून यावी. तुर्कस्तानमध्ये झाल्या तशा आपल्या देशात सुधारणा होऊन देशाला मानाचे स्थान मिळावे अशी अपेक्षा या तरुणांना होती. हिकमत सुलेमान आणि बक्र सिद्दीकी यांनी १९३६ मध्ये राज्यक्रांती घडवून आणली. स्वतःला इराकच्या सर्वेसर्वा समजत शेजारील राष्ट्रांशी मैत्रीचे तहसुद्धा केले. सौदी अरेबिया, इराण, तुर्कस्तान या देशांशी मैत्रीचे तह करून इराकच्या सरहद्दीबाबतचे निश्चितीकरण केले. एकूण इराणची वाटचाल हुकूमशाही विचारांकडे चालली होती. इंग्लंडचे अस्तित्व त्यांना खुपू लागले. त्यातच १९३९ मध्ये इराकचा राजा गाझी याचा मोटार अपघातात मृत्यू झाला. या घटनेचे भांडवल करून राष्ट्रवादांनी इंग्रजांविरुद्धचे उठाव तीव्र केले. पण यावेळपर्यंत दुसऱ्या महायुद्धाला सुरुवात झाली होती.

५.२.२ रशीद अलीचा उदय (Rise of Rashid Ali)

रशीद अली गिलानी किंवा रशीद अली कल्याणी याचा जन्म बगदाद येथे १८९२ मध्ये झाला होता. त्याने कायद्याचा अभ्यास बगदाद लॉ स्कूलमध्ये केला. अनेक वर्षे कायदा क्षेत्रात काम केल्यानंतर राजकारणात प्रवेश केला. तो कायदामंत्री झाला. अरब जगतात तो अत्यंत लोकप्रिय होता. १९३३ मध्ये तो इराकचा पंतप्रधान झाला. पुढे १९४० मध्ये पुनः पंतप्रधान झाला.

दुसरे महायुद्ध सुरू झाले त्या वेळी अन्य मध्यपूर्वेतील देशांप्रमाणे इराकनेही तटस्थतेची भूमिका स्वीकारली; पण इराक पूर्णपणे स्वतंत्र नसून इंग्लंड-इराक करारांनुसार इराकचे संरक्षण व सुरक्षिततेसाठी ते इंग्लंडशी निगडित होते. इंग्लंडचे अजूनही अस्तित्व इराकमध्ये होते. दुसरे महायुद्ध सुरू झाले आणि इंग्लंडने इराकला युद्धासाठी हवाईतळांचा वापर करण्याची परवानगी मागितली. रशीद अलीला इंग्लंडला मदत मागावयाची होती परंतु त्याचा स्वतःचा कल हिटलरच्या नाझीवादाकडे होता. रशीद अलीची भूमिका निश्चित होत नव्हती. इंग्लंडला विरोध करायचा असेल तर अक्ष राष्ट्रांची मदत घेणे भाग होते. त्या दृष्टीने त्याने इटली व विशेषतः जर्मनीशी बोलली सुरू केली. इंग्लंडचे

सैन्य इराकमध्ये उतरवले जात होते; पण त्याची अंतर्गत भूमिका अक्षराष्ट्रांच्या मदतीची होती. इंग्रज पलटणींशी लढण्यासाठी त्याने शस्त्र व सैनिकी मदत मागितली. इराकला मदत करण्याचा अक्ष राष्ट्रांचा निर्णय होत नव्हता आणि इंग्रज सैन्य तर इराकमध्ये उतरत होते. अशावेळी इंग्रजांना विरोध करण्यासाठी इराकमधील भूमिका बळावत होती. शेवटी इंग्रजांच्याविरुद्ध इराकने भूमिका घेतली. याला एक महत्त्वाचे कारण असे होते की, रशीद अलीला इंग्लंडकडून राजनैतिक मान्यता हवी होती, ती मिळत नव्हती आणि त्या वेळी युद्धाचा कल पाहता जर्मनीचा विजय होईल असे चित्र दिसत होते. पण शेवटी इराकने अक्ष राष्ट्रांशी सहकार्य करण्याचे ठरविले. इंग्लंडने इराकशी केलेल्या करारानुसार इंग्लंडचे सैन्य बसरा येथे उतरविण्यात आले. अक्ष राष्ट्रांची मदत न आल्याने रशीदने इराकी सैन्याला युद्धाचे आदेश दिले. सर्वत्र राष्ट्रवादाचे वारे वाहू लागले. त्याने इराकी जनतेला जिहादची हाक दिली. युद्धाचे दोन आठवडे सर्व व्यवहार ठप्प झाले. युफ्रेटस धरण, रेल्वेलाईन, टेलिग्राफ उद्ध्वस्त करण्यात आले. ट्रान्सजॉर्डनकडून इंग्लंडचे सैन्य फाजूल्लाचा पाडाव करून दहा दिवसांनी बगदादला पोहोचले. हिटलरने सैन्य व शस्त्र पाठवले पण त्या वेळी फार उशीर झाला होता. इंग्लंडच्या सैन्याने बगदाद ताब्यात घेतले. रशीद अलीला तुरुंगवास झाला. पुढे बैरूत या ठिकाणी १९६५ मध्ये त्याचा मृत्यू झाला.

५.२.३ १९५८ ची राज्यक्रांती (1958 Revolution)

इराकमधील परिस्थिती सतत अस्थिर होत होती. वास्तविक दुसऱ्या महायुद्धानंतर जमीनसुधारणा कायदा झालेला होता, पूरनियंत्रण, कृषिसिंचनासाठी कालवे बांधण्याचे काम करण्यात आले होते. तैग्रीस या महत्त्वाच्या नदीवरही बांध व कालवे बांधले. युफ्रेरिस नदीवरही रमदी बांध बांधला. यामुळे शेती सुधारणा झाल्या. शेतकऱ्यांची परिस्थिती सुधारली. कापड, सिमेंट, साखरेचे कारखाने उभारले. रेल्वेमुळे वाहतूक व्यवस्था सुधारली. परंतु या सुधारणा तुटपुंज्या होत्या, गरीब-श्रीमंत भेद शिल्लक होताच. शेती अजूनही सामान्यांच्या ताब्यात नव्हती.

इजिप्तमध्ये झालेल्या सुधारणांमुळे इराकमधील राष्ट्रवादी नेते प्रभावित झाले होते. त्यांना श्रीमंत जमीनदार, परंपरावादी शेख आणि सेनाधिकाऱ्यांची सत्ता नष्ट करायची होती. त्यांनी अब्दल करीम कासीम याला आपला नेता मानले आणि सर्वांनी संघटितपणे जुलै १९५८ मध्ये क्रांतीचे रणशिंग फुकले. ते राजधानीत पोहोचले. राजधानीत हिंसाचारी बेशिस्त जमावाने लूटमार, हिंसाचार, कत्तलीला सुरुवात केली. राजा फैजल, अब्दुल, इलाह हा राजपुत्र जो फैजलचा उत्तराधिकारी होता ते मारले गेले. शिवाय पंतप्रधान नुरी-अल्-सैदहा मारला गेला. हाशिमी घराण्याचा क्रूर शेवट झाला.

इजिप्तच्या नासेरने कासीमचे अभिनंदन केले. सोव्हिएत रशिया व चीनने त्याला मान्यता दिली. कासीम हा इराकी राष्ट्रवादी होता. इराकचे सार्वभौमत्व, स्वातंत्र्य आणि राष्ट्रीय संपत्ती ही केवळ इराकचीच असावी या बाबत तो आग्रही होता. त्याने इजिप्तच्या नासेरशी आणि कम्युनिस्टांशी संबंध तोडून टाकले. संयुक्त अरब गणराज्यातही तो सामील झाला नाही. उलट, असा सल्ला देणाऱ्या कर्नल आरिफला त्याने तुरुंगात टाकले. मोसूलमध्ये गणराज्यावाद्यांचे बंड त्याने मोडून काढले. नासेरच्या विरुद्ध कारवाया सुरू केल्या. इराक फक्त इराकी जनतेकरिता हे कासीमच्या धोरणाचे सूत्र होते. कुवैत हा इराकचा भाग असल्याचे त्याने जाहीर केले; पण त्याच्या एकतंत्री कारभाराला कंटाळून अब्दुल आरिफने गुप्तपणे पुनः राज्यक्रांती घडवून आणली. आणि कासीमला देहांताची शिक्षा देण्यात आली.

५.२.४इराण-इराक युद्ध (१९८१-१९८८) (Iran - Iraq Conflict)

विसाव्या शतकातील सर्वांत दीर्घकाळ चाललेले युद्ध, दुसऱ्या महायुद्धानंतर जगात घडलेले सर्वांत रक्तरंजित युद्ध, आखाती युद्धातील सर्वांत मोठे युद्ध अशा विशेषणांनी हे युद्ध ओळखले जाते. पाश्चात्यांच्यादृष्टीने सुरुवातीला हे आखाती राष्ट्रांतील नेहमीच चालणाऱ्या कुरबुरी प्रमाणेच असणारे युद्ध होते. परंतु या युद्धाची प्रदीर्घता आणि यामध्ये वापरली गेलेली शस्त्रास्त्रे यामुळे बडी राष्ट्रे चिंतीत झाली. मुख्य म्हणजे तेलपुरवठ्याच्या क्षेत्रातच हे युद्ध असल्याने सर्वच राष्ट्रांसाठी चिंतेचा विषय बनले.

इराण-इराक युद्धाची पार्श्वभूमी किंवा कारणे

१) **भिन्न राज्यव्यावस्था :** इराकमध्ये १९६८ मध्ये सत्तांतर झाले आणि अल् बक्र हा अध्यक्ष व पंतप्रधान झाला. त्याने इराक हे लोकशाही गणराज्य असल्याचे जाहीर केले. येथील प्रशासन व अर्थव्यवस्था ही समाजवादी पद्धतीची होती. पाश्चात्त्यांकडून सहकार्य न मिळाल्यामुळे इराक रशियाकडे झुकला होता. इराणमध्ये क्रांती होऊन आयातुला खोमेनीकडे सर्वाधिकार होते. तो इस्लामचा कट्टर पुरस्कर्ता होता. परंपरावादी होता; त्यामुळे पाश्चात्त्यांशी त्यांचे सहकार्य नव्हते.

२) **भिन्न धार्मिक पंथ :** इराक आणि इराण ही दोन्ही राष्ट्रे इस्लाम धर्मीय राष्ट्रे होती. परंतु इराकने राष्ट्राच्या प्रगतीसाठी धर्मापेक्षा विकासाला प्राधान्य दिले होते. शिवाय इराकमध्ये इस्लामधर्मीय असले तरी ते सुन्नी पंथाचे होते. इराणमध्ये आयातुल्ला खायेनी याने परंपरा व धर्म याला प्रथम महत्त्व दिले होते. इराणमधील

जनता ही शियापंथीय होती. धर्म एकच असला तरी या दोन्ही देशांत वेगवेगळ्या पंथाचे प्राबल्य होते. इराकमधील शियापंथीय बडंखोरी करतील अशी धास्ती होती. आजतागायत शिया व सुन्नी संघर्ष सुरू आहे.

३) **भिन्न विचारसारणी :** इराक हे सकल अरब राष्ट्रवादाला प्राधान्य देणारे राष्ट्र होते. किंबहुना या युद्धाच्या निमित्ताने अरब राष्ट्रांमध्ये आपला दबदबा निर्माण करून अरब राष्ट्रवाद्यांचे पुढारी मिळवण्याची इराकची महत्त्वाकांक्षा होती. इराण हे सकल इस्लामवादाचा पुरस्कार करणारे राष्ट्र होते. सर्व इस्लाम धर्मियांना एकत्र आणून पवित्र व परंपरानिष्ठ धर्म टिकवून ठेवण्याचा इराणचा इरादा होता. विशेषतः आधुनिकता स्वीकारणाऱ्या पाश्चात्त्य राष्ट्रांविषयी इराणला राग होता.

४) **शत्-अल-अरब-सीमा :** शत्-अल-अरब ही खाडी वर्षांनुवर्षे इराण इराकमधील सीमारेषा मानली गेली आहे. परंतु येथून जाणाऱ्या नौकांवर इराणला कर द्यावा लागत होता. दिवसेंदिवस तेलवाहू नौकांची तेथील वाहतूक वाढत चालली होती. इराणला दिवसेंदिवस अधिक कर द्यावा लागत होता.

५) **इराणचा बाथ पक्षाला विरोध :** इराकमध्ये बाथ पक्षाचे सरकार होते. बाथ पक्षाची भूमिका परंपरागत इस्लाम धर्माच्या बाजूने नव्हती तर धर्मातीत राज्यव्यवस्थेच्या बाजूने होती. इराकमध्ये होणाऱ्या शिया पंथीयांच्या विरोधात बाथ पक्षाने भूमिका घेतलेली होती. म्हणून इराणचा या पक्षाला विरोध होता.

६) **सद्दाम हुसेनची महत्त्वाकांक्षा :** सद्दाम हुसेन अत्यंत महत्त्वाकांक्षी होता. इराकला अरब जगतात नेतृत्व मिळावे ही त्याची इच्छा होती, शिवाय इराणकडे असणारा खुझेस्तान हा तेलाने समृद्ध असा प्रदेश ताब्यात घेण्याची महत्त्वाकांक्षा होती; विशेषतः नासेरच्या मृत्यूनंतर तो स्वतःला अरबांचा नेता समजूत होता.

७) **इराणची परिस्थिती :** इराणमध्ये नुकतीच राज्यक्रांती झालेली होती. अंतर्गत अस्थिरतेतून हा देश बाहेर येतच होता, आणि आयतुल्ला खोमेनी या इस्लामच्या परंपरानिष्ठ शिया पुढाऱ्यांकडे इराण नेतृत्व होते. सुन्नी, अरबी, ख्रिश्चन, साम्यवादी अशा सर्व राष्ट्रांपासून इराण वेगळे व एकटे पडले होते. अशावेळी इराणवर आक्रमण केल्यास आपल्याला सहज विजय मिळेल अशी इराकला अपेक्षा होता.

८) **इराक-रशिया मैत्री :** इराकमधील राज्यव्यवस्थेवर समाजवादाचा प्रभाव होता. इस्राइलच्या निर्मितीपासून अरब राज्ये अमेरिका व इंग्लंडच्या विरोधीच होती.

इराकला सर्व प्रकारची शस्त्रास्त्रे पुरवित असला तरी त्याविरुद्ध अमेरिका इराणला शस्त्रास्त्रांची मदत करीत नव्हती; कारण आयातुल्ला खोमेनी हा पाश्चात्त्यांच्या विरोधात होता.

९) **इराकला खुझेस्तान प्रांताची अपेक्षा :** बगदाद करारानुसार इराण-इराक यांच्यामध्ये सिमानिश्चिती झालेली होती. तेलाने समृद्ध असा खुझेस्तान प्रांत इराणमध्ये होता. वास्तविक खुझेस्तानमध्ये अरबी बोलणारे लोक खूप होते. स्वतःला अरबांचा नेता म्हणवणाऱ्या सद्दाम हुसेनने खुझेस्तान प्रांत ताब्यात घेण्याचे प्रयत्न चालविले. त्याने खुझेस्तानचे अरबीकरण सुरू केले. अरबी भाषेला प्राधान्य, शहरांना अरबी नावे देण्यात आली. टी. व्ही. वरूनही हा प्रदेश इराकचाच असल्याचे प्रसारात होऊ लागले. हा प्रदेश मिळवण्याची इराकला आकांक्षा वाटू लागली.

२२ सप्टेंबर, १९८० रोजी कोणत्याही पूर्वसूचनेशिवाय इराकने इराणवर आक्रमण केले व या युद्धाला सुरुवात झाली. इराकची अपेक्षा होती की, इराण फार काळ युद्ध करू शकणार नाही. किंबहुना, तो आपल्या माऱ्यापुढे टिकणार नाही आणि ४-६ महिन्यांतच युद्ध संपुष्टात येईल. इराकच्या या महत्त्वाकांक्षेला आणि आत्मप्रौढीला इराणने सुरुंग लावला. ८-९ वर्षे हे युद्ध चालले. सौदी अरेबिया आणि कुवेतचा इराकला पाठिंबा होता. तर सिरिया आणि इराकमधील बंडखोर कुर्दांची इराणला मदत होती.

या युद्धाचे चार टप्पे पाडता येतात.

१) इराकने तेलाने समृद्ध अशा खुझेस्तानवर कब्जा मिळवला व काही इराणी प्रदेश ताब्यात घेतला.
२) १९८१ च्या मध्यास इराणी सैन्याने जोरदार लढा देऊन आपला प्रदेश तर मिळवलाच पण इराकी सैन्यासा मागे रेटत, इराकी प्रदेश जिंकून घेतला. दुर्देवाने हा मिळवलेला प्रदेश ते ताब्यात ठेऊ शकले नाहीत.
३) रणगाड्यांचे युद्ध-इराणला प्रत्युत्तर म्हणून इराकने रणगाड्यांच्या साहाय्याने इराणमध्ये शिरून हल्ला केला.
४) हवाई हल्ले किंवा शहरांवरील हल्ले-दोन्ही राष्ट्रांनी हेलिकॉप्टरद्वारे एकमेकांच्या शहरांवर हल्ले केले. शिवाय हवाई हल्ल्यांद्वारे तेलवाहू व व्यापारी जहाजांना लक्ष्य केले.

युद्ध चालू होते पण निर्णायक विजय कोणालाच मिळत नव्हता. सुरुवातीला

इराकने इराणला मागे रेटले असले तरी नंतर सुमारे सहा वर्षे युद्धावर इराणचे वर्चस्व होते. त्या वेळी इराण हे जगातील ५ व्या क्रमांकाचे सैन्यशक्ती असणारे राष्ट्र होते.

हल्ले नेमके तेल क्षेत्रात होत होते. त्यामुळे दोन्ही राष्ट्रांची अर्थव्यवस्था खालावली होती. इराण जिंकले तर मूलतत्त्ववाद्यांचा विजय होईल म्हणून पाश्चात्त्य राष्ट्रे चिंतेत होती आणि रशिया इराकला मदत करीत असल्याने इराण विजयी होऊ नये ही त्यांची अपेक्षा होती. या परिस्थितीमुळे या युद्धाला आंतरराष्ट्रीय परिमाण लाभले.

इराकची भूमिका अशी होती की, आपण अरब राष्ट्रवादासाठी लढत आहोत आणि इस्लाम मूलतत्त्ववादाला विरोध करीत आहोत. त्याने अरब ऐक्यवादाचे आवाहन केल्यामुळे इस्लामी राष्ट्रांमध्ये फूट पडली.

दीर्घ काळ चाललेल्या या युद्धाची व्याप्ती वाढण्याची चिन्हे दिसताच संयुक्त राष्ट्राने हा धोका टाळण्यासाठी मध्यस्थी करण्याचे ठरविले. अमेरिका व रशियानेही संयुक्त राष्ट्राच्या भूमिकेला पाठिंबा दिला व युद्धबंदीची घोषणा करण्यास सांगितले. १९८८ मध्ये युएन रिझोल्युशन ५९८ प्रमाणे युद्धबंदी मान्य करण्यात आली. अर्थात, पुढे दोन वर्षेही यावर तोडगा निघाला नाहीच; पण अचानक इराकने एकतर्फी युद्धबंदी जाहीर केली. याला इराणनेही मान्यता दिली. इराकने एकतर्फी जाहीर केलेल्या या प्रस्तावात इराणचे लाखो युद्धकैदी सोडून देणे, इराणचा जिंकलेला प्रदेश परत देणे आणि युद्धाचे मूळ ठरलेल्या शत-अल्-अरब खाडीवर इराणलाही अधिकार देणे हे मुद्दे होते. हे युद्ध अचानकपणे थांबले. यानंतर इराणने इराकला अन्न व औषधे पुरविण्यास तसेच इराकच्या तेलवाहू बोटी इराणच्या आखातातून जाण्यास मान्यता दिली. दोन्ही राष्ट्रांत सामंजस्य निर्माण झाले; पण अमेरिका मात्र अडचणीत आली. कारण त्यांनी सातत्याने इराकच्या सद्दाम हुसेनला मध्य आशियातील हिटलर असे संबोधलेले होते. आयातुल्ला खोमेनेनीही सर्व अरब राष्ट्रांना अमेरिकेविरुद्ध पवित्र युद्ध सुरू करण्याचे आवाहन केले होते.

इराण-इराक युद्धाचे परिणाम

१) दीर्घ काळ विसाव्या शतकातील व दुसऱ्या महायुद्धानंतरचे सर्वांत दीर्घ काळ चाललेले हे युद्ध होते.

२) आर्थिक व जीवित हानी या युद्धात मृत्युमुखी पडलेल्या सैनिकांची अधिकृत संख्या नसली तरी सुमारे पन्नासहजार सैनिक व नागरिक मृत्युमुखी पडले. यांपेक्षा कितीतरी अधिक लोक जखमी झाले.

३) **सीमा बदलल्या नाही**-युद्धानंतर इराण किंवा इराक यांच्या सीमारेषा पूर्वी होत्या त्याच राहिल्या. सीमा बदलल्या गेल्या नाहीत.

४) **युद्धसामग्री**-या युद्धात रणगाडे हवाई दल यांचा वापर तर झालाच पण दुर्दैवाने या युद्धात रासयनिक शस्त्रांचा वापरही झाला. इराकी सैन्याने मस्टर्ड गॅस सारखी युद्धसामग्री वापरली. इराकने M/- 25 तर इराणने AH-13 Sea Cobras ही आधुनिक विमाने व विमानवाहू बोटींचा वापर केला. टोर्पेडो बोटी, पाणबुडीचा पाठलाग करणाऱ्या बोटींचा वापर झाला. क्षेपणास्त्रे वापरली गेली. इराण इराक युद्ध हे पहिले आखाती युद्ध म्हणून ओळखले जाते.

५.३ कुवेत-इराक युद्ध व त्याचे परिणाम (Kuwait-Iraq war and its Impact)

इराकने कुवतेवर आक्रमण करून २ ऑगस्ट, १९९० रोजी कुवेतवरती नियंत्रण प्राप्त केले. वास्तविकतः इराकने कुवेतवर जे आक्रमण केले त्यामध्ये कोणालाच काही फारसे आश्चर्य वाटत नव्हते. विशेषतः १९९० च्या पहिल्या सहा महिन्यांत सद्दाम हुसेनची जी काही वक्तव्य लोकांसमोर येत होती त्यावरून इराक आणि कुवैत यांच्यात संघर्ष होणार होता हे स्पष्ट दिसत होते.

कुवेत-इराक युद्धाची कारणे

कुवेत-इराण युद्धाची कारणे पुढीलप्रमाणे सांगता येतील.

१) आर्थिक समस्या

कुवेत-इराक युद्धाच्या पूर्वीच इराकचे इराण सोबत युद्ध झालेले होते, ज्यामध्ये त्यांचे राखीव वित्तसाठे पूर्णतः खर्च झालेले होते. परिणामतः इराकची अर्थव्यवस्था ही पूर्णपणे मोडकळीला आलेली होती. इराक हा अमेरिका आणि फ्रान्स यांच्या कर्जाच्या विळख्यात सापडलेला होता. त्यामुळे इराक हा स्वतःला कर्जमुक्त करू पाहण्याचा मार्ग शोधत होता. त्यासाठी त्यावर उपाय या दृष्टीने तो कुवेतकडे पाहत होता. परिणामतः कुवेत आणि इराक यांच्या मधील संघर्षाचे महत्त्वपूर्ण कारण हे आर्थिक समस्येमध्ये दडल्याचे दिसून येते.

२) तेलाचे उत्पादन

इराकच्या राष्ट्रीय उत्पन्नाचा सर्वांत महत्त्वपूर्ण स्रोत म्हणजे तेलाच्या विक्रीमधून येणारे उत्पन्न हा होय. या तेलाच्या उत्पादनाचे नियंत्रण ओपेकद्वारे केले जाते. या मागचा हेतू आंतरराष्ट्रीय स्तरावरती तेलाच्या किमती स्थिर व नियंत्रणात राहणे हा आहे. हे सर्व माहिती असूनही कुवेत या सर्व बाबींकडे, प्रमाणाकडे दुर्लक्ष करत होता. त्यामुळे आंतरराष्ट्रीय बाजारामध्ये तेलाच्या किमती प्रती बॅरलला १८ अमेरिकन डॉलर वरून ७ अमेरिकन डॉलर वरती येऊन कोसळल्या. या प्रकाराने तेलाच्या किमती

खाली कोसळणे म्हणजे इराकच्या महसुलामध्ये घट होऊन त्यांची कर्ज फेडण्यातीस असमर्थता होण्यासारखे होते. परिणामतः तेलाच्या उत्पादन व विक्रीवरून इराक आणि कुवेत यांच्यातील वितुष्ट वाढत गेले आणि याची परिणती या दोन देशांमध्ये संघर्ष होण्यात झाली.

३) प्रादेशिक सीमांवरून कलह

इराक आणि कुवेतवरील नियंत्रणाचा शेवट करत असताना ब्रिटिशांनी या दोन्ही प्रदेशांच्या काही सीमारेषा या व्यवस्थित निश्चित केलेल्या नव्हत्या. त्यामुळे ज्या क्षेत्रांच्या सीमा निश्चित नव्हत्या त्या प्रदेशावरती विविध कारणाने नियंत्रण मिळवण्याची स्पर्धा सतत या दोन्ही देशांत चालू होती. उदाहरणार्थ, रूमैला तेलक्षेत्रा (Rumaila Oil Field) वरती या दोन्ही देशांचे नियंत्रण ठेवण्याचे प्रयत्न चाललेले होते. त्या अनुषंगाने १९९० मध्ये इराकने असा दावा केला की, कुवेतने स्लँट- डिलिंग तंत्रज्ञानाच्या साहाय्याने इराकच्या क्षेत्रातील (हद्दीतील) तेलाच्या खाणीवरती नियंत्रण प्रस्थापित करण्यास सुरुवात केली आहे. हा दावा केल्यानंतर इराकने कुवेतकडे तेलाच्या खाणी संदर्भात नुकसानभरपाईची मागणी केली, पण ही मागणी कुवेतने धुडकावून लावली यांमुळे या दोघांतील तणावपूर्ण संबंधात वाढ झाली आणि दोहोंतील युद्धास सुरुवात झाली.

४) सद्दाम हुसेनचे नेतृत्व

तत्कालीन इराकने नेतृत्व करणारा सद्दाम हुसेन हा अत्यंत महत्त्वाकांक्षी व्यक्ती होता. तो स्वतःला संपूर्ण अरब जगातचा स्वयंघोषित प्रतिनिधी समजत असे. कुवेतने नुकसानभरपाई न देऊन जे आव्हान त्याच्यासमोर उभे केले होते, ते त्याच्या दृष्टिकोनातून त्याच्या प्रतिष्ठेवरती घातलेला घाला असे समजले गेले. यातूनच सद्दामने कुवेतवर आक्रमण करण्याची योजना तयार केली त्याचबरोबर त्याला लष्कर आणि सर्वसामान्य नागरिकांच्या रोषाला बळी पडावे लागत होते. परिणाम स्वरूप जर इराकच्या सद्यः परिस्थितीत जर आपण सुधारणा करू शकलो नाही आणि इराकमध्ये अंतर्गत अशांतता निर्माण झाली तर धार्मिक उद्रेक होऊन सैन्यदेखील उठाव करील व आपल्याला पदभ्रष्ट व्हावे लागेल या भीतीने सद्दामने कुवेतबरोबर संघर्ष करण्यास सुरुवात केली. एकूणच सद्दामच्या नेतृत्वातच इराक कुवेत संघर्षाची बीजे रोवली गेल्याचे दिसते.

५) अमेरिकेची भूमिका

कुवेतवरती आक्रमण करण्यापूर्वी सद्दाम हुसेन याने अमेरिकन राजदुताची भेट घेतलेली होती. त्यावेळी दोन्ही देशांत जी चर्चा झाली, त्यावरून सद्दामने असा

निष्कर्ष काढला की, इराकची जी सद्यःस्थिती आहे त्या परिस्थितीबद्दल अमेरिका आत्यंतिक सहानुभूती बाळगून आहे. जर आपण कुवेतवरती आक्रमण केले तरी अमेरिका कुवेतला कोणत्याही प्रकारे मदत करणार नाही. याच गैरसमजातून कुवेतला कुमकुवत समजून सद्दामने कुवेतवरती आक्रमण केले.

६) तत्कालिक कारण

इराकी सरकारने असा दावा केला की, कुवेतमधील जे राज्यकर्ते आहेत त्यांच्याबद्दल कुवेती नागरिकांमध्ये आत्यंतिक असंतोष असून इराक कुवेतवर करत असलेले हे आक्रमण पूर्णतः कुवेती क्रांतिकारकांच्या विनंतीनुसार करत आहे. या परिस्थितीचा अचूक फायदा घेऊन इराकने त्याच्या कृतीचे समर्थन केले व अन्य देशांनी यात मध्यस्थी करू नये अशी सूचना दिली. यांतूनच इराक-कुवेत संघर्षाला सुरुवात झाली.

५.३.२ कुवेत-इराक युद्धाचे परिणाम

कुवेत-इराक संघर्षाचे परिणाम पुढीलप्रमाणे स्पष्ट करता येतील

१) कुवेतवरील परिणाम

कुवेत-इराक संघर्षामध्ये जवळ जवळ १००० कुवेती नागरिक मारले गेले आणि कित्येक हजार लोक पकडले गेले. एकूणच संघर्षाचे भयाणस्वरूप पाहून अनेक नागरिकांनी देशातून स्थलांतर केले. कुवेतची संपत्ती जप्त करून ती इराकच्या ताब्यात दिली गेली. एकूणच या युद्धाची प्रंचड किंमत कुवेतला चुकवावी लागली. इराकी लष्कराने कुवेतमधील जवळपास ६०० तेल विहिरींना आगी लावल्या. या युद्धामध्ये कुवेतला जवळजवळ २५ अमेरिकन दशलक्ष डॉलर इतकी जबरदस्त हानी सहन करावी लागली. एकूणच कुवेतमधील सामान्य नागरिकांचे जनजीवन या युद्धाने पूर्णतः विस्कळीत झाले आणि कुवेतमध्ये अस्थिरता निर्माण झाली.

२) इराकवरील परिणाम

इराण बरोबरील झालेला संघर्ष आणि त्यानंतर तत्काळ निर्माण झालेला कुवेतवरील संघर्ष यांमुळे इराकची आधीच मोडकळीला आलेली अर्थव्यवस्था पूर्णतः अस्थिर झाली. संयुक्त सैन्याच्या पुढे इराकी सैन्य हे निष्प्रभ ठरले. त्याचप्रमाणे संयुक्त फौजांची युद्ध विमानांतून जे सतत बॉम्बचे हल्ले चालू ठेवले त्यातून मोठ्या प्रमाणात इराकमधील पायाभूत सोयी सुविधांची हानी झाली. त्याचबरोबर सर्वसामान्य इराकी जनतेलाही याचा जबरदस्त फटका बसला. या संघर्षामुळे इराकमध्ये अंतिमतः राजकीय अस्थिरता निर्माण झाली.

३) आंतरराष्ट्रीय स्तरावरील परिणाम

या युद्धाने आंतराष्ट्रीय स्तरावरील अस्थिरतेत आणि अशांततेत वाढ केली. केवळ राजकीय, सामाजिक दृष्टिकोनातूनच या युद्धाने समस्या निर्माण केल्या नाही तर पर्यावरणीय दृष्टिकोनातूनही अनेक समस्या या युद्धाने निर्माण केल्या. इराकने कुवेतमधील तेल विहिरींना आगी लावल्या व पर्शियन आखातात ११ दक्षलक्ष बॅरल तेल विहिरीत ओतून दिले; त्यामुळे समुद्रात आणि सागरी पर्यावरणातील समुद्रात मोठ्या प्रमाणावर वृद्धी झाली. पर्शियातील आखातांत हा तेलाचा तवंग दूर करण्यासाठी कितीतरी डॉलर खर्च करावे लागले. त्याचप्रमाणे संघर्षाची तीव्र झळ बसण्यास सुरुवात कुवेतमधील अनेक परकीय कामगार बेकारीच्या अवस्थेत तेथून स्थलांतरित झाले.

अशा प्रकारे इराक-कुवेत संघर्ष हा केवळ त्या दोन देशांच्या पुरताच मर्यादित न राहता तो आंतरराष्ट्रीय स्तरावरती पसरला. परिणामतः या संघर्षाचे जेवढे भयानक परिणाम इराक व कुवेत या दोन देशांना भोगावे लागले तेवढेच भयानक परिणाम आंतरराष्ट्रीय समुदायाला सहन करावे लागले.

सराव प्रश्न

प्र.१) खालील प्रश्नांची उत्तरे सविस्तर लिहा. (सुमारे ४०० शब्दांत)

१) इराणच्या आधुनिकीकरणात रेझाशाह पहलवीचे योगदान स्पष्ट करा.
२) तेलाच्या राजकारणात इराणची भूमिका विशद करा.
३) इराण-इराक युद्धाची कारणे लिहा.
४) कुवेत-इराक युद्धाची कारणे लिहा.

प्र.२) खालील प्रश्नांची थोडक्यात उत्तरे लिहा.

१) रेझाशाह पहलवीचे इराणच्या इतिहासात महत्त्व स्पष्ट करा.
२) १९४३ च्या इराणसंबंधी तेहरान बैठकीतील निर्णय काय होता?
३) इराकच्या स्वातंत्र्याचा प्रस्ताव व त्यातील कलमे लिहा.
४) इराकच्या इतिहासात रशीद अलीची कामगिरी विशद करा.
५) इराकमधील १९५८ च्या क्रांतीचे वर्णन करा.
६) इराण-इराक युद्धाचे चार टप्पे लिहा.
७) इराण-इराक युद्धाचे परिणाम काय झाले?
८) कुवेत-इराक युद्धाचे परिणाम स्पष्ट करा.

६ | तुर्कस्थान

Turkestan

६.१ पहिले महायुद्ध आणि तुर्कस्थान (First World War and Turkestan)
६.२ केमाल पाशाची कामगिरी (Achievement of Kemal Pasha)

प्रस्तावना

१९१४ साली सुरू झालेले पहिले महायुद्ध तुर्कस्थानच्या दृष्टीने इष्टापत्ती ठरली. कारण या युद्धात तुर्कस्थानने जर्मनीच्या बाजूने प्रवेश केला. जर्मनीचा पराजय झाला. पर्यायाने तुर्कस्थानचादेखील पराजय झाला. १९२० साली सेव्हर्स तह झाला. या तहानुसार उरलेसुरले तुर्की साम्राज्य संपुष्टात आले. आता तुर्कस्थान केवळ एक छोटेसे तुर्की राष्ट्र शिल्लक उरले. तुर्कस्थानात युरोपचा अगदी थोडा भाग शिल्लक राहिला. ज्या तुर्कस्थानने प्रचंड प्रमाणावर आपले वर्चस्व पूर्वी गाजविले त्याला आता छोट्या प्रदेशावरच समाधान मानून राहावे लागले हा दैवदुर्विलास होय. सन १९२० चा सेव्हर्सचा तह हा जरी तुर्की साम्राज्याच्या नेत्यांनी मान्य केला तरी, तुर्कस्थानातील तरुणांना हा तह अजिबात मान्य नव्हता. या तरुणांनी यंग टर्क किंवा तरुण तुर्क या संघटनेची स्थापना केली होती. या तरुण तुर्कांनी सेव्हीयर्सचा तह नाकारला. त्या तहात ज्या अपमानकारक अशा अटी लादण्यात आल्या होत्या त्यांचा धिक्कार केला. या सर्व गोष्टींच्या पाठीमागे केमाल पाशाचे नेतृत्व होते. केमाल पाशाने तुर्कस्थानचे पुनरुज्जीवन घडवून आणले. तो तुर्कस्थानच्या इतिहासात अजरामर झाला आहे. तुर्कस्थानचा तो हुकूमशहा होता याबद्दल वाद नाही; पण ती हुकूमशाही कल्याणकारी होती. नियतीच्यादृष्टीने तुर्की लोकांच्या विकासासाठी त्याची एकाधिकारशाही अपरिहार्य होती असे म्हणणे चूक ठरू नये. त्याच्या कालखंडात त्याने तुर्कस्थानला नव्या

जीवनाच्या वाटा स्वीकारण्यास भाग पाडले व संपूर्ण तुर्कस्थानमध्ये अभूतपूर्व स्वरूपाचा सामाजिक व आर्थिक विकास घडवून आणला.

६.१ पहिले महायुद्ध आणि तुर्कस्थान (First World War and Turkestan)

सन १९२० साली सेव्हीयर्सचा तह झाला. दोस्त राष्ट्रांनी या तहाद्वारे तुर्कस्थानवर जाचक व अपमानास्पद अटी लादल्या. या तहाच्याविरुद्ध लोकमत निर्माण करण्याची गरज आहे असे केमाल पाशास वाटले. सुलतानाचे मन वळविण्यासाठी व फ्रान्सविरुद्धचा लढा तीव्र करण्यासाठी त्याने सुलतान महंमद ६ वा यास अनेकवेळा या तहाविरुद्ध भूमिका घेण्यास सांगितले, पण त्याचा फायदा झाला नाही.

तुर्कस्थानात ग्रीकांचे सैन्य ठाण मांडून बसले होते. हे सैन्य आपल्या देशातून हाकलून लावण्यासाठी सुलतानने आज्ञा करावी असेदेखील त्याने सुलतानास सुचवून पाहिले पण सुलतान भित्रा असल्याने तसे करण्यास त्याने नकार दिला. या गोष्टीने तो मनस्वी निराश झाला. निराशेतच त्याने आपल्या पदाचा राजीनामा दिला. सुलतानाच्या मनात विचार असा आला की, केमाल पाशा आपल्या मार्गात येईल म्हणून त्याने अँनंतोलिया नावाच्या ठिकाणी लष्करी तुकड्यांकडे असलेली शस्त्रास्त्रे काढून घेण्यासाठी त्याला पाठविले. सुलतानाचा हा हुकूम केमाल पाशाने मान्य करून तो अँनंतोलिया येथे गेला. तेथे लष्कराच्या ताब्यात असलेली शस्त्रे घेण्याऐवजी त्याने तेथे असलेले लष्कर बलवान करण्याच्या प्रयत्नाला सुरुवात केली. त्याने अँनंतोलिया या ठिकाणी राष्ट्रवादी पक्षाची स्थापना केली. या पक्षाची स्थापना करताना त्याने जाहीर केले की, अंतिम उद्दिष्ट (या पक्षाचे) म्हणजे तुर्कस्थानला सुलतानशाहीतून मुक्त करणे व सेव्हीयर्स सारखा अपमानास्पद असलेला करार धुडकावून लावणे. सेव्हीयर्सचा करार धुडकावून लावण्याचे मनसुबे इंग्लंडला कळले. इंग्लंडने आपले सैन्य कॉन्स्टँटिनोपल या शहरात घुसविले. तेथे लष्करी कायदा पुकारण्यात आला. कॉन्स्टँटिनोपल येथे घडलेली घटना अनपेक्षित नव्हती. या चढाईला उत्तर देण्यासाठी १९२० साली केमाल पाशाने अंकारा येथे राष्ट्रीय परिषद बोलाविली. या असेंब्लीने (राष्ट्रीय परिषद) केमाल पाशाची अध्यक्ष म्हणून निवड केली. त्याचप्रमाणे लष्कराचा प्रमुख म्हणूनदेखील त्याची निवड करण्यात आली. अशाप्रकारे अंकारा येथे दुसऱ्या समांतरित तुर्की राज्याची स्थापना करण्यात आली. केमाल पाशाचे आता प्रमुख काम म्हणजे तुर्कस्थानच्या भूमीवरून शत्रूला हुसकावून लावणे. अँनंतोलियाच्या भागात इटालियन फौजा मोठ्या प्रमाणात होत्या. तेथील फौजांना हाकलून लावण्यासाठी केमाल पाशाला फार मोठ्या कौशल्याने पावले

टाकावी लागली. त्या प्रमाणे सर्व इटालियन फौजांची हकालपट्टी करण्यात आली व सायलेशिया या भागात असलेल्या फ्रेंच सैन्यालादेखील केमालने हाकलून लावले; तर रशियाबरोबर मित्रत्वाची बोलणी करून कॉर्स व ऑगहिन ही दोन ठिकाणे तुर्की साम्राज्यातून फुटली होती व दोन्ही प्रांतांनी एकत्र येऊन अर्मिनियन राज्य स्थापन केले होते. या नव्या अर्मिनियन लोकसत्ताक राज्याचा पराभव करण्यात आला व दोन्ही प्रदेश तथा अर्मिनियन राज्य तुर्कस्थानला जोडण्यात आले.

ग्रीकांशी संघर्ष

सेव्हीयर्स तहामुळे सर्वांत जास्त फायदा ग्रीसचा झाला. या तहामुळे ग्रीसला बरेच नवे प्रदेश मिळाले. केमाल पाशाच्या सैनिकांनी आपल्याला मिळालेले प्रदेश घेण्यास विरोध करू नये ही ग्रीकांची इच्छा होती. केमालच्या फौजांना मागेच रेटण्यासाठी अँनंतोलियात ग्रीकांनी सैन्य घुसविले. त्या दरम्यान सेव्हीयर्स कराराविरूद्ध तुर्कस्थानात लोकमत खूपच प्रक्षुब्ध बनले होते. तहात काही महत्त्वाचा फेरफार करावा अस दोस्त राष्ट्रांनादेखील मनापासून वाटू लागले. त्या दृष्टीने सुधारित तहात काही बदल करण्यासाठी लंडन व कॉन्स्टँटिनोपल येथे विचारविनिमय सुरू झाला होता. केमाल पाशाच्या सैन्याचा पराभव करण्याच्या दृष्टीने इंग्लंडनेदेखील ग्रीकांना मदत करण्याचे आश्वासन दिले. त्याचा परिणाम असा झाला की, ग्रीकांनी इंग्लंडच्या पाठिंब्याच्या जोरावर तुर्की प्रदेशात आक्रमण करण्यास सुरुवात केली. परंतु राष्ट्रवादी केमालच्या सैन्याने ग्रीक सैन्याला अँनंतोलिया येथे जोरदार विरोध केला व ग्रीकांच्या सैन्याचा धुव्वा उडविला. स्मनी हे शहर काबीज केले. सर्व प्रदेशांतून ग्रीकांच्या सैन्याचा धुव्वा उडविला. सर्व प्रदेशांतून ग्रीकांची हकालपट्टी मोठ्या प्रमाणात होऊ लागली. संपूर्ण आशिया मायनर तुर्कांनी आपल्या ताब्यात आणला. फ्रेंच व इटालियन सेनेने व्यापलेला तुर्की प्रदेश देखील खाली केला. आता केवळ ब्रिटिश तथा इंग्लिश सेना व्याप्त तुर्की प्रदेश मुक्त होण्याचा शिल्लक राहिला होता.

मुदानिया करार

मुदानिया करार हा लष्करी स्वरूपाचा करार होता. दार्दनेल्सची सामुद्रधुनी जिंकण्याचा विचार केमाल पाशाचा होता. केमाल पाशाची राष्ट्रीय सेना दार्दनेल्सच्या सामुद्रधुनीजवळ उभी ठाकली. समोर ब्रिटिश सेना होती. यातून गंभीर पेचप्रसंग निर्माण होऊ नये म्हणून ब्रिटिश सेनाधिकारी चाहर्स हॅरिंग्टन याने परिस्थिती चांगली हाताळली. त्यामुळे ब्रिटन तथा इंग्लंड व तुर्कस्थान यांच्यातील संघर्ष टळला. दोस्त राष्ट्रांनी मध्यस्थी करण्यास मान्यता दिली. अखेर सप्टेंबर १९२२ मध्ये वाटाघाटीस सुरुवात झाली. १३ ऑक्टोबरपर्यंत वाटाघाटीच्या अनेक फैरी झाल्या. मुदानिया येथे वाटाघाटी

यशस्वी होऊन अंकराच्या सरकारचे प्रतिनिधी दोस्ताचे कॉन्स्टँटिनोपलमधील सेनाधिकारी व ग्रीक प्रतिनिधी यांनी मुदानिया लष्करी करारावर सह्या केल्या. या करारानुसार दोन्ही बाजूंनी 'जैसे थे' परिस्थिती निर्माण करण्यात आली. हा करार म्हणजे केमाल पाशाचा राजनैतिक व लष्करी विजय समजला जातो.

सुलतानशाहीचे विसर्जन

या कराराचा परिणाम असा झाला की, सेव्हीयर्स तह हा जवळ जवळ संपुष्टात आला.

लासेनचा तह (२४ जुलै, १९२३)

लासेनची शांतता परिषद २० नोव्हेंबर, १९२२ रोजी सुरू झाली. त्यात सेव्हीयर्सच्या तहातील कलमे रद्द करण्यात येऊन नवीन अटी मान्य करण्यात आल्या. २४ जुलै, १९२३ रोजी लासेनचा तह अस्तित्वात आला. त्यातील प्रमुख कलमे पुढीलप्रमाणे-

१) ग्रीसला पूर्व थ्रेस, कॉन्स्टँटिनोपल व ॲड्रियानोपल या प्रदेशांवरील हक्क सोडून द्यावे लागले.
२) इजिप्त, सुदान, पॅलेस्टाइन, अरेबिया, सिरिया, सायप्रस व मेसोपोटेमिया या प्रदेशांवरील आपले हक्क तुर्कस्थानला सोडून द्यावे लागले.
३) तुर्कस्थानने परदेशी नागरिकांबाबत न्यायालयीन सुधारणा करण्याचे मान्य केले.
४) जकातीवरील परकीय नियंत्रणे रद्द करण्यात आली.
५) तुर्कस्थानच्या लष्करी, नाविक आणि हवाई दलांवरील सर्व बंधने दूर केली.
६) सामुद्रधुन्यांच्या निर्लष्करी भागास तुर्कस्थानने मान्यता दिली.
७) तुर्कस्थानचा सार्वभौम राष्ट्राचा दर्जा मान्य करण्यात आला.
८) तुर्की साम्राज्यावरील कर्जाचा बोजा कमी करण्यात आला.
९) मुस्लिमेतर जनतेचे ऑटोमन साम्राज्याच्या काळात असलेले खास अधिकार रद्द करण्यात आले.
१०) अनाटोलियातीस ग्रीक ख्रिश्चन आणि ग्रीक मॅसेडोनियातील मुस्लीम यांची अदलाबदल करण्यात आली.

लासेनचा तह हा तुर्कस्थानातील राष्ट्रवाद्यांचा फार मोठा विजय होता; कारण या तहामुळे तुर्कस्थानला जे हवे होते ते सर्व मिळाले तसेच सेव्हीयर्सच्या तहानुसार तुर्कस्थानवर झालेला अन्याय दूर झाला. इंग्लंड, फ्रान्स व इतर अनेक राष्ट्रांनी नव्या तुर्कस्थानला राजनैतिक मान्यता दिली.

तुर्कस्थानची प्रजासत्ताकाकडे वाटचाल

लासेनच्या तहाबद्दल आणि आपल्या कामगिरीबद्दल जनमत आजमाविण्यासाठी केमाल पाशाने सार्वत्रिक निवडणूक घेतली. या निवडणुकीत केमालच्या पक्षाला प्रचंड बहुमत मिळाले. नव्या विधिमंडळाने लासेनच्या तहास मान्यता दिली आणि नव्या तुर्कस्थानची नवी राजधानी अंकरा करण्यात आली. तुर्कस्थानचे सुलतान पद यापूर्वीच रद्द करण्यात आले असले तरी प्रजासत्ताकाच्या निर्मितीत अनेक अडथळे होते; कारण एवढा मोठा क्रांतिकारक बदल जनतेच्या पचनी पडणे कठीण होते. खलिफा पद अजून अस्तित्वात होते ते कायम ठेवण्याचा काहींचा आग्रह होता; पण केमालच्या मते खलिफा पद ठेवू नये असे होते. त्यामुळे साहजिकच खलिफा पदाचे विसर्जन आणि प्रजासत्ताकाची निर्मिती या दोन प्रश्नांमुळे फार मोठा संघर्ष होतो की काय, अशी परिस्थिती निर्माण झाली होती; पण केमाल पाशाने अत्यंत कौशल्याने ही परिस्थिती हाताळली. यापूर्वीच राष्ट्रीय सभेने नवी राज्यघटना तयार करण्याचे कार्य आपल्या हाती घेतले होते. ही घटना तयार झाल्यानंतर त्या घटनेनुसार २९ ऑक्टोबर, १९२३ रोजी तुर्कस्थान हे प्रजास्ताक राष्ट्र निर्माण झाले. मुस्ताफा केमाल पाशा हा या नव्या प्रजासत्ताकाचा पहिला अध्यक्ष म्हणून निवडला गेला. तो आपल्या देशाचा लागोपाठ चार वेळेला अध्यक्ष बनला. अध्यक्षपद स्वीकारल्यानंतर केमाल पाशा याने इस्मत पाशा यास पंतप्रधान पदावर नेमले. त्यानंतर इस्मत पाशाने आपले मंत्रिमंडळ निवडले.

खलिफा पदाची समाप्ती

तुर्कस्थानची सुलतानशाही नष्ट होऊन प्रजासत्ताक राज्याची निर्मिती झाली असली तरी तुर्की जनतेचे प्रेम खिलाफतीवर होतेच. तुर्की जनता आपल्या धर्मनिष्ठेपासून दूर जायला तयार नव्हती. केमालच्या मते धार्मिक आधार काढून टाकल्याशिवाय तुर्कस्थानची प्रगती साध्य करणे शक्य नाही म्हणून केमाल पाशा योग्य संधीची वाट पाहत होता. तशी संधी पंतप्रधान इस्मत पाशाला आलेल्या एका पत्रान्वये केमाल पाशाला मिळाली. भारतातील दोन मुस्लीम नेते आगाखान आणि अमील अली यांनी इस्मत पाशाला लिहिले होते, ‘‘सर्व मुस्लीम राष्ट्रांनी धार्मिक आणि नैतिक एकता भक्कम पायावर उभी करण्यासाठी तुर्कस्थानच्या खलिफा पदावर सर्वोच्च सत्ता देण्याची गरज आहे. त्यामुळे तुर्कस्थानला अद्वितीय शक्ती आणि प्रतिष्ठा प्राप्त होईल’’ केमाल पाशाने हे पत्र म्हणजे तुर्कस्थानच्या अंतर्गत कारभारात हस्तक्षेप आहे असे भासवून त्याविरुद्ध लोकमत तयार केले. त्याने त्वरित राष्ट्रीय सभा बोलावून या पदाची समाप्ती करण्याविषयी आवाहन केले. त्यानुसार ३ मार्च, १९३४ रोजी राष्ट्रीय सभेने खलिफा पद विसर्जित करणारी ती विधायके मंजूर केली.

१) ऑटोमन राजघराण्यास तुर्कस्थानातून हद्दपार करणे.
२) खलिफा पद विसर्जित करणे.
३) धार्मिक कॉलेजासह सर्व शैक्षणिक व तांत्रिक संस्था शिक्षण खात्याच्या वर्चस्वाखाली आणणे.

ज्या दिवशी खलिफा पदाचे विसर्जन करण्यात आले त्याच रात्री खलिफा अब्दुल मजीद याने तुर्कस्थान सोडले; त्यामुळे तुर्कस्थान हे धर्मनिरपेक्ष राज्य म्हणून घोषित करण्यात आले.

कुर्दिश प्रांतात बंड

तुर्कस्थानात प्रजास्ताक राज्य निर्माण झाले असले तरी प्रत्यक्षात सत्ता केमाल पाशा व त्याच्या लष्कराच्या हातातच होती. लष्करावर देशकल्याणकरी आणि प्रागतिक विकासाची जबाबदारी सोपविल्यास लष्करी सत्ता देशहितकारी व लोककल्याणकारी सत्ता होऊ शकते हे केमाल पाशास सिद्ध करावयाचे होते; म्हणून त्याने सर्व लष्करी अधिकाऱ्यांची एक सभा बोलावून त्यांच्यावर लोककल्याणाची जबाबदारी असल्याचे समजावून सांगितले. २० एप्रिल, १९२४ रोजी लोकशाहीवर आधारलेली नवी राज्यघटना केमाल पाशाने देशाला लागू केली. देशातील बहुसंख्य शेतकऱ्यांचा पाठिंबा मिळविण्यासाठी त्याने त्यांच्यावरील धार्मिक कर रद्द केला व सहानुभूती मिळविली. वरील तूट नागरी जनतेवर वेगळा कर बसवून भरून काढली. घटनात्मकदृष्ट्या सर्व सत्ता राष्ट्रीय सभेकडे असली तरी केमालचे अनेक निर्णय हुकूमशाही वृत्तीचे होते. ही गोष्ट त्याच्या सहकाऱ्यांना मान्य नव्हती; त्यामुळे त्यांनी केमाल पाशाच्या हुकूमशाही वृत्तीला विरोध करण्यास सुरुवात केली. राष्ट्रीय सभेत हा विरोध मोठ्या प्रमाणावर झाल्याने पंतप्रधान इस्मात पाशाचे मंत्रिमंडळ बरखास्त करावे लागले. त्यामुळे राष्ट्रीय सभेतील उदारमतवादी व मवाळ फेटी बे याने नवे मंत्रिमंडळ बनविले. अली फौद पाशासारखे केमालचे पूर्वीचे अनेक सहकारी विरोधी पक्षाला जाऊन मिळाले; त्यामुळे केमालच्या दृष्टीने हा अत्यंत कठीण काळ होता तरीपण तो डगमगला नाही.

याच वेळी केमाल पाशाच्या केंद्रीकरणाला विरोध करण्यासाठी कुर्दिश प्रांतातील जनता पुढे आली. त्यांनी केंद्रीय सत्तेविरुद्ध बंड पुकारले. विरोधकांना नामोहरम करण्याची संधी केमाल पाशाला या बंडामुळे मिळाली. प्रागतिक सुधारणांची कार्यवाही करणारे नियम अत्यंत उदारमतवादी विचारसरणीचे आहेत त्यामुळेच लोक बंड करण्यास प्रवृत्त झाले आहेत असे भासवून केमाल पाशाने फेटी बेच्या मंत्रिमंडळास राजीनामा देण्यास भाग पाडले. फेटी बेच्या मंत्रिमंडळाने तुर्कस्थानच्या

शांतताप्रेमी भागात झालेले बंड मोडून काढण्यासाठी कडक उपाययोजना करण्यास नकार दिल्यामुळे त्यांना सत्तेवर राहण्याचा अधिकार नाही असे केमालने फेटी बेला बजावले. पूर्वीच्या इस्मात पाशाने पुन्हा दुसऱ्यांदा मंत्रिमंडळ बनवले. कुर्दिश बंड काहीसे राष्ट्रीय स्वरूपाचे तर काहीसे धार्मिक स्वरूपाचे होते. त्यांनी खलिफा पद निर्माण करण्याची पुन्हा मागणी केली तसेच त्यांनी स्वतंत्र कुर्दिस्तानची मागणी केली. केमालला ही फुटीरवादी वृत्ती मान्य नव्हती. कुर्दिश लोकांच्या फुटीरपणाबद्दल त्याने तुर्की जनतेला भावनात्मक आवाहन केले; त्यामुळे लोक केमालच्या मागे उभे राहिले. त्यामुळे केमालने कुर्दिश बंड क्रूरपणे मोडून काढले. त्याच वेळी त्याने विरोधकांचाही निःपात केला.

केमाल पाशाची हुकूमशाहीकडे वाटचाल

देशात होणाऱ्या बंडांना प्रतिबंध घालण्यासाठी केमाल पाशाने राष्ट्रीय सभेकडे देशाची राज्यघटना निलंबित करण्याची मागणी केली. त्यानुसार राज्यघटना निलंबित करण्यात येऊन केमाल पाशाने सर्व अधिकार स्वतःकडे घेतले. आपल्याला होणारा विरोध पूर्णपणे नाहीसा करण्यासाठी त्याने प्रथम सर्व राजकीय पक्षांवर बंदी घातली. केमाल पाशा ज्या पक्षाच्या अध्यक्ष आहे तोच एक 'जनता पक्ष' देशात राहील असे जाहीर करण्यात आले आणि त्या पक्षात सर्वांनी सामील व्हावे असे केमालने आवाहन केले. कॅबिनेट मंत्र्यांपासून साध्या कारकुनापर्यंत सर्व प्रशासकीय पदे केमालच्या जनता पक्षातूनच निवडण्यात आली. अर्थात, फक्त देखावा करण्यासाठी राष्ट्रीय सभेची प्रौढ मतदानाने निवडणूक घेण्यात आली. या निवडणुकीत उमेदवार म्हणून कोणीही विरोधक उभे राहणार नाहीत याची योग्य काळजी घेण्यात आली होती. त्यामुळे विरोधक निवडून येण्याचा प्रश्नच नव्हता. राष्ट्रीय सभा केमाल पाशाच्या प्रत्येक निर्णयास मान्यता देत असे. विरोधी शक्ती नष्ट करण्यासाठी त्याला त्याच्या तीन विश्वासू व कार्यक्षम सहकाऱ्यांनी मदत केली होती. एक होता जनता पक्षाचा चिटणीस सेफेत, दुसरा पंतप्रधान इस्मात पाशा आणि तिसरा कमांडर फेझीं. या तिघांमुळेच केमाल पाशा हुकूमशहा होऊ शकला. १९२६ साली मुस्तफा केमाल पाशाविरुद्ध कट केल्याच्या आरोपावरून बंदी घातलेल्या पूर्वीच्या राजकीय पक्षातील नेत्यांची धरपकड करण्यात आली. त्यांना दोषी ठरवून देहान्ताची शिक्षा करण्यात आली. विरोधकांपैकी फक्त रऊफबे याने युरोपात पलायन केले म्हणून तो नसताना त्याच्यावर खटला चालवून त्यास दहा वर्षांची शिक्षा सुनावण्यात आली होती. यानंतर त्याला विरोध करणारा एकही विरोधक त्याने जिवंत ठेवला नाही.

६.२ केमाल पाशाची कामगिरी (Achievement of Kemal Pasha)

केमान पाशाचा जन्म सन १८८० साली सॅलोनिका नावाच्या ठिकाणी झाला. कॉन्स्टँटिनोपाल या ठिकाणी त्याने आपले लष्करी शिक्षण पूर्ण केले. केमाल पाशा लष्करी शिक्षण संस्थेने असतानाच त्याची गती, गणित, इतिहास, तत्त्वज्ञान या विषयांत चांगली होती. गणित विषयात नैपुण्य प्राप्त केल्यामुळे त्याला 'केमाल' ही पदवी बहाल करण्यात आली. गणित शास्त्राबरोबरच त्याची गती लष्करी शिक्षणातदेखील दिसू आली. एक उत्कृष्ट सैनिक म्हणून त्याने लष्करी शाळेत नाव कमाविले. वाचनाची विशेष गोडी असल्याने त्याने अनेक नामवंत विचारवंतांचे वाङ्मय वाचले होते. क्रांतिकारक गोष्टींनी युक्त असलेल्या वाङ्मयाची त्याला विशेष गोडी होती. त्यामुळे त्याचे विचार क्रांतीकडे वळल्यास नवल नाही. तुर्कस्थानमध्ये असलेल्या सुलतानाच्या सुलतानशाहीविरुद्ध त्याच्या मनात मनस्वी चीड होती. सुलतानाने आपल्या अनियंत्रित सत्तेचा गैरवापर करून संपूर्ण तुर्कस्थानला डबघाईस आणले होते. सुलतानाची सत्ता उलथवून टाकून त्याऐवजी लोकशाहीप्रधान व्यवस्था निर्माण करावी असे केमाल पाशाला नेहमी वाटे; म्हणून त्याने तुर्कांच्या चळवळीत भाग घेण्यास सुरुवात केली. पण ज्या चळवळीत त्याने प्रवेश केला तेथे असलेले दिशाहीन राजकारण, कारस्थाने याचा त्याला अत्यंत कंटाळा आला. पुढे त्याने आपले लष्करी शिक्षण पूर्ण झाल्यावर तो फ्रान्स येथे गेला. परंतु तुर्कस्थानला आल्यावर त्याला बाल्कनच्या प्रदेशात युद्ध करण्यासाठी जावे लागले. बाल्कन प्रदेशात तुर्कस्थानच्या वतीने त्याने चांगलाच लढा दिला. ट्रिपोली येथे त्याने विशेष पराक्रम गाजविला. ब्रिटिशांनी केलेला हल्ला त्याने यशस्वीरीत्या परतवून लावला. या लढ्यामुळे लष्करात केमाल अतार्तूक केमाल पाशा याचे स्थान उंचावले. एक समर्थ लष्करी सेनानी म्हणून त्याचा नावलौकिक वाढला.

मिळालेल्या यशाचा पूर्ण फायदा घेण्यासाठी, आपल्या राष्ट्राचे भवितव्य उंचावण्यासाठी व आर्थिक, सामाजिक विकास घडवून आणण्यासाठी केमाल पाशाने आधुनिकीकरणाकडे आपला मोर्चा वळविला. तसे पाहता आधुनिकीकरणाची प्रक्रिया अगोदरच सुरू झाली होती. आधुनिकीकरणासाठी जी उद्दिष्टे केमाल पाशासमोर होती, त्यामध्ये १) ऑटोमन साम्राज्याचे प्रतीक असलेले सुलतानपद आणि खलिफापद रद्द करणे. २) तुर्कस्थानात धर्मनिरपेक्षता निर्माण करणे. ३) धर्मनिरपेक्षतेप्रमाणेच पाश्चात्त्य धर्तीवर तुर्की समाजाची सुधारणा करणे, ४) देशात आधुनिकीकरण घडवून आणण्यासाठी केमाल पाशाने खालील सहा प्रमुख तत्त्वे प्रसिद्ध केली. ही सहा तत्त्वे केमाल पाशाचे राजकीय तत्त्वज्ञान म्हणूनदेखील मानली जातात. त्याने खालील गोष्टींचा पुरस्कार तुर्कस्थानाने आपल्या विकासासाठी केला आहे, असे जाहीर केले.

१) प्रजासत्ताकवाद (Republicanism)
२) राष्ट्रवाद (Nationalism)
३) लोकशाही (Democracy or Populism)
४) उत्क्रांतिवाद (Evolutionism)
५) धर्मनिरपेक्षता (Secularism)
६) शासकीय नियंत्रण (State Supervision)

वर नमूद केलेल्या तत्त्वांचा प्रत्यक्ष व्यवहारात उपयोग करण्यासाठी केमाल पाशाने अनियंत्रित राष्ट्रसत्ता नष्ट करून तुर्कस्थानची राजकीय सत्ता जनसामान्यांपर्यंत आणून सोडली. पण राष्ट्रीय विकास हा सर्वांत महत्त्वाचा असल्याने व राष्ट्रीय विकासाला वेग आणण्यासाठी केमालने लोकशाहीसाठी हुकूमशाही हे तत्त्व स्वीकारले. तसे पाहता ही तत्त्वे परस्परविरोधी आहेत; पण तुर्कस्थानची सामाजिक, आर्थिक व शैक्षणिक परिस्थिती लोकशाही पेलण्यास असमर्थ होती; म्हणून झटपट राष्ट्रीय विकासासाठी केमाल पाशाने सर्व सत्ता आपल्या हाती एकवटली. राष्ट्रीय सभेतील विरोधी पक्ष नष्ट करून टाकला. देशातील माल विरोधी शक्ती कायमच्या गाडून टाकल्या. राष्ट्रीय सभेत व मंत्रिमंडळात सतत आपल्याला पाठिंबा मिळेल अशा प्रकारची घटनात्मक तरतूददेखील करून ठेवली. आपल्या समविचारांची माणसे सर्वत्र पेरून, निवडून आणून केमालने आपली हुकूमशाही हळूहळू पक्की केली. युरोपातदेखील हुकूमशाहीचे वारे एव्हाना निर्माण झाले होते. केमाल पाशा आपल्या हुकूमशाहीला लोककल्याणकारी हुकूमशाही म्हणून संबोधत असे. या लोककल्याणकारी हुकूमशाहीने ज्या सुधारणा तुर्कस्थानमध्ये घडवून आणल्या त्याचा आढावा खालीलप्रमाणे आहे.

१) आर्थिक सुधारणा

तुर्कस्थानमध्ये जे सत्तांतर घडले ते प्रामुख्याने पहिल्या महायुद्धानंतर. पहिल्या महायुद्धात तुर्कस्थानने भाग घेतला होता. युद्धात झालेल्या प्रचंड हानीमुळे आर्थिक परिस्थिती सर्वच राष्ट्रांची खचून गेली होती. तुर्कस्थानदेखील त्याला अपवाद नव्हते. तुर्कस्थानमध्ये अनेक गंभीर आर्थिक समस्या होत्या. वाढती चलनवृद्धी, बेकारांच्या संख्येतील वाढ, कारखान्यात मंदावलेले उत्पादन, जीवनावश्यक वस्तूंची कमतरता हे ठळक महत्त्वाचे प्रश्न तुर्की जनतेसमोर होते. या पेचप्रसंगातून मार्ग काढण्यासाठी केमाल पाशाने खूप श्रम घेतले. तुर्कस्थानच्या अध्यक्ष बनल्यावर केमाल पाशाने शेती सुधारणांवर प्रामुख्याने भर दिला. शेती मालाचे भाव निश्चित केले. शेतकऱ्यांना आवश्यक स्वरूपाचा सरकारमार्फत कर्जपुरवठा करण्यात आला. शेती विकासाच्या

विविध योजना आखून त्यांचे कार्य सुरू करण्यात आले. आदर्श शेती फार्मची स्थापना करण्यात आली. शेतकऱ्यांना चांगली बी-बियाणे उपलब्ध करून देण्यात आली.

शेतीच्या विकासाबरोबर तांत्रिक व औद्योगिक स्वरूपाचा विकासदेखील देशाच्या विकासाच्या दृष्टीने महत्त्वपूर्ण असतो. केमाल पाशाने बँकांचे जाळे सर्वत्र निर्माण केले. सार्वजनिक सेवा पुरविणाऱ्या संस्थांचा विकास बँकांमार्फत करण्यात आला. सुती कापडगिरण्यांची यंत्रसामग्री विकत आणण्यात आली. उद्योगधंद्यांच्या विकासासाठी रशियाने दीर्घ मुदतीचे कर्ज दिले. छोटे व मोठे उद्योगव्यवसाय तुर्की नागरिकांसाठी राखून ठेवण्यात आले. स्थानिक उद्योग-व्यवसायांना संरक्षण देण्यात आले. नव्या करपद्धतीचा स्वीकार करण्यात आला. दशमानपद्धती स्वीकारण्यात आली. या विविध उपाययोजनांमुळे तुर्कस्थानच्या कृषी व औद्योगिक क्षेत्रांत खूप मोठे बदल घडून आले व आर्थिक पाया मजबूत झाला.

२) सामाजिक सुधारणा

सामाजिक क्षेत्रात केमाल पाशाने महत्त्वाच्या सुधारणा घडवून आणल्या. तुर्की समाज हा रूढी, परंपरा आणि अंधश्रद्धा यांच्या जोखडात अडकलेला होता. समाजात धर्माने वर्चस्व मोठे होते. केमाल पाशाने समाजसुधारणेसाठी धर्माचे वर्चस्व दूर केले. तुर्कस्थानमधील सर्व स्त्री-पुरुषांना पाश्चात्त्य पद्धतीचा पेहराव करण्यास सक्ती करण्यात आली. समाजात आधुनिकतेचे वारे आणण्यासाठी स्त्रीमुक्ती आवश्यक आहे असे मानून स्त्रियांवर आतापर्यंत जेवढी सामाजिक बंधने होती ती रद्द केली. बुरखा पद्धत किंवा पडदा पद्धत कायद्याने रद्द केली. बहुभार्या पद्धती रद्द केली. प्रत्येक विवाहाची नोंदणी सरकारकडे झाली पाहिजे अशी फर्माने काढले. पारंपरिक तलाक पद्धतीत बदल करण्यात आले. या विविध सुधारणांमुळे स्त्री आणि पुरुष दोघांना आपआपला विकास करण्यास समान संधी मिळाली. दोघेही समाजाच्या सर्वच क्षेत्रांत समातनेच्या पातळीवरून वावरू लागले. केमाल पाशाने जुनी अभिवादन पद्धत पूर्णपणे बदलून टाकली. त्याऐवजी 'स्वाभिमानी हो! काम कर! धैर्यवान हो!' अशा आशयाची अभिवादन पद्धती सर्वत्र रूढ केली. या नव्या अभिवादन पद्धतीमुळे राष्ट्रवादाचे स्फुल्लिंग आपोआप निर्माण झाले व पेटते राहिले. राष्ट्राभिमानदेखील मोठ्या प्रमाणात निर्माण झाला.

३) शैक्षणिक सुधारणा

पाश्चात्त्य शिक्षण पद्धतीप्रमाणे केमालने तुर्की शिक्षण पद्धती नव्याने अमलात आणली. आत्तापर्यंत तुर्कस्थानमधील शिक्षणव्यवस्थाही धर्मसंस्थेशी निगडित होती. सर्व शिक्षणसंस्थावर उलेमाचे (मुस्लीम धर्मगुरूचे) वर्चस्व होते. केमाल पाशाने राज्याची सूत्रे हाती घेतल्यावर सर्वप्रथम उलेमानिर्मित किंवा धर्मसंस्थानिर्मित सर्व शाळा बंद

करून टाकल्या व राज्याच्या शासनाच्या नेतृत्वाखाली पाश्चात्त्य धर्तीवर आधारित शाळा सुरू केल्या. या शाळांमध्ये रोमन लिपी शिकविण्यास सुरुवात केली. प्रशासनाची किंवा सरकारची भाषा म्हणून रोमन लिपीचा वापर करण्यात आला. कुराण या पवित्र धर्मग्रंथाचे तुर्की भाषेत भाषांतर करण्यात आले. तुर्की भाषेतच प्रार्थना म्हटल्या जाव्यात असा आदेश काढण्यात आला. स्थानिक तार्तर भाषेचा विकास करण्याची योजना तयार करण्यात आली. शाळा व महाविद्यालये यांची संख्या मोठ्या प्रमाणावर वाढविण्यात आली. तांत्रिक व वैज्ञानिक स्वरूपाचे शिक्षण देण्यासाठी परदेशांतून शिक्षणतज्ज्ञ आणले. मध्य आशियातील लोकसाहित्यांचा शोध घेण्यात आला. त्याचे संशोधन करून लोकसाहित्याचा मोठा संग्रह केला. त्याचा प्रसार करण्यात आला. सुमेरियन व अन्य संस्कृतीचा अभ्यास करण्यासाठी चालना देण्यात आली. अनेक सामाजिक शास्त्रांचा अभ्यास करणाऱ्या संशोधकांना उत्तेजन देण्यात आले. शिक्षणातून राष्ट्रवादाचे शिक्षण आपोआपच मिळाले. अशा प्रकारे शिक्षणक्षेत्रात केमाल पाशाने क्रांतिकारक बदल घडवून आणले.

४) राजकीय बदल व प्रशासकीय सुधारणा

तुर्कस्थानमध्ये जी क्रांती घडत होती त्या क्रांतीने राजकीय बदल आणि सुधारणा घडणे अपरिहार्य होते. नवे राष्ट्र उदयास येण्यासाठी तुर्कस्थानात अनेक राजकीय आणि प्रशासकीय सुधारणा केमाल पाशाने घडवून आणल्या. त्यात सर्वांत महत्त्वाची गोष्ट म्हणजे भ्रष्ट झालेली सरकारी यंत्रणा जी सुलतानाच्या काळात निर्माण झाली ती पूर्णपणे बदलून टाकण्यात आली. प्रशासनात जबाबदारीच्या पदावर योग्य पात्रतेची व शिस्तीची माणसे नेमण्यात आली. प्रशासनातील दिरंगाई टाळण्यासाठी नव्या सुधारणांचा अंमल त्वरित सुरू करण्यात आला. भ्रष्ट असलेल्या अधिकाऱ्यांना नोकरीवरून काढून टाकण्यात आले. लोकशाहीच्या विकासासाठी नगरपालिकांचा विकास करण्यात आला. नगरपालिकांच्या निवडणुकीला स्त्रियांना मतदानाचा हक्क देण्यात आला. काही वर्षे तरी प्रजासत्ताकाला अस्तित्व नव्हते. कारण सर्वेसर्वा केमाल पाशाच होता. पुढे प्रजासत्ताक स्थिर झाल्यावर राष्ट्रीय सभेत विरोधी पक्षास स्थान दिले. 'फेती' हा विरोधी पक्ष तुर्कस्थानात उदयास आला. या पक्षाला मात्र फारसा पाठिंबा जनतेकडून मिळाला नाही. नगरपालिकांच्या निवडणुकीत २५% मते या पक्षाला मिळाली. पुढे विरोधी पक्षाचे अस्तित्वच शिल्लक राहिले नाही. 'गाझीशी संघर्ष करणे कठीण आहे' असे या पक्षाने जाहीर करून आपला मुक्त प्रजासत्ताक पक्ष विसर्जित केला. घटनादुरुस्ती जाहीर करून १९३४ साली तेवीस वर्षांवरील सर्व स्त्री-पुरुषांना राष्ट्रीय सभेसाठी मतदानाचा हक्क देण्यात आला. राष्ट्रीय सभेने केलेल्या प्रतिनिधींकडून अध्यक्ष निवडला

जाण्याची तरतूद करण्यात आली. अध्यक्षांचा कार्यकाल हा राष्ट्रीय सभेच्या नियुक्त कालखंडाइतकाच ठेवण्यात आला. अशा प्रकारे तुर्कस्थानच्या राजकीय जीवनात आमुलाग्र स्वरूपाचे बदल करण्यात आले.

५) परराष्ट्रीय धोरण

केमाल पाशाने आपल्या राष्ट्राचे परराष्ट्रीय धोरण प्रभावी असे आखले. परराष्ट्रीयांशी संबंध निर्माण करताना शांतता व सलोखा यांवर भर देण्यात आला. पहिल्या महायुद्धानंतर युरोपात वेगळीच राजकीय तत्त्वप्रणाली व राज्यव्यवस्था निर्माण झाली होती. रशियात कम्युनिस्ट पक्षाची हुकूमशाही उदयास आली होती, तर युरोपात भांडवलशाही राष्ट्रे लोकसत्ताक पद्धतीचा पुरस्कार करीत होती. इटाली व जर्मनी या देशांत एकसत्तावाद तथा एकाधिकारशाही फॅसिझम व नाझीवाद या रूपाने निर्माण झाली होती. थोडक्यात, युरोपात सर्वच तत्त्वप्रणालींचे संघर्ष चालू होते. तुर्कस्थानात केमाल पाशाने लोककल्याणकारी हुकूमशाही स्वीकारली होती. ही हुकूमशाही स्वीकारण्याच्या पाठीमागे केवळ तुर्कस्थानची प्रगती साध्य करणे हाच हेतू होता. रशियाशी तुर्कस्थानने जवळीक साधून या देशाकडून तुर्कस्थानच्या औद्योगिक विकासासाठी भरीव स्वरूपाचे सहकार्य मिळविले. रशियाशी परस्पर सहकार्य व मैत्रीचा करार १७ डिसेंबर १९२५ रोजी घडवून आणला तर २२ एप्रिल, १९२६ रोजी तटस्थतेचा करार रशियाशी घडवून आणला.

रशियाशी करार झाल्यानंतर इराणशी तटस्थतेचा एक करार केला. २७ मे, १९२८ रोजी अफगाणिस्थानशीही कायम शांततेचा व मित्रत्वाचा एक करार तुर्कस्थानने केला. १९३० साली ग्रीस या छोट्या देशाशी तुर्कस्थानने सलोखा निर्माण केला. पुढे १९३४ साली ग्रीस, युगोस्लॉव्हिया या दोन राष्ट्राबरोबर त्याचप्रमाणे रूमानियाबरोबर 'बाल्कन करार' केला. या करारानुसार सीमाविषयक प्रश्न सामोपचाररीत्या मिटविण्यात आले. हा करार करण्यात केमाल पाशाने विशेष कौशल्य दिसून येते.

आंतरराष्ट्रीय अशांततेचा, राष्ट्राराष्ट्रांतील गटबाजीचा आपल्या राष्ट्रावर परिणाम होऊ नये यासाठी तुर्कस्थानने १९२८ साली इटलीशी मैत्रीचा करार केला. १९३२ साली राष्ट्रसंघात तुर्कस्थानने प्रवेश केला. राष्ट्रसंघातदेखील तुर्कस्थानने आक्रमक राष्ट्रांचा कडक निषेध नोंदविला. १९३६ साली ब्रिटन या राष्ट्राशीदेखील तुर्कस्थानने जवळीकता साधली. तसे पाहता पूर्वी तुर्कस्थानच्या विरोधी इंग्लंडचा तथा ब्रिटनचा पवित्रा होता; पण बदलत्या परिस्थितीत तुर्कस्थानने ब्रिटनशी जमवून घेतले. ब्रिटन व इटली या दोन देशांत भूमध्य समुद्र विभागात संघर्ष घडला, तर तुर्कस्थान ब्रिटनला मदत देईल असे स्पष्ट करण्यात आले. या अभिवचनामुळे तुर्कस्थानावर लॉसेन तहाद्वारे जी नियंत्रणे घातली होती, ती रद्द करण्यात आली. अँग्लोटर्की संबंध दृढ करण्यासाठी

इंग्लंडच्या राजाने आठवा एडवर्डने इस्तंबूलला भेट दिली. ३ जुलै, १९३८ रोजी फ्रान्स या राष्ट्राशी तुर्कस्थानने करार केला. या करारानुसार तुर्की संस्कृतीशी सादृश्य व निकटचा संबंध असलेल्या ॲलेक्झांड्रेटा या सिरियातील जिल्ह्यास स्वायत्तता देण्यात आली व तेथे तुर्कांची संख्या जास्त असल्याने त्या जिल्ह्यास 'हताय' हे नाव देण्यात आले. पुढे हा जिल्हा तुर्कस्थानला जोडण्यात आला. तुर्कस्थानने अशा प्रकारे युरोपीय राष्ट्राशी चांगले हितसंबंध निर्माण केले. दुसऱ्या महायुद्धाची झळ आपणास लागू नये यासाठी शक्यतो आपले धोरण अलिप्त ठेवण्याचा प्रयत्न तुर्कस्थानने केला.

६) मुस्तफा केमाल पाशा–मूल्यमापन

केमाल पाशाने तुर्कस्थानचा अभूतपूर्व बदल घडवून आणला. एखाद्या बालकाचे पालनपोषण एखाद्या कुटुंबात केले जाते तसे जणूकाही तुर्कस्थानचे पालनपोषण पित्याच्या नात्याने केमाल पाशाने केले. तुर्कस्थानच्या राष्ट्रीय सभेने 'अतातुर्क' ही सन्मानाची पदवी त्याला बहाल केली. अतातुर्क याचा अर्थ 'राष्ट्रपिता' असा होतो. सर्वार्थाने ही पदवी योग्य अशीच आहे. युरोपच्या या कायम दुखणेकऱ्याला त्याने खडखडीत बरे केले. नैराश्याच्या दरीत कोसळलेल्या, तुर्कस्थानला त्याने नवजीवन प्राप्त करून दिले. पारंपरिक सरंजामशाही, सुलातनशाहीच्या बेड्या काढून त्याने देशाला सन्मार्गाला लावले. सेव्हर्सच्या तहाने तुर्कस्थानची झालेली चिरफाड त्याने थांबविली व या तहाविरोधी वातावरण निर्माण करून राष्ट्रप्रेम, राष्ट्रभक्ती जागृत केली.

प्रजासत्ताकवाद व धर्मनिरपेक्षता आणि लोकशाही ही तत्त्वे प्रत्यक्ष व्यवहारात उतरविली. केमाल पाशा हा द्रष्टा वृत्तीचा, हजर जबाबी आणि त्वरित निर्णय घेण्याची क्षमता असलेला महान राष्ट्रवादी नेता होता. त्याचे लष्करी कर्तृत्व व प्रशासकीय कर्तृत्व यांची तुलना अन्य कोणाशी करता येत नाही. केमाल पाशाचे व्यक्तिमत्त्व प्रभावी, प्रसन्न आणि छाप पाडणारे होते. त्याचा धीरोदात्तपणाचा अनुभव अनेक वेळा तुर्की जनतेस आला होता. केमालने हुकूमशाही राबविली असा आरोप त्याच्यावर नेहमी करण्यात येतो. पण तुर्कस्थानच्या आधुनिकीकरणास त्याची गरज होती. जणूकाही ही काळजी गरज होती. त्याच्या धोरणामुळेच नवे तुर्कस्थान उदयास येऊ शकले. धर्मनिरपेक्षता प्रत्यक्ष व्यवहारात आणून केमाल पाशाने धर्म आणि राज्य या दोन्ही संस्था एकत्र नांदू शकत नाहीत, हे सिद्ध केले. त्याने सामान्य व्यक्तीच्या धार्मिक जीवनात मात्र हस्तक्षेप केला नाही. मध्यपूर्वेतील अनेक नेत्यांनी केमालचे कर्तृत्व एक आदर्श म्हणून मानले. केमाल अतातुर्क केमाल पाशा १० नोव्हेंबर, १९३८ रोजी मृत्यू पावला. मृत्युसमयी त्याचे वय अवघे ५८ वर्षांचे होते. केमालचा आदर्श आजदेखील मध्यपूर्वेतील राष्ट्रांना दीपस्तंभाप्रमाणे वाटतो, हे निःसंशय!

सराव प्रश्न

प्र.१) खालील प्रश्नांची सविस्तर उत्तरे लिहा. (४०० शब्दांत)

    १) पहिल्या महायुद्धातील तुर्कस्थानची भूमिका स्पष्ट करा.

    २) पहिल्या महायुद्धात दोस्त राष्ट्रांनी तुर्कस्थानशी केलेल्या विविध करारासंबंधी माहिती द्या.

    ३) केमाल पाशाच्या आर्थिक, सामाजिक, राजकीय सुधारणांचे महत्त्व सांगा.

    ४) केमाल पाशाला 'आधुनिक तुर्कस्थानचा शिल्पकार' असे का म्हटले जाते.

प्र.२) खालील प्रश्नांची थोडक्यात उत्तरे लिहा.

    १) सेव्हर्सच्या तहाबद्दल थोडक्यात माहिती सांगा.

    २) मुदानिया लष्करी करारासंबंधी माहिती द्या.

    ३) लासेनच्या तहाविषयी माहिती द्या.

    ४) कुर्दिश प्रांतातील बंडाची कारणे द्या.

    ५) टीपा लिहा – खलिफा पद

    ६) केमाल पाशाच्या सहा तत्त्वांबद्दल माहिती सांगा.

७ इस्राइल

Israel

प्रस्तावना

युरोपिअन जगतात मध्यपूर्व या नावाने ओळखल्या जाणाऱ्या पश्चिम आशियाच्या या भूमीत युरोप, आशिया आणि आफ्रिका या तीन खंडांचा दुवा साधला जातो. इथेच भू-मध्य समुद्र, तांबडा समुद्र आणि इराणचे आखात या सागरांना छेद मिळतो. पश्चिम आशियाच्या या मोक्याच्या प्रदेशातूनच पूर्व आणि पश्चिम आशियाच्या प्रदेशातील भूगर्भात जगाच्या एकूण तेल साठ्यांपैकी साठ टक्के तेल दडलेले आहे. अशा या भू-प्रदेशाचा केंद्रबिंदू आहे 'पॅलेस्टाईन'. यहुदी (ज्यू) ख्रिस्ती, इस्लाम या धर्मांचे पॅलेस्टाईन हे आदिपीठ आहे. जन्माने ज्यू असलेल्या येशूख्रिस्ताचा जन्म पॅलेस्टाईन मध्येच झाला. ख्रिस्ताच्या जन्मापूर्वी १५०० वर्षांपासून ज्यूंच्या १२ जमाती पॅलेस्टाईन मध्येच राहात होत्या. ज्यू लोक या भूमीला 'इस्राइल' म्हणत. ज्यूंचा सुप्रसिद्ध पूर्वज अब्राहम हा 'हिब्रू' या नावाने ओळखला जात असे (हिब्रू म्हणजे तंबूत राहणारा व एका ठिकाणाहून दुसरीकडे सतत प्रवास करणारा). कालांतराने त्यांचा एक पूर्वज जेकब याच्या इस्राइल (राजपुत्र) या किताबावरून ती मंडळी 'इस्रलाइट' या नावाने ओळखली जाऊ लागली. उपासना व संघटित धर्म या

नात्याने 'जुडाइझम' ज्यू धर्म पॅलेस्टाईन प्रदेशात अस्तित्वात होता. त्याचवेळी स्वत:च्या उपासनापद्धती, आचार-विचार आणि देव असलेल्या अरबांच्या विविध जमाती व स्थानिक टोळ्या पॅलेस्टाईनमध्ये नांदत होत्या. अब्राहमचा दुसरा मुलगा इस्राइल हा आपला मूळपुरुष असण्याची अरबांची गाढ श्रद्धा आहे. कुराणातील कथेनुसार परमेश्वराने इस्राइलला असे सांगितले की, 'ही भूमी तुझ्याकडे व तुझ्या पश्चात तुझ्या वंशजांकडे राहील'.

इ.स. पूर्व १००० नंतर सॉलोमन राजाच्या कारकिर्दीत राजधानी जेरुसलेम व इस्राइल भरभराटीस आले. जेरुसलेममध्ये सॉलोमनने ज्यूंच्या देवाचे मंदिर बांधले. रोमन सम्राटांनी पॅलेस्टाईन काबीज केल्यानंतर त्यांच्या कारकिर्दीत जेरुसलेममधील ज्यू लोकांचे मंदिर उद्ध्वस्त केले. या उद्ध्वस्त मंदिराचे अवशेष 'वेलींग वॉल' म्हणून ओळखले जाते. अर्थातच हे पवित्र स्थळ ज्यूंना प्राणापलीकडे प्रिय आहे. चौथ्या व पाचव्या शतकानंतर पॅलेस्टाईनवर सुरू झालेल्या आक्रमणांच्या काळात बहुसंख्य ज्यू घराणी युरोप, मध्य आशिया आणि अरब प्रदेशांत निघून गेली. क्रुसेडसमध्ये मुस्लीम व ख्रिश्चन राजाच्या संघर्षात ज्यूंची ससेहोलपट होत राहिली. जगाच्या पाठीवर ते कुठेही राहिले तरी ते परकेच राहिले; कारण ते त्या संस्कृतीशी एकरूप झाले नाहीत. आपले वेगळेपण, वेगळे अस्तित्व, देश ते विसरले नाहीत; आपल्या धर्मभूमीपासून दूरवर फेकल्या गेलेल्या ज्यूंची एकच गाढ श्रद्धा होती, ती म्हणजे कधीतरी आपण आपल्या पवित्र भूमीत इस्राइलमध्ये नक्की परतणार. पॅलेस्टाईनमधून दोन हजार वर्षांपूर्वी हाकलण्यात आलेल्या व तेव्हापासून निरनिराळ्या राष्ट्रांत राहणाऱ्या ज्यू लोकांनी २०व्या शतकाच्या पूर्वाधात शेवटी पॅलेस्टाईनमध्ये ज्यूंच्या स्वतंत्र राष्ट्राची केलेली निर्मिती म्हणजे इतिहासातील एक आश्चर्यच मानावे लागेल. पॅलेस्टाईनमध्ये ज्यूंना स्थायिक करून तेथे त्यांचे स्वत:चे राष्ट्र निर्माण करण्याच्या उद्देशाने जागतिक झिऑनिस्ट संघटनेने केलेल्या प्रयत्नांचे ते फळ आहे.

७.१ झिऑनिस्ट चळवळ (Zionist Movement)

जेरुसलेममधील माउंट झिऑन हे ज्यू समाजाचे पवित्र स्थान असल्यामुळे आंतरराष्ट्रीय पातळीवरील ज्यूंची इस्राइलच्या निर्मितीसाठी चाललेली ही चळवळ 'झिऑनिझम' या नावाने ओळखली जाऊ लागली.

१) थिओडोर हर्झल : ज्यूंच्या स्वतंत्र राष्ट्रांची संकल्पना

'ज्यूंचे राज्य' या पत्रिकेत थिओडोर हर्झल या उदारमतवादी व्हिएन्नाच्या एका ज्यू पत्रकाराच्या लिखाणात १८९६ला मिळाली. त्यानेच 'झिऑनिस्ट चळवळीचा' पाया घातला, हर्झेल असे म्हणत असे की, ज्यू बद्दल वैरभाव बाळगणाऱ्या, त्यांच्याशी

शत्रुत्व करणाऱ्या युरोपात ज्यू लोकांना सामावून जाणे शक्य नाही; त्यामुळे ज्यूंचे स्वतंत्र राष्ट्र निर्माण केले पाहिजे. पहिली झिऑनिस्ट काँग्रेस परिषद त्याने बासेल (स्वित्झर्लंड) येथे घेतली. संपूर्ण जगाने मान्यता दिलेले व कायदेशीरपणे संरक्षित असे ज्यूंचे राष्ट्र पॅलेस्टाईनमध्ये निर्माण करण्यात यावे, असा ठराव त्या परिषदेत पारित करण्यात आला. या योजनेत पॅलेस्टाईनमध्ये शतकानुशतके राहत असलेल्या अरबांचे काय होईल? याची काडीमात्र दखल घेतली नाही. इस्राईल निर्मितीकरता ज्यूंनी जगातील बड्या राष्ट्रांचा पाठिंबा मिळवण्याची खटपट सुरू केली.

इस्राइलच्या निर्मितीचे प्रमुख तीन शिल्पकार होते-

१) थिओडोर हर्झल २) डेव्हिड बेन गुरियन ३) डॉ. वाईझमन या तिघांनीही झिऑनिस्ट चळवळीचा प्रसार केला.

२) डेव्हीड बेन गुरियन

डेव्हीड बेन गुरियन यांना 'इस्राइलचा पितामह' म्हटले जाते. पोलंडमधील प्लोन्स्क या गावात एका ज्यू कुटुंबात १८८६ साली त्यांचा जन्म झाला. वयाच्या १९व्या वर्षी १९०६च्या सुमारास पॅलेस्टाईनबद्दलच्या तीव्र ओढीने, विशिष्ट ध्येयाने प्रेरित होऊन आपल्या काही सहकाऱ्यांसह पॅलेस्टाईनमध्ये येऊन ते दाखल झाले. त्याने ज्यूंची संघटना पॅलेस्टाईनमध्ये बांधायला सुरुवात केली. त्याने बांधलेल्या शेत मजुरांच्या संघटनेचे रूपांतर 'किबुत्झ' मध्ये झाले. 'किबुत्झ म्हणजे सगळी उत्पादने एकत्रित करून सामूहिक पद्धतीने जगणे.' ज्यूंचे ज्यूपण टिकवणे व विकसित करणे याला किबुत्झमध्ये महत्त्व होते. गुरियनच्या जाणीवपूर्वक प्रयत्नांमुळे पूर्व युरोपातील हजारो ज्यू तरुण पॅलेस्टाईनकडे निर्धारपूर्वक परतू लागले. गुरियनने ज्यू शेतकऱ्यांमध्ये राष्ट्रवादाच्या भावना निर्माण केल्या. चिकाटी, कठोर परिश्रम, अभंग निर्धाराची त्याने ज्यूंना शिकवण दिली. रेताड जमिनीचे शेतकरी नंदनवन करू लागले. वाळवंटाचा कायाकल्प झाला. त्याच्या प्रभावी वक्तृत्वाने ज्यूंच्या हृदयालाच हात घातला. त्याच्या पारदर्शी राष्ट्रशक्तीने ज्यूंचे संघटन वाढले.

३) डॉ. वाईजमन

डॉ. वाईजमन यांचाही जन्म डेव्हीडबेन गुरियनप्रमाणे पोलंडमध्येच झाला. कट्टर ज्यू राष्ट्रवादी म्हणून विख्यात असलेले डॉ. वाईजमन इंग्लंडमधील झिऑनिस्ट चळवळीचे प्रमुख नेते होते. पहिल्या महायुद्धाच्या काळात डॉ. वाईजमननी ब्रिटिश नौदलाच्या प्रयोगशाळेत महत्त्वपूर्ण कामगिरी बजावून इंग्लंडच्या युद्धकार्यास बहुमोल सहकार्य केले. डॉ. वाईजमननी ब्रिटिश परराष्ट्रमंत्री बाल्फोर यांच्याकडून पॅलेस्टाईनमध्ये ज्यूंचे स्वतंत्र राष्ट्र निर्माण करण्याबाबत आश्वासन मागितले, अर्थातच ते त्यांनी दिले.

झिऑनिस्ट चळवळीचे कार्य

ज्यूंना संघटित करण्यात झिऑनिस्ट चळवळींचा सिंहाचा वाटा होता व संघटन व जागृतीबरोबरच झिऑनिस्ट चळवळीने ज्यूंचे आर्थिक व लष्करी सामर्थ्य वाढविले. अरब राष्ट्रांच्या विरोधाला न जुमानता ज्यूंनी पॅलेस्टाईनमध्ये अरबांकडून जमिनी खरेदी केल्या. सिंचनाद्वारे कृषीविकास घडविला, उद्योगधंद्यांची उभारणी केली. हैफाबंदराचा विकास केला. 'तेलअव्हिव' या आधुनिक शहराची भरभराट घडवून आणली. अमेरिकन ज्यू जास्त पुढारलेले होते. युरोप व अमेरिकेतील ज्यूंनी झिऑनिस्ट संघटनेला सहकार्य केले. जगभरातील ज्यूंना पॅलेस्टाईनमध्ये जाण्यास प्रेरित केले. झिऑनिस्ट चळवळीला भरपूर शस्त्रास्त्रे व संपत्तीची मदत केली. युरोप व अमेरिकेतील झिऑनिस्ट कार्यकर्त्यांनी ज्यूंची समस्या युनो व जगाच्या व्यासपीठावर मांडली व अनेक राष्ट्रांची सहानुभूती मिळवली. पहिल्या महायुद्धाच्या काळात झिऑनिस्ट चळवळीने जोर धरला. इस्राइल स्वतंत्र करण्याची ही अखेरची संधी मानून जगाच्या निरनिराळ्या भागांतील लोक योजनाबद्ध रीतीने पॅलेस्टाईनमध्ये येत होते. पॅलेस्टाईनमधील अरब संघटित नव्हते. याउलट, पॅलेस्टाईनमध्ये येणारे ज्यू संघटित, उच्च मनोबल असलेले, आधुनिक तंत्रज्ञानात पारंगत होते.

झिऑनिस्ट चळवळीने सामर्थ्यशाली अरबांना नामोहरम केले आणि 'इस्राइल' या राष्ट्रांची निर्मिती केली. ज्यूंना आत्मबळ देणारी संघटना जगभरातील ज्यूंना ज्यू राष्ट्रनिर्मितीचे महत्त्व पटवून देण्याचे कार्य झिऑनिस्ट संघटनेने केले. या संघटनेची पाच उद्दिष्टे पुढीलप्रमाणे – १) जगभरातील ज्यूंना जागृत व संघटित करणे. २) पॅलेस्टाईनमधील ज्यूंची प्रतिकारशक्ती वाढविणे. ३) त्यांना शस्त्रास्त्रे व आर्थिक साहाय्य देणे. ४) अरब राष्ट्रांना पराभूत करणे. ५) स्वतंत्र ज्यू राष्ट्राची म्हणजेच इस्राइलची निर्मिती करून त्याचे स्वातंत्र्य अबाधित ठेवणे.

ज्यू तरुणांची लढाऊ पायोनिअर दले, ज्युईश एजन्सी, आंतरराष्ट्रीय अधिवेशने ह्या माध्यमातून संघटनेने अविस्मरणीय कार्य केले. ज्यूंच्या मनगटात व बुद्धीत असलेल्या अलौकिक सामर्थ्याने ज्या-ज्या देशात ते गेले त्या-त्या देशांतील व्यापार, शिक्षण व संशोधनात त्यांनी दबदबा निर्माण केला; पण आपल्या मातृभूमीला ते कधीच विसरले नाहीत व कोणत्याही देशात कायम स्थिरावले नाहीत. जगप्रसिद्ध शास्त्रज्ञ आइनस्टाईन हा ज्यू होता, हे उदाहरण बोलके आहे. १९३७ साली पॅलेस्टाईनमध्ये स्थिरावलेले चार लाख ज्यू हे झिऑनिस्ट चळवळीचे यश होते. फ्रान्स, इंग्लंड, ऑस्ट्रिया, जर्मनी व अमेरिकेत झिऑनिस्टांची प्रभावी केंद्रे होती. जर्मनी व युरोपात होणारा ज्यूंचा छळ थांबविण्यासाठी झिऑनिस्टांनी सतत प्रयत्न केले. झिऑनिस्टांच्या पुढाकाराने 'हॅगॉन' ही भूमिगत संघटना पॅलेस्टिनी ज्यूंना विविध देशातून शस्त्रपुरवठा करीत होती. त्यांची

दरवर्षी जागतिक अधिवेशने भरत. १९३७ सालचे झुरिचचे अधिवेशन महत्त्वपूर्ण होते; कारण झिऑनिस्टांनी या अधिवेशनात ब्रिटिशांशी वाटाघाटी करण्याचा निर्णय घेतला होता. लंडन गोलमेज परिषदेने (१९३९) च्या झिऑनिस्टांची निराशा झाली. ज्यूंच्या निर्णायक लढा तीव्र करण्यास त्यांनी १९४३चे झिऑनिस्ट अधिवेशन 'न्यूयॉर्क'ला घेतले. या अधिवेशनास जगातील सर्व ज्यू कार्यकर्ते, प्रतिनिधी उपस्थित होते. सर्वानुमते १९४३ साली 'बाल्टीमोर योजना' घोषित करण्यात आली. बाल्टीमोर योजनेत– १) पॅलेस्टाईनमधील ज्यूंची आवकबंदी रद्द करणे. २) ब्रिटिश श्वेतपत्रिका अमान्य करणे. ३) ज्यूंची लष्करनिर्मिती करणे. ४) इस्राइल निर्मितीसाठी अरब संघर्ष चालू ठेवणे इत्यादी गोष्टींचा समावेश होता. इस्राइलनिर्मिती हा या अधिवेशनाचा प्रमुख हेतू व उद्देश होत होता. झिऑनिस्टांच्या बळावरच पॅलेस्टिनी ज्यूंनी (१९४३-४८) निकराचा संघर्ष करून ब्रिटिशांना सत्ता त्यागास भाग पाडले. झिऑनिस्ट चळवळीचा हा देदीप्यमान भविष्यकालीन इतिहास पारतंत्र्यातील माणसांना प्रेरणा व स्फूर्ती देणारा आहे. शून्यातून इस्राइलची निर्मिती करताना ज्यूंचा कष्टाळूपणा, प्रामाणिकपणा, धाडसीवृत्ती, कर्तबगार व राष्ट्रनिष्ठता त्यांना उपयोगी ठरली. आपल्या बुद्धीच्या बळावर आर्थिकदृष्ट्या संपन्न झालेल्या जगभरातील ज्यूंनी झिऑनिस्ट संघटनेला केलेली भरीव आर्थिक मदत इस्राइलच्या निर्मितीस कारणीभूत ठरली. डॉ. हर्झल, डॉ. वाइजमन, बेनगुरियन हे श्रेष्ठ इस्राइली नेते झिऑनिस्ट संघटनेनेच दिले. त्यांच्या कर्तृत्वातून संपन्न इस्राइल निर्माण झाला. झिऑनिस्ट चळवळीने ज्यू बांधवांच्या साहाय्यार्थ प्रचंड पैसा पॅलेस्टाईनमध्ये ओतला. त्यामुळेच ज्यूंनी रुक्ष, रखरखीत भूमीचे नंदनवन केले. ज्यूंची आर्थिक क्षेत्रातील प्रगती, संपन्नता व पॅलेस्टाइनमधील वाढती लोकसंख्या यामुळे ज्यू व अरब संघर्ष उग्र बनत चालला.

७.२ बाल्फोर जाहीरनामा (Balfour Declaration)

१९१६ मध्ये पहिल्या महायुद्धात जर्मनी सर्वच आघाड्यांवर विजयी होत होती. यामुळे ब्रिटिशांना अमेरिकेच्या मदतीची गरज भासू लागली. अमेरिकेतील ज्यू आर्थिकदृष्ट्या अत्यंत श्रीमंत होते. त्यांचे अमेरिकेच्या राजकीय व्यवस्थेत चांगलेच वजन होते. राष्ट्रनिर्मितीच्या ज्यूंच्या महत्त्वाकांक्षेला पाठिंबा दिला तर अमेरिकन ज्यूंमार्फत युद्धात अमेरिकेची मदत मिळवून घेणे शक्य होईल असे ब्रिटनला वाटले. ब्रिटनच्या अडचणींचा फायदा घेऊन ज्यूंना स्वदेशी म्हणजे पॅलेस्टाईनमध्ये पाठविण्याच्या योजनेला ब्रिटिशांचा पाठिंबा मिळवून देणे शक्य होईल हे डॉ. वाइजमन जाणून होते; १९१६मध्ये अमेरिकेतील ज्यूंनी वाइजमनच्या सल्ल्यानुसार ब्रिटिशांना फार मोठे कर्ज देण्याच्या मोबदल्यात ब्रिटिश सरकारचा पाठिंबा मिळविला.

२ नोव्हेंबर, १९१७ रोजी लंडन सरकारने लॉर्ड बाल्फोर यांची ज्यूंना पाठिंबा देण्याची जी ऐतिहासिक घोषणा केली हाच 'बाल्फोर जाहीरनामा' होय. या घोषणेने पॅलेस्टाईनमध्ये ज्यूंचे स्वतंत्र राष्ट्र निर्माण व्हावे या कल्पनेला फार मोठी शक्ती मिळाली. या घोषणद्वारे लॉर्ड बाल्फोर यांनी असे सांगितले की, पॅलेस्टाईनमध्ये ज्यूंचे स्वतंत्र राष्ट्र निर्माण केले जावे, या योजनेला ब्रिटिश सरकार अनुकूल असून ते उद्दिष्ट साध्य करण्याकरिता ब्रिटिश सरकार सर्वतोपरी प्रयत्न करील, असे स्पष्ट अभिवचन ब्रिटनकडून देण्यात आले; यामुळे जगभरातील ज्यूंना आनंद झाला. पॅलेस्टाईनमधील इस्राइलच्या निर्मितीला आलेल्या यशाचे हे सर्वांत मोठे कारण आहे. डॉ. वाइजमनने लॉइड जॉर्ज यांच्याकडे पहिल्या महायुद्धात केलेल्या मदतीचा मोबदला म्हणून स्वत:साठी काहीही न मागता ज्यूंसाठी स्वतंत्र राष्ट्र निर्माण करण्याचे पक्के अभिवचन घेतले. ज्यू राष्ट्रवादाने प्रेरित झालेल्या वाइजमनच्या कामगिरीचे फळ म्हणजे 'बाल्फोर जाहीरनामा' असे म्हटल्यास वावगे ठरू नये.

बाल्फोर घोषणा ऐतिहासिकदृष्ट्या ब्रिटिश धोरणांशी सुसंगत होती. ब्रिटिश साम्राज्याचे हितसंबंध डोळ्यांसमोर ठेवूनच ती करण्यात आली होती. १९व्या शतकाच्या मध्यापासूनच ब्रिटनच्या राजकीय वर्तुळात पॅलेस्टाईनमध्ये ज्यूंचे राष्ट्र स्थापनेच्या कल्पनेने मूळ धरले होते. १८५२साली स्थापन झालेल्या 'द न्यूज इन पॅलेस्टाईन' या हॉलिंग वर्थच्या ग्रंथात ब्रिटिश संरक्षणाखाली स्थापन व्हावयाच्या त्या ज्यू राष्ट्राची योजना स्पष्ट करण्यात आली होती. ब्रिटनचा भारताकडे जाणारा भूमार्ग त्यामुळे सुरक्षित राहणार होता, सर्व ब्रिटिश नेते या योजनेला अनुकूल होते; तसेच मध्यपूर्वेत ब्रिटनची स्थिती दृढ असावी व त्या प्रदेशावरील फ्रेंचांचा ताबा दूर करून, तो प्रदेश पूर्णपणे ब्रिटिश नियंत्रणाखाली आणावा हा दुसरा उद्देश बाल्फोर घोषणा करण्यामागे होता. ब्रिटिश सरकार ज्यूंचे राष्ट्र निर्माण करण्यास सर्वतोपरी प्रयत्न करेल असे बाल्फोर यांनी स्पष्टपणे कळवले होते. बाल्फोर घोषणेनंतर ज्यूंच्या इतिहासातील नवीन पर्वाला सुरुवात झाली. आपल्या ध्येयाच्या पूर्तीसाठी ज्यूंनी फारच परिश्रम घेतले २२ जुलै, १९२२ रोजी एका ठरावाद्वारे राष्ट्रसंघाने पॅलेस्टाईन आज्ञांकित प्रदेश म्हणून ब्रिटनकडे सोपविले. बाल्फोर घोषणेने ज्यूंना दिलेल्या आश्वासनांचा त्यात समावेश होता.

बाल्फोर घोषणेचा परिणाम

१) ज्यूंची पॅलेस्टाईनमध्ये संख्या वाढत चालली.

२) पॅलेस्टाईनमधील राजकीय परिस्थिती त्यामुळे बिघडत चालली.

३) अरब व ज्यू संघर्ष वाढीस लागला, दोघांचे धर्म भिन्न असल्याने या संघर्षात भरच पडत गेली.

४) 'वेलिंग वॉल' चे ज्यूंचे पवित्र ठिकाण व अरबांना अत्यंत पवित्र असलेल्या मशिदीचा भाग अरब मानत होते, त्यामुळे ज्यू-अरब संघर्षात १९२९च्या सुमारास गंभीर स्वरूपाच्या धार्मिक दंगली उसळल्या.

५) ज्यूंच्या विज्ञान व तंत्रज्ञानातील प्रगतीशी अरबांना स्पर्धा करणे शक्य नव्हते. त्यामुळेच अरब छोट्या-मोठ्या चकमकी करीत राहिले.

६) सर्वांत महत्त्वाचा परिणाम म्हणजे १९३४ च्या सुमारास पॅलेस्टाईनमध्ये अरबांपेक्षा ज्यूंची संख्या अधिक वाढली.

७) बाल्फोर घोषणेने नको ती जबाबदारी येऊन पडल्याने शासनाची जबाबदारी असलेल्या ब्रिटिशांनी आपल्या भूमिकेत बदल करण्यास सुरुवात केली.

७.३ ब्रिटिश विश्वस्त प्रदेश (British Mandate)

पहिल्या महायुद्धानंतर जागतिक शांततेसाठी १९२० मध्ये राष्ट्रसंघाची निर्मिती करण्यात आली. पराभूत राष्ट्रांच्या ताब्यातील बेवारशी प्रदेशांची व्यवस्था पहाण्यासाठी राष्ट्रसंघाच्या विश्वस्त मंडळातर्फे मेंडेट पद्धती अमलात आणली गेली. पहिल्या महायुद्धात तुर्कांचा पराभव झाल्याने तुर्कस्थानच्या नामधारी वर्चस्वाखाली असलेल्या अरब-ज्यूंच्या प्रदेशांवर पॅलेस्टाईनवर ब्रिटिशांचे वर्चस्व निर्माण झाले (२२ जुलै, १९२२). हा प्रदेश विश्वस्त या नात्याने ब्रिटनकडे सोपविण्यात आला. हर्बट सॅम्युअलची त्यावर हायकमिशनर म्हणून नेमणूक करण्यात आली. प्रारंभी जॉर्डनचा प्रदेश पॅलेस्टाईनमध्येच समाविष्ट होता, परंतु ज्यूंची संघटनशक्ती वाढू लागल्याने तिचे खच्चीकरण करण्यासाठी इंग्रजांनी भेदनीतीचा वापर केला आणि पॅलेस्टाईनचे विभाजन करून जॉर्डन नदीच्या पूर्व-पश्चिमेकडील प्रदेशांची मिळून जॉर्डन राष्ट्रांची निर्मिती केली. पुढे ज्यू-जॉर्डन संघर्ष विकोपाला पोहोचला. ब्रिटिशांची ही कृती ज्यू राष्ट्रवादाला मारक ठरली. ज्यू-इंग्रज तणाव वाढत चालला. बाल्फोर घोषणेनंतर ब्रिटिशांनी ज्यूंना पाठिंबा दिलेली आपली भूमिका बदलली व त्यांनी पुढील काळात अरब राष्ट्रांना झुकते माप दिले, कारण इंग्रजांचे तेल उद्योगांशी असलेले हितसंबंध अरब राष्ट्रांत गुंतलेले होते. परिणामी, अरब-ज्यू दुरावा वाढत चालला. अरब व ज्यू यांच्यातील संघर्ष तीव्र झाल्यामुळे त्यांची चौकशी करण्याकरिता ब्रिटिश सरकारच्या विनंतीवरून राष्ट्रसंघाने एक तटस्थ राष्ट्रांचे कमिशन नेमले. त्याचवेळी पॅलेस्टाईनमध्ये बाहेरून येणाऱ्या ज्यूंच्या स्थायिक होण्याच्या प्रश्नाचा विचार करण्यासाठी ब्रिटिश सरकारने १९३० साली 'सर जॉन होप सिम्सन' आयोग नेमला. या आयोगाने पॅलेस्टाईनमध्ये विविध राष्ट्रांतून येणाऱ्या ज्यूंवर निर्बंध घालावेत अशी शिफारस केली; पण त्याचबरोबर डॉ. वाइजमन यांना पत्र लिहून ज्यूंनी त्याबाबत अस्वस्थ होऊ नये, असेही कळविले. या अशा धोरणामुळे ज्यू आणि

अरब यांच्यात ब्रिटिश सरकारविषयी शंका निर्माण झाली. परदेशातून येणाऱ्या ज्यूंच्या येण्यावर निर्बंध घातल्यामुळे पॅलेस्टाईनमधील ज्यू एजन्सी यांनी या गोष्टीचा धिक्कार केला; त्यामुळे ब्रिटिशांनी आपल्या धोरणात बदल केला आणि १९३२ साली पॅलेस्टाईनमध्ये २५०० डॉलर्सचे भांडवल जवळ असल्याचा पुरावा दर्शविणारे ज्यू शेतकरी व व्यापारी यांना येऊ देण्याची परवानगी देण्यात आली. १९३३ साली जर्मनीत हिटलर सत्तेवर येताच ज्यूंचा प्रश्न अधिक गंभीर बनला. १९३२ मध्ये पॅलेस्टाईनमध्ये येणाऱ्या ज्यूंची ९००० ही संख्या १९३५ पर्यंत ६०,००० पर्यंत गेली. पॅलेस्टाईनमधील ब्रिटिश हायकमिशनरने ज्यूंनी गरीब अरब कुटुंबीयांकडून जमिनी विकत घेण्यावर बंदी आणणारा वटहुकूम काढला; पण त्यामुळे अरबांना वाटणारी धास्ती नाहीशी झाली नाही.

७.४ अ) पील कमिशन (Peal Commission)

पॅलेस्टाईनमध्ये ज्यूंच्या जागृतीमुळे ज्यूंचे सामर्थ्य वाढू लागले होते. संघटित ज्यूंना एकाचवेळी अरब राष्ट्रांशी व इंग्रजांशी संघर्ष करावा लागला; कारण ज्यूंच्या स्वतंत्र राष्ट्राची (इस्राइलची) निर्मिती दोघांनाही रुचणारी नव्हती. युद्धकाळात लढाऊ ज्यूंची मदत मिळविण्यासाठी ब्रिटनने बाल्फोर घोषणा करून ज्यूंच्या निवासस्थानाचे (Home Land) आश्वासन देऊनही ते पाळले नाही; कारण कर्तबगार ज्यूंचे इस्राइल निर्माण होणे त्यांना धोकादायक वाटू लागले; तसेच अरब राष्ट्रांत तेलाचे प्रचंड साठे सापडल्यने तेथे इंग्रजांचे आर्थिक हितसंबंध निर्माण झाल्याने ब्रिटनने पॅलेस्टाईन इस्राइलवर आपली पकड मजबूत करण्याचे प्रयत्न सुरू केले; ज्या ज्या वेळी अरब-ज्यू संघर्ष तीव्र बनला त्या-त्या वेळी शांतता, स्थैर्य निर्माण करण्यासाठी ब्रिटनने विविध कमिशनची स्थापना केली. अरब व ज्यू यांना झुलवत ठेवण्याचे काम अशा कमिशनने केले. याच प्रकारे ब्रिटिशांनी १९३७ मध्ये 'पील' कमिशनची स्थापना केली. अरब-ज्यू संघर्ष मिटवणे हा या कमिशनचा प्रमुख उद्देश होता. ज्यूंच्या मुक्तीसेनेचेही सामर्थ्य त्यावेळी वाढलेले होते. पॅलेस्टाईनमध्ये अशांतता व अराजक वाढल्याने पील कमिशनची नियुक्ती करण्यात आली होती. ब्रिटिशांच्या अस्वस्थेतूनच ह्या कमिशनची स्थापना करण्यात आली होती. पॅलेस्टाईन व ज्यूंचे भवितव्य ठरविणे हाही कमिशनचा उद्देश होता.

पील योजनेतील तरतुदी

१) पॅलेस्टाईनमध्ये चार लक्ष ज्यू व दहा लक्ष अरब असून दोघांचे हितसंबंध परस्परविरोधी आहेत; त्यामुळे बहुसंख्य ज्यू असलेल्या पॅलेस्टाईनचे विभाजन करून १/३ प्रदेशांचे ज्यूंचे राष्ट्र निर्माण करावे.

२) उर्वरित पॅलेस्टाईन जॉर्डन राज्यास जोडावे.

३) पील कमिशनने पॅलेस्टाईनच्या विभाजनाची योजना मांडली.

पील योजनेचे परिणाम

१) ही योजना अरब, ज्यू, पॅलेस्टाईन व जॉर्डनलाही मान्य नसल्याने ती फेटाळून लावण्यात आली.

२) या योजनेने ज्यू व अरब राष्ट्रे संतप्त झाली.

३) परस्परांवर प्राणघातक हल्ले सुरू झाले.

४) पॅलेस्टाईनमध्ये हिंसाचाराने थैमान घातले.

५) ब्रिटिश अधिकाऱ्यांचे खून पडू लागले.

६) यातून वुडहेड कमिशनची स्थापना करण्यात आली.

वुडहेड कमिशन

ज्यू आणि अरब यांच्याशी प्रत्यक्ष विचारविनिमय करून निर्णय घेण्यासाठी हे कमिशन नेमण्यात आले. त्यानुसार- १) पॅलेस्टाईनमध्ये येणाऱ्या ज्यू लोकांवर बंधने घालावीत. २) ज्यूंच्या जमीन खरेदीवर बंदी घालावी. ३) ज्यूंना शासनात सहभागी होण्याच्या अधिकारावर बंधने घालावीत. अशा प्रकारच्या अनेक अटी ज्यूंवर लादण्याचा या कमिशनने प्रयत्न केला. वुडहेड कमिशनने अरबांना झुकते माप दिले. त्यांना अरबांची सहानुभूती हवी होती (त्यांच्याकडे असणाऱ्या तेलसाठ्यांमुळे) पण ब्रिटिशांचा हा सुद्धा प्रयत्न असफल ठरला.

७.४ ब) लंडनची गोलमेज परिषद (London Round Table Conference)

ज्यूंचा प्रश्न आंतरराष्ट्रीय व्यासपीठावर सोडविण्यासाठी १९३९ साली लंडन गोलमेज परिषद भरविण्यात आली. याचे बरेच श्रेय झिऑनिस्ट चळवळीला जाते. १९३७ मध्ये झिऑनिस्ट संघटनेचे अधिवेशन झुरिच येथे भरलेले असताना ज्यू नेत्यांनी इंग्रजांबरोबर वाटाघाटी करण्याची तयारी दर्शविली होती; यामुळेच लंडन परिषद आयोजित करण्यात आली. या परिषदेला इजिप्त, इराक, इराण, येमेन, जॉर्डन, सौदीअरेबिया, ब्रिटन व अमेरिकेचे प्रतिनिधी हजर होते. डॉ. वाइजमन ज्यूंचे प्रतिनिधी म्हणून हजर होते. पॅलेस्टाईन मात्र परिषदेला उपस्थित नव्हता. या परिषदेत ज्यूंना पॅलेस्टाईनमध्ये येण्यास बंदी घालावी, ही अरबांची प्रमुख मागणी होती; तर ब्रिटिशांनी बाल्फोर घोषणेनुसार स्वतंत्र ज्यूंच्या राष्ट्रांची पूर्तता करावी, हा ज्यूंचा आग्रह होता. परस्परविरोधी अशा मागण्या अरब व ज्यूंनी केल्याने परिषद अपयशी ठरली. वाटाघाटी व तडजोडीचे सर्व मार्गच त्यामुळे बंद झाले.

७.४ क) श्वेतपत्रिका

पील कमिशन, वुडहेड कमिशन व लंडन गोलमेज परिषद अयशस्वी ठरल्याने अरब-ज्यू संघर्ष मिटवण्यासाठी ब्रिटनने एकतर्फी श्वेतपत्रिका काढली. यात ज्यूंच्या स्वतंत्र राष्ट्राची हमी नसल्याने व पॅलेस्टाईनचे तीन भागांत विभाजन करून एकाच प्रदेशात ज्यूंना जमीन खरेदीचा अधिकार व दहा वर्षांनंतर स्वतंत्र ज्यूंचे राष्ट्र निर्माण करण्यात येईल, अशा प्रकारच्या तरतुदींमुळे ज्यूंनी ही श्वेतपत्रिका स्वीकारली नाही. (अधिक माहितीसाठी पहा-प्रकरण १ ले-संकल्पनात्मक अभ्यास, १.९ श्वेतपत्रिका)

७.४ ड) इस्राइलचा उदय (Rise of Israel)

पॅलेस्टाइनच्या प्रश्नाची सोडवणूक करण्यासाठी अमेरिकेचे सहकार्य घेण्याचा ब्रिटनने प्रयत्न केला; पण त्या वेळी अमेरिकेत अध्यक्षपदाकरिता निवडणुका जवळ आल्या होत्या. त्यात ज्यूंची मते महत्त्वाची ठरणार होती. ड्यूसन शासन ज्यूंना अनुकूल होते. एक लाख ज्यूंना कोणतेही निर्बंध न घालता पॅलेस्टाईनमध्ये जाऊ द्यावे अशी सूचना त्यांनी ब्रिटिश सरकारला दिली. यावेळी 'ज्यूं'चा नाझी करत असलेला छळ जगभर पसरलेला होता; त्यामुळे त्यांच्या हालअपेष्टा पाहून त्यांच्यावरील अत्याचारामुळे त्यांना जगाची सहानुभूती होती. १९४२-४३ मध्ये पॅलेस्टाईनमध्ये ज्यू नेता डेव्हीड बेन गुरियनने उभारलेल्या ज्यूंची लष्करी दले-हॅगनाह, इर्गुन व स्टर्न गँगच्या दहशतवादी संघटनांच्या कारवाया जोरात सुरू होत्या.

इ.स १९४७ मध्ये हजारोंच्या संख्येने पॅलेस्टाईनमध्ये येणारे गांजलेले, निराश्रित ज्यू व त्यांच्या दहशतवादी कारवाया व अरब त्यांना करीत असलेला विरोध यामुळे पॅलेस्टाईनमधील स्थिती ब्रिटनच्या नियंत्रणाबाहेर गेली होती.

ब्रिटिश सरकारने एप्रिल १९४७ मध्ये पॅलेस्टाईनचा प्रश्न संयुक्त राष्ट्रसंघासमोर नेला. यावेळी नेमण्यात आलेल्या खास समितीने बहुमताने अरब आणि ज्यू यांच्यात पॅलेस्टाईनची विभागणी करावी, अशी शिफारस केली; या समितीच्या तीन सदस्यांनी (भारत, इराण, युगोस्लाव्हिया) आपला अल्पसंख्येचा अहवाल महासभेला वेगळा सादर केला, त्यात त्यांनी अरब व ज्यू यांना स्वतंत्र सरकार बनविण्याचा अधिकार देऊन पॅलेस्टाईनचे विभाजन करण्याऐवजी संघराज्य प्रस्थापित करावे अशी सूचना केली. परंतु महासभेत २९ एप्रिल, १९४७ रोजी बहुसंख्येने विभाजनाच्या बाजूने मत दिले. अरब राष्ट्रांनी अर्थातच ठरावाच्या विरुद्ध मत दिले. शक्तीसामर्थ्याच्या बळावर विभाजनाच्या योजनेला विरोध करण्याचे ठरविले. विभाजनाच्या योजनेचा ठराव मंजूर करण्यासाठी अमेरिकेने अरबांवर आणलेल्या दडपणामुळे अमेरिकेबद्दल अरबांच्या मनात कटुता निर्माण झाली.

ह्या सर्वांचा परिणाम ज्यूंवर होऊन ते अत्यंत आनंदित झाले. विश्वस्त प्रदेश म्हणून राष्ट्रसंघाने ब्रिटनकडे सोपविलेले. पॅलेस्टाईन ब्रिटनने मे १९४८ला परत राष्ट्रसंघाच्या स्वाधीन केले. याचे कारण दुसऱ्या महायुद्धानंतरची ब्रिटनची दुर्बलता होय. पॅलेस्टाईनमध्ये ठेवाव्या लागणाऱ्या फौजेचा न परवडणारा खर्च, पूर्वेकडील भारत, पाकिस्तान, ब्रह्मदेश यांनी मिळवलेले स्वातंत्र्य त्यामुळे (मेडिटेरिअन) भूमध्य समुद्राचे ब्रिटनला वाटणारे महत्त्व कमी झाल्याने, अरबांशी मैत्रीपूर्ण संबंध असावे, अशा विविध कारणांनी संयुक्त राष्ट्रसंघाचे विश्वस्त म्हणून ब्रिटनने माघार घेतली व त्याच महिन्यात संयुक्त राष्ट्रसंघाने स्वीडनच्या काउंट बर्नाडोट यांची विभाजनाच्या योजनेची अंमलबजावणी करण्याकरिता नियुक्ती केली; पण एका ज्यू दहशतवाद्याने त्यांचा खून केला. ब्रिटनच्या फौजा पॅलेस्टाईनमधून जाताच ज्यूंनी पॅलेस्टाईनचा जो प्रदेश इस्राइलला मिळावा असे राष्ट्रसंघाने नमूद केले होते; तो प्रदेश धरून तेलअव्हिव येथे झालेल्या बैठकीत ज्यूंच्या नॅशनल कौन्सिल ने ज्यूंच्या स्वतंत्र राष्ट्रांची, इस्राइलची निर्मिती झाल्याची घोषणा केली. १४ मे, १९४८ रोजी बेन गुरियन याने ज्यूंचे स्वतंत्र राष्ट्र स्थापन झाल्याचे जाहीर केले. व इस्राइल ह्या लोकशाहीवादी राष्ट्राची निर्मिती झाली. डॉ. वाइजमन यांची इस्राइलचे पहिले अध्यक्ष म्हणून निवड केली गेली आणि काही तासांतच अमेरिकेने इस्राइलला राजनैतिक मान्यता दिली. दुसऱ्याच दिवशी अरब राष्ट्रांनी (सिरिया, लेबनॉन, इराक, ट्रान्सजॉर्डन, इजिप्त यांनी) तीनही दिशांनी इस्राइलवर संयुक्त हल्ला केला. इस्राइली लोकांनी शत्रूच्या बॉम्ब वर्षावात स्वातंत्र्य उत्सव साजरा केला पण लष्करी नेतृत्वाच्या अभावी अरबांचा पराभव झाला. मे १९४९ इस्राइल हा संयुक्त राष्ट्रसंघाचे सदस्य बनले.

मध्यपूर्वेत इस्राइल या ज्यू राष्ट्राचा उदय झाला. ज्यूंच्या पाऊण शतकाच्या प्रयत्नांना फळ आले. इस्राइलचे पंतप्रधान म्हणून डेव्हीड बेन गुरियन सत्तेवर आले; व अल्पावधीत आर्थिकदृष्ट्या संपन्न राष्ट्र म्हणून इस्राइलचा विकास झाला.

सराव प्रश्न

प्र.१) खालील प्रश्नांची सविस्तर उत्तरे लिहा. (सुमारे ४०० शब्दांत)

१) डेव्हिड बेनगुरियन-थिओडोर हर्झल व डॉ. वाइजमन यांनी इस्राइलच्या निर्मितीत दिलेल्या योगदानाची सविस्तर चर्चा करा.

२) झिऑनिस्ट चळवळीतून इस्राइलची निर्मिती कशी झाली ते स्पष्ट करा.

३) इस्राइलच्या निर्मितीतील विविध टप्पे स्पष्ट करा.

४) इस्राइल निर्मितीबाबत अरबांचा दृष्टिकोन स्पष्ट करा.

प्र.२) खालील प्रश्नांची थोडक्यात उत्तरे लिहा.

१) संकल्पना स्पष्ट करा – झिऑनिस्ट.

२) थोडक्यात टिपा द्या – डेव्हिड बेनगुरियन.

३) थोडक्यात माहिती द्या – डॉ. वाइजमन.

४) थिओडोर हर्जलने इस्राइलच्या निर्मितीसाठी केलेल्या कार्याची माहिती द्या.

५) बाल्फोर घोषणेचे महत्त्व सांगा.

६) 'पिलू रॉयल कमिशन' विषयी माहिती लिहा.

७) संकल्पना स्पष्ट करा – ब्रिटिश विश्वस्त पद्धती.

८) लंडन गोलमेज परिषदेतील प्रमुख शिफारशी स्पष्ट करा.

८ अरब-इस्राइल संघर्ष

Arab-Israel Conflict

८.१ १९४८ ते १९७३ या काळातील अरब इस्राइल संघर्षाचा आढावा (1948 to 1973 Arab Israel Conflict a Brief Survey)

प्रस्तावना

अरब-इस्राइल संघर्षाचे एक पर्व १९४८ साली समाप्त झाले आणि लागलीच दुसऱ्या संघर्ष पर्वाला प्रारंभ झाला. इस्राइलच्या निर्मितीमुळे भोवतालची अरब राष्ट्रे प्रक्षुब्ध झाली. स्वातंत्र्य मिळालेल्या दुसऱ्याच दिवशी (१९ मे, १९४८) त्यांनी इस्राइलवर प्राणघातक हल्ले सुरू केले आणि दीर्घ कालीन अरब-इस्राइल संघर्षाला प्रारंभ झाला. १९४८ पासून १९७३ पर्यंत चार मोठ्या लढाया झाल्या. सिरिया, जॉर्डन, लेबनॉन, इराक ही अरब राष्ट्रे आणि इजिप्त इस्राइलच्या विरोधात लढत होती. त्यांना साम्यवादी रशियाचा पाठिंबा होता आणि इजिप्त अरब राष्ट्रांचे नेतृत्व करीत होता. महासत्तांच्या विरोधात संघटित होण्यासाठी 'अरब लीग'ची स्थापना झाली होती. १९४५ ला इराण मात्र ह्या संघर्षापासून अलिप्त राहिला. तेलाचे हितसंबंध व साम्यवादी रशियाला शह देण्यासाठी अमेरिका इस्राइलच्या बाजूने ठामपणे उभी राहिली. परिणामी, अरब-इस्राइल युद्धाला आंतरराष्ट्रीय युद्धाचे (शीतयुद्ध) परिणाम प्राप्त झाले.

८.१ १९४८ ते १९७३ या काळातील अरब-इस्राइल संघर्षाचा आढावा
(1948 to 1973 Arab Israel Conflict a brief Survey)

अ) १९४८ चे युद्ध

१५ मे, १९४८रोजी तेलअव्हिव येथील हंगामी ज्यू सरकारकडून इस्राइल या नव्या स्वतंत्र ज्यू राष्ट्राची घोषणा होताच इजिप्त, जॉर्डन, सिरिया, इराक आणि लेबनॉन या अरब राष्ट्रांनी इस्राइलवर चोहोबाजूंनी हल्ला चढविला. जॉर्डनच्या पुढाकाराने जेरुसलेममध्ये अरब रणगाडे घुसले. राजधानी जरुसलेमच्या संरक्षणार्थ 'हॅगनाह'चे झुंजार सैनिक आणि अरबांमध्ये भीषण रणकंदन सुरू झाले. इस्राइलची सैन्यसंख्या फक्त ३५००० असून अरबांचे लष्करी व शस्त्रसामर्थ्य प्रचंड होते. इस्राइलच्या सैन्यामध्ये लष्करी प्रशिक्षण, शिस्त व संघटन उच्च दर्जाचे होते. त्यामानाने अरब राष्ट्राचे सैन्य प्रचंड असले तरी त्यामध्ये शिस्त नव्हती. एकजूट नव्हती; एकखांबी खंबीर नेतृत्व नव्हते. इराक-जॉर्डनने तेलअव्हिवर बॉम्बहल्ले केले आणि जेरुसलेममध्ये ज्यूंना कोंडीत पकडले. इस्राइल शत्रूच्या वेढ्यात सापडला तरीही ज्यूंनी धैर्याने तोंड दिले. हे युद्ध चालू असताना युनोने काऊंट बर्नाडोटला इस्राइलमध्ये पाठविले. परंतु त्याचा खून झाला; युद्धाची प्रखरता वाढत गेली. अशा प्रतिकूल परिस्थितीत इस्राइलने गॅलेलीचा प्रदेश जिंकला. या संधीचा फायदा घेऊन इजिप्तने पॅलेस्टाईनच्या गाझापट्टीचा प्रदेश जिंकला; त्यामुळे पुढे इस्राइलला इजिप्तशीदेखील संघर्ष करावा लागला. शेवटी इस्राइलने युनोची युद्धबंदी मान्य केली व स्वातंत्र्योत्तर पहिले युद्ध संपुष्टात आले. या युद्धात इस्राइलने इजिप्तसह अरब राष्ट्रांचा पराभव करून आपल्या शौर्याची चुणूक दाखवली. चिमुकल्या इस्राइलचे हे यश जगाला थक्क करून सोडणारे होते. ज्यूंचे जगभर कौतुक झाले आणि अरबांची नाचक्की झाली. 'एका आठवड्यात इस्राइलला जिंकू' ही त्याची घोषणा पोकळ ठरली. ह्या युद्धानंतर भूमध्यसमुद्र किनाऱ्यावरील गाझापट्टीचा प्रदेश, हैफा बंदर, तेलअव्हिव, दक्षिणेकडील नेगेव्हचा प्रदेश, गॅलीया व सिरियाच्या शेजारचा प्रदेश इस्राइलमध्ये मोडत होता. मध्य इस्राइलचा जेरुसलेमचा प्रदेश मात्र ज्यूंना सोडावा लागला. जुलै १९४९ मध्ये पॅलेस्टाईन प्रदेशात तात्पुरती शांतता प्रस्थापित करण्यात संयुक्त राष्ट्र संघटनेला यश मिळाले, परंतु इस्राइल आणि अन्य अरब राष्ट्रांच्या सीमा निश्चित झाल्या नाहीत अथवा उभय पक्षांमध्ये शांतता करारही झाले नाहीत. अरब आणि ज्यू यांच्यांत वाद निर्माण झाल्यास त्याचा निवाडा करण्यासाठी एका शस्त्रसंधी मंडळाची नेमणूक करण्यात आली. जेरुसलेम शहर आंतरराष्ट्रीय नियंत्रणाखाली ठेवण्याची सूचना मान्य झाली नाही. परिणामी, जेरुसलेम शहराचा नवीन भाग इस्राइलच्या ताब्यात राहिला आणि जुने जेरुसलेम शहर जॉर्डनकडे राहिले.

पॅलेस्टाईनच्या तीन चतुर्थांश प्रदेशावर इस्राइलचे नियंत्रण प्रस्थापित झाले. १९४८-४९ या वर्षभर सुरू असलेल्या अरब-इस्राइलच्या युद्धामुळे पॅलेस्टाईनमधून आठ लाख मुस्लीम अरब परागंदा होऊन अरब राष्ट्राच्या आश्रयास गेले. हे आठ लाख निर्वासित अरब संयुक्त राष्ट्रसंघाच्या निर्वासित छावण्यांमध्ये राहत होते.

ब) दुसरे अरब – इस्राइल युद्ध (१९५६)

ह्या युद्धानंतर भूमध्य समुद्र किनाऱ्यावरील गाझापट्टीचा प्रदेश, हैफा बंदर, तेलअव्हिव, दक्षिणकेडील नेगेव्हचा प्रदेश, गॅलीया व सिरियाच्या शेजारचा प्रदेश इस्राइलमध्ये मोडत होता. मध्य इस्राइलचा जेरुसलेमचा प्रदेश मात्र ज्यूंना सोडावा लागला. १९५६ मध्ये दुसऱ्या अरब-इस्राइल लढाईला प्रारंभ झाला. यावेळी इस्राइलने आपले आर्थिक व लष्करी सामर्थ्य वाढविलेले होते. अरब लीगची स्थापना करून इजिप्तने अरब राष्ट्रांना १९४५ साली संघटित केलेले होते. जनरल नासेर १९५६ मध्ये इजिप्तचा सत्ताधीश बनला. इस्राइलच्या निर्मितीस व बड्या राष्ट्रांच्या हस्तक्षेपास त्याचा कडक विरोध होता, कारण इस्राइल इजिप्तचा शेजारी होता व त्याच्या गाझा प्रदेशावर ज्यूंनी आक्रमणे केलेली होती. १९४५ च्या युद्धाने दुखावलेल्या अरब राष्ट्रांनी आपली शक्ती एकवटून १९५६ साली इस्राइलवर आक्रमण केले आणि दुसऱ्या युद्धाला प्रारंभ झाला त्या वेळी त्यांना इजिप्त व रशियाचा भक्कम पाठिंबा मिळाला. जनरल नासेरने इजिप्तची सत्ता हाती घेतल्यानंतर सिरिया व जॉर्डनशी इस्राइलच्या विरोधात एक लष्करी करार केला. त्याचवर्षी सुएझच्या कालव्याचे राष्ट्रीयीकरण केले. सिनाई वाळवंटातील गाझापट्टी १९४८ च्या युद्धातच इजिप्तने हडप केलेली होती आणि इस्राइलच्या पश्चिमेकडे असलेल्या सिनाई वाळवंटावर कब्जा करण्याचा त्याचा डाव होता. एकीकडे अरब राष्ट्राच्या अस्मितेला चेतवून त्यांना संघटित करतानाच अरबांचे नेतृत्व मिळवावे आणि शेजारच्या इस्राइलचा सिनाईचा प्रदेश बळकवावा अशी नासेरची दुटप्पी भूमिका होती. त्याचे रशियाशी हितसंबंध होते आणि अमेरिकेशी शत्रुत्व होते; कारण इस्राइलला अमेरिकेचा पाठिंबा होता. जनरल नासेरची दुराग्रही भूमिका व राजकीय महत्त्वाकांक्षेमुळे इस्राइल बरोबरचा दुसरा व तिसरा संघर्ष घडून आला. १९५६ च्या युद्धाला नासेरच कारणीभूत ठरला त्याने किदानिया नावाचे इजिप्शियन दहशतवादी इस्राइलमध्ये घुसविले व त्यांनी हिंसाचार व अराजक माजविला. परिणामी, इस्राइलने सिनाईच्या वाळवंटावर हल्ला चढविला, गाझापट्टीवर आक्रमण केले, अशीच घोडदौड चालू ठेवीत ज्यूंनी दक्षिणेकडील अॅकाबच्या आखातापर्यंतचा प्रदेश जिंकला; त्यामुळे इस्राइलला तांबड्या समुद्रात प्रवेश करण्याचा मार्ग उपलब्ध

झाला. 'मोशेदायान' हा धाडसी सेनापती व नंतरचा पंतप्रधान इस्राइली सैन्याचे व युद्धाचे यशस्वी नेतृत्व करीत होता. ह्या युद्धात इंग्लंड फ्रान्सनेही इजिप्तवर आक्रमण केले, कारण सुएझचे राष्ट्रीयीकरण त्यांना मंजूर नव्हते. दुसऱ्या अरब-इस्राइल युद्धात इजिप्त व अरब राष्ट्रांचा पराभव झाला आणि गाझापट्टी, सिनाई, ऐवज बंदर व अॅकाबच्या आखातापर्यंतचा प्रदेश इस्राइलला मिळाला. १९५७ मध्ये ऐब्ज-हायका बंदरांना जोडणारी तेलाची पाईप लाईन टाकून इस्राइलने इराणमधून तेल आयात सुरू केले आणि तेलाच्या बाबतीत इस्राइलला स्वयंपूर्ण केले. हे युद्ध इस्राइलला अनेक दृष्टीने फलदायी ठरले. त्यांना फार मोठा नवीन प्रदेश मिळाला. समुद्रमार्गाची प्राप्ती झाली. तेलाची स्वयंपूर्णता लाभली व त्याने अरब-इजिप्तची प्रतिष्ठा धुळीस मिळवली. इजिप्तच्या नासेरची मानहानी झाली.

क) तिसरा अरब-इस्राइल संघर्ष (१९६७)

१९६७ साली झालेले तिसरे अरब-इस्राइल युद्ध जागतिक राजकारणाला कलाटणी देणारे ठरले; त्यामुळे इस्राइलच्या अस्तित्वाचे शिक्कामोर्तब झाले व ह्या राष्ट्राच्या सीमा वाढत गेल्या; दुसऱ्या अरब-इस्राइली युद्धानंतरची दहा वर्षे वादळापूर्वीची शांतता ठरली. या युद्धास पुढील गोष्टी कारणीभूत ठरल्या.

१) **नासेरची महत्त्वाकांक्षा :** इजिप्तचा जनरल नासेर महत्त्वाकांक्षी होता; त्याला अरबांचे नेतृत्व करून शेजारच्या प्रदेशांवर ताबा मिळवायचा होता. अरब, मुस्लीम राष्ट्रांच्या प्रदेशात निर्माण झालेले इस्राइल ज्यू राष्ट्र त्याला मान्य नव्हते. इंग्लंड, फ्रान्स, अमेरिका या महासत्तांचा हस्तक्षेप त्याला नाहीसा करायचा होता. नासेरची ही महत्त्वाकांक्षा व उद्दिष्टे या युद्धास कारण ठरली.

२) **कैरो शिखर परिषद :** १९६४ साली इजिप्तने पुढाकार घेऊन कैरो शिखर परिषद भरविली. इस्राइलशी युद्ध करण्यासाठी निर्वासित अरबांची पॅलेस्टिनी मुक्तिसेना निर्माण करणे, निर्वासित अरबांना पुन्हा इस्राइलमध्ये पाठवणे, भोवतालच्या अरब राष्ट्रांच्या लष्कराची संयुक्त आघाडी स्थापन करणे, शेजारच्या नद्यांचे पाणी इस्राइलला न मिळू देणे आणि इस्राइलवर आर्थिक बहिष्कार घालणे हे निर्णय परिषदेत घेण्यात आले व त्याची अंमलबजावणीही सुरू झाली. कैरो परिषदेने अरब-इस्राइलमधील तणाव वाढून युद्धजन्य वातावरण निर्माण झाले.

३) **अरब राष्ट्रे व नासरचा उद्दामपणा :** इस्राइलचे पंतप्रधान एराकॉलने युनोच्या माध्यमातून वाटाघाटीचे व शांततेचे प्रयत्न केले. युनोचे सरचिटणीस उ-थांटने मध्यस्थी केली. अमेरिकेचे अध्यक्ष जॉन्सन व रशियाचे अध्यक्ष कोसिजीन

ह्यांनी दडपण आणून युद्ध होऊ नये यासाठी प्रयत्न केला. परंतु अरब राष्ट्रे व नासरच्या उद्दामपणामुळे शांततेचे सर्व प्रयत्न विफल ठरले. नंतरच्या सद्दाम हुसेन (इराक) यांच्याप्रमाणे नासरचे वर्तन होते.

४) **इस्राइल नष्ट करण्याचे ध्येय :** जनरल नासेर सतत इस्राइल नष्ट करण्याची व युद्ध भडकवण्याची स्फोटक वक्तव्ये करीत होता. तशातच नासेरने ॲकबच्या आखातातील तिरणी बंदरात येणाऱ्या इस्राइली जहाजांना बंदी घातली. बड्या राष्ट्रांनी विरोध केला, तरीही त्यास त्याने दाद दिली नाही. नासेरने युद्धाची तयारी केली. ह्याचवेळी रशियाने इराक, इजिप्त, सिरिया, जॉर्डन, अरेबिया व लेबनॉनला भरपूर शस्त्रे पुरविली. ह्या बळावर नासेर इस्राइलचे अस्तित्व नष्ट करण्याचे ध्येय बाळगून होता. नासेरची नाकेबंदी युद्धाला पोषक ठरली.

५) **इस्राइलची आक्रमक भूमिका :** शांतता व वाटाघाटीचे सर्व मार्ग बंद झाल्याने व इजिप्तच्या लष्करी हालचाली वाढल्याने शेवटी इस्राइलने आक्रमक भूमिका घेतली. मे १९६० मध्ये इस्राइलने जेरुसलेमच्या निर्लष्करीकरण केलेल्या व बंदी घातलेल्या प्रदेशात लष्करी संचलन सुरू केले व 'इस्राइली स्वातंत्र्यदिन महोत्सव' साजरा केला. ५ जून, १९६७ रोजी इजिप्तवर प्राणघातक हल्ला केला आणि तिसऱ्या भीषण युद्धाला सुरुवात झाली.

सर्व इस्लामी अरब राष्ट्रे इस्राइलच्या विरोधात होती. इस्राइलने गाझापट्टी, जेरुसलेम, सिनई, जॉर्डन, सिरिया व इजिप्तवर चौफेर हल्ले सुरू केले. इजिप्तचे विमानतळ उद्ध्वस्त केले. जॉर्डन, सिरिया व इराकच्या लष्करी तळांचा विध्वंस केला. ज्यूंनी शत्रूची ५१० विमाने नष्ट केली व प्रचंड बॉम्ब हल्ले केले. प्रत्येक ठिकाणी ज्यूंनी शत्रूचा पराभव केला; त्यामुळे नासेर संतापला व त्याने व अरब राष्ट्रांनी इंग्लंड व अमेरिकेशी असलेले राजनैतिक संबंध तोडले आणि त्यांचा पेट्रोलपुरवठा बंद केला. परंतु इस्राइलची विजयी घोडदौड चालूच राहिली. एका आठवड्याच्या आत इस्राइलचे सैन्य सुएझ कालवा, जॉर्डन नदी व दक्षिण सिरियापर्यंत येऊन पोहोचले होते. मध्यपूर्वेच्या व इस्राइलच्या इतिहासातील अत्यंत यशस्वी अशा त्या तुफानी मोहिमा होत्या. युद्धाच्या प्रारंभालाच एकाच दणक्यात शत्रूचे कंबरडेच मोडून काढण्याचे ते तंत्र होते. या युद्धात इजिप्त व अरब राष्ट्रांची वित्तहानी व जीवितहानी फार मोठ्या प्रमाणावर झाली. इस्राइलने या युद्धात आश्चर्यकारक विजय संपादन करून जॉर्डन नदीचा पश्चिम भाग, गाझापट्टी, सिनाई व जेरुसलेम जिंकून घेतले. पूर्वीपेक्षा दुप्पट प्रदेश यावेळी इस्राइलला मिळाला. हे युद्ध होऊ नये याकरिता किंवा युद्धक्षेत्र सीमित करण्यात संयुक्त राष्ट्रसंघ यशस्वी ठरले नाही. महासभेची आपत्कालीन

बैठक सतत चालू होती. नासेरने पराभवाची सर्व जबाबदारी स्वीकारून खंबीरपणे राष्ट्रप्रमुख म्हणून आपल्या पदाचा राजिनामा दिला; पण हजारोंच्या संख्येने इजिप्तची जनता 'त्याने राजिनामा देऊ नये' अशी मागणी करीत रस्त्यावर गोळा झाली. पराभव होऊनही नासेरच्या लोकप्रियतेला धक्का लागला नाही. अर्थात, या युद्धातील पराभवाचा जबर धक्का नासेरला बसला व याच धक्क्याने २८ सप्टेंबर, १९७० रोजी त्याला मृत्यू आला असावा. मध्यपूर्वेत अमेरिका व रशिया या महासत्तांनी समझोता घडवून आणण्याचा प्रयत्न का केला नाही, असा प्रश्न निर्माण होतो यावर असे म्हणता येईल की, मध्यपूर्वेत सत्तेची पोकळी निर्माण झाली आहे असे त्या दोन्ही सत्तांना वाटत होते व ती भरून काढण्यास दोन्ही सत्ता उत्सुक होत्या.

युद्धकाळात संयुक्त राष्ट्रसंघाचे सरचिटणीस उ-थांट यांनी दोन्ही बाजूंना युद्धविराम करण्याचे आवाहन केले. परंतु, त्याची कोणीच दखल घेतली नाही; शेवटी सोव्हिएत रशियाने सुरक्षा समितीत तत्काळ युद्धविराम करण्याचा ठराव मांडला आणि हा ठराव एकमताने पारित झाला व इस्राइल-इजिप्त या दोन्ही देशांनी तो स्वीकारला. युद्धविराम तत्काळ अमलात आला. परंतु इस्राइलने आपण काबीज केलेला प्रदेश स्थायी स्वरूपाचा शांतता तह झाल्याशिवाय मुक्त करण्याचे नाकारले. थोड्याच दिवसांत 'अस्थायी शांतता तह' दोन्ही राष्ट्रांत घडून आला.

ड) चौथा अरब इस्राइल संघर्ष (१९७३)

कर्नल नासेर यांच्या मृत्यूनंतर अन्वर-अल्-सादात हा इजिप्तच्या अध्यक्षपदी आला. नासेरचीच नीती तो पुढे चालविणार असल्याचे त्याने घोषित केले. इजिप्तला परकीयांच्या राजकीय व आर्थिक वर्चस्वापासून मुक्त करणे व इजिप्तची गमावलेली प्रतिष्ठा पुन्हा प्रस्थापित करण्याचे त्याचे प्रयत्न चालू होते; पण अरबांचे ऐक्य साधण्याचे उद्दिष्ट मात्र साध्य झाले नव्हते. मध्यपूर्व म्हणजे दोन्ही महासत्तांतील (रशिया व अमेरिका) स्पर्धेचे एक क्षेत्र बनले होते.

१९६७च्या पराभवानंतर अरब राष्ट्रे चांगलीच गोंधळलेली व विस्कळीत झालेली होती. लष्करीदृष्ट्या त्यांचे दौर्बल्य स्पष्टच होते; त्यामुळे इस्राइलसमोर ती खंबीरपणे व ताठपणे उभी राहतील ही शक्यताच नव्हती; पण तरीही इस्राइलला जेरीस आणण्याच्या दृष्टीने त्यांच्या कारवाया चालूच होत्या. पॅलेस्टाईनचे गनिम दहशतवादी इस्राइलच्या सीमेवर छापे घालीत होते व त्यामुळे अधूनमधून सतत चकमकी चालू होत्या. १९७२ मध्ये पॅलेस्टाइनच्या गनिमांच्या कारवाया वाढल्या. त्याचे पर्यावसान तेलअव्हिव या इस्राइलच्या राजधानीच्या शहरानजीकच्या लॉर्ड विमानतळावर २४ इस्राइलींच्या कत्तलीत व त्यानंतर ५ सप्टेंबर रोजी म्युनिक येथे ऑलिंपिक खेळांच्या स्पर्धेत सहभागी

होण्याकरिता गेलेल्या इस्राइली संघातील पंधरा सदस्यांच्या हत्येत झाले. मध्य पूर्वेत शांतता प्रस्थापित करण्याकरिता अमेरिकेचा परराष्ट्र सचिव विल्यम रॉजर्स याने मांडलेल्या योजनेवर संयुक्त राष्ट्रसंघात विचारविनिमय चालू असतानाच ६ ऑक्टोबर, १९५३ रोजी इजिप्तच्या फौजांनी सुएझ कालव्यापलीकडे इस्राइलवर आक्रमण केले; तर सिरियाने उत्तरेकडून चढाई केली. इस्राइल बेसावध होते; त्यामुळे प्रारंभी इस्राइलच्या फौजा किंचित मागे हटल्या असल्या तरी इजिप्त व सिरियाविरुद्ध त्यांनी लवकरच आक्रमक पवित्रा घेतला. सोव्हिएत संघाचा सिरियाला पाठिंबा होता; पण सिरियन फौजा इस्राइल पुढे टिकू शकल्या नाहीत. इस्राइलच्या फौजांनी सिरियाच्या अरब फौजांना गोलन हाईट्समधून मागे रेटून दमास्कसच्या दिशेने पिटाळून लावले. या युद्धात रशियाने इजिप्तला मदत केल्याने इजिप्तने सिनाई वाळवंटाच्या पश्चिमेकडील प्रदेशावर व सुएझच्या पूर्व किनाऱ्यावर प्रभुत्व प्रस्थापित करून इस्राइल अजिंक्य आहे, हा भ्रम खोटा ठरविला. सादातच्या इजिप्तला इस्राइलवर मात करता आली.

या चौथ्या अरब-इस्राइल युद्धात उभय पक्षांची प्रचंड प्रमाणावर हानी झाली, या भीषण युद्धात एकूण ४८८ लढाऊ विमानांचा आणि २२७० रणगाड्यांचा चुराडा झाला. मनुष्यहानी व द्रव्यहानी झाली ती निराळीच रशिया व अमेरिका ह्या महासत्तांनी मध्यपूर्वेत दीर्घ काळ युद्ध चालू राहणे हितकारक वाटत नसल्याने संयुक्त राष्ट्रसंघटनेत त्यांनी अत्यंत त्वरेने शांतता रक्षणाचे प्रयत्न सुरू केले. युद्धमान राष्ट्रेही अडचणीत आल्यामुळे त्यांनाही युद्ध आटोपते घ्यावे, असे वाटत होते. यामुळे रशिया व अमेरिका ह्या महासत्तांनी पुढाकार घेऊन युनोमध्ये युद्धबंदीचा संयुक्त ठराव मांडला. तो ठराव पंधरा विरुद्ध चौदा मतांनी संमत झाला आणि २१ ऑक्टोबर, १९७३ रोजी पक्षांनी युद्धबंदी मान्य केली. २३ ऑक्टोबरपासून युद्धबंदी प्रत्यक्षात आणली. अमेरिकन परराष्ट्रव्यवहार सचिव हेन्री किसींजर यांनी इजिप्त-इस्राइल यांच्यात युद्धविराम घडवून आणण्यात महत्त्वपूर्ण भूमिका बजावली व जानेवारी, १९७४ मध्ये इजिप्त व इस्राइल यांच्यात शांतता करार तसेच राजनैतिक करार घडून आले. १९७५ साली सिनाई प्रोटोकॉल वर दोघांनी सह्या केल्या; तर १९७८ मध्ये कँपडेव्हीड कराराने सिनाई द्विपकल्पातून इस्राइली सैन्य माघारी घेण्याचे व तेथे असलेल्या ज्यूंच्या वसाहती रद्द करण्याचे इस्राइलने मान्य केले. इजिप्तने इस्राइलला राजनैतिक मान्यता दिली. इस्राइलला मान्यता देणारे इजिप्त हे पहिलचे अरबी राष्ट्र ठरले. पाश्चात्त्य राष्ट्रांनी या कराराचे स्वागत केले तरी अरब राष्ट्रांनी कॅम्प डेव्हीड कराराचा धिक्कार केला व इजिप्तने अरब जगताचा विश्वास गमावला. अरब जगतात इजिप्त एकाकी पडला.

अरब-इस्राइल संघर्षाचे मूल्यमापन : अरब राष्ट्राच्या नेत्यांनी दिलेल्या चिथावणीला

बळी न पडता, ज्यू द्वेषाचा अतिरेक न करता, सारासार बुद्धीचा वापर करून समंजसपणे पॅलेस्टिनी नेत्यांनी संयुक्त राष्ट्रंघाच्या योजनेप्रमाणे फाळणी स्वीकारली असती तर १९४८ मध्ये इस्राइलच्या बरोबरीने अरबांचे पॅलेस्टाईन हे स्वतंत्र सार्वभौम राष्ट्र १९४८ मध्येच निर्माण झाले असते; पण पॅलेस्टाईनच्या पवित्र भूमीवर केवळ पॅलेस्टिनी अरबांचाच हक्क आहे. पॅलेस्टाईनच्या भूमीवर ज्यूंचे स्वतंत्र राष्ट्र निर्माण होता कामा नये. संपूर्ण पॅलेस्टाईन अरबांनाच मिळायला हवा. ह्या अट्टाहासाला, दुराग्रहाला बळी पडून पॅलेस्टिनी अरबांनी अखेर काय मिळवले? हा प्रश्नच आहे. अरब राष्ट्राचे, इस्राइलचे आणि खुद्द पॅलेस्टिनी अरबांचे १९४८ पासून आजतागायत अरब-ज्यू संघर्षात कार्यरत झालेले अनेक दिग्गज नेते, उभय पक्षातील अनेक दहशतवादी नेते, काळाच्या पडद्याआड गेले तरीही आजतागायत स्वतंत्र सार्वभौम पॅलेस्टाईन राष्ट्राच्या स्थापनेचा प्रश्न सुटलेला नाही. संयुक्त राष्ट्रसंघाच्या इतिहासात अरब-ज्यू संघर्ष या आंतरराष्ट्रीय समस्येचा विचार करण्यासाठी सुरक्षा समितीच्या अन्य कोणत्याही प्रश्नापेक्षा सर्वाधिक म्हणजे दोनशेहून अधिक वेळा बैठकी भरवण्यात आल्या. महासमितीत अटीतटीच्या वादळी चर्चा अनेकदा झाल्या. युद्धविराम झाले. मध्यपूर्व-पश्चिम आशियातील या आंतरराष्ट्रीय समस्येने शीतयुद्धाचे स्वरूप धारण केले. शीतयुद्धही संपले. परंतु अरब इस्राइल संघर्ष अजूनही संपला नाही. पॅलेस्टिनी अरबांची परवड अजूनही थांबली नाही. या हिंस्र संघर्षात उभय बाजूंची (पॅलेस्टिनी अरब व इस्राइली ज्यू) सर्वसामान्य जनता निष्कारण भरडल्या जात आहेत. होरपळल्या जात आहे. दहशतवादी हल्ल्यात बळी पडत आहेत. विशेषत: आजतरी अनादिअनंत भासवणाऱ्या या संघर्षाचे, हिंसाचाराचे, दहशतवादी हल्ल्याचे सर्वाधिक चटके सहन करावे लागतात ते अरब व ज्यू स्त्रियांनाच; म्हणूनच यापुढे तरी विवेकाने विचार करून दोघांनीही शांतता निर्माण करण्यात पुढाकार घ्यावा, तरच हा संघर्ष मिटेल!

८.२ अरब राष्ट्रवादाचा उदय (Rise of Arab Nationalism)

पॅलेस्टाईन मुक्ती संघटना (Palestine Liberation Organisation)

इ.स १९४८ च्या अरब-इस्राइल युद्धानंतर आठ लाख पॅलेस्टिनी निर्वासितांनी जॉर्डन, सीरिया, लेबनॉन व गाझापट्टीत आश्रय घेतला. संयुक्त राष्ट्रसंघात अनेकदा पॅलेस्टाईनच्या हक्काबाबत ठराव मांडण्यात आलेत. तथापि, इस्राइलसाठी अमेरिकेने व्हेटो वापरून ते ठराव फेटाळून लावले. १९७३ च्या युद्धानंतर पी.एल.ओ. संघटनेत फूट पडली आणि त्या संघटनेतील मवाळ नेत्यांनी जॉर्डन नदीचा पश्चिम किनारा (वेस्ट बँक) व गाझापट्टी हे इस्राइलने १९६७ च्या युद्धात हस्तगत केलेले दोन्ही प्रदेश मिळून होणारे पॅलेस्टाईन चिमुकले राज्य त्यांना मान्य होईल असे सूचित केले.

तथापि, मवाळ गटाच्या या मागणीला पी.एल.ओ. मधील आणि पी.एल.ओ. बाहेरील जहाज पॅलेस्टाईन गनिमांच्या संघटनांचा कडाडून विरोध होता. कारण, इस्राइल नष्ट करून पॅलेस्टाईन निर्माण करणे हे त्यांचे एकमेव ध्येय होते. १४ ऑक्टोबर, १९७४ रोजी संयुक्त राष्ट्रसंघाच्या महासभेत मध्यपूर्वेच्या समस्यांवर झालेल्या चर्चेत सहभागी होण्यासाठी पी.एल.ओ. ला आमंत्रित करण्यात आल्यामुळे एका अर्थाने पी.एल.ओ. ला आंतरराष्ट्रीय मान्यता प्राप्त झाली. यासर अराफत यांनी १९७५ मध्ये पी.एल.ओ. ला अलिप्त राष्ट्रसंघटनेचे सभासदत्व मिळवून दिले. त्याचप्रमाणे पी.एल.ओ. अरब लीगचीही सभासद बनली. सोव्हिएत रशियाने पी.एल.ओ. ला राजकीय मान्यता दिली.

यासर अराफत आणि पी.एल.ओ. म्हणजे एकाच नाण्याच्या दोन बाजू १९६४ मध्ये पॅलेस्टाईन मुक्ती संघटना अम्मानमध्ये स्थापन झाली. या मुक्ती संघटनेचाच एक भाग म्हणजे पॅलेस्टिनी कौन्सिल, पॅलेस्टाईन गनिमांच्या विविध घातपाती संघटना, कामगार संघटना, लष्करी संघटना यांचे प्रतिनिधी पॅलेस्टिनी कौन्सिलमध्ये होते. याशिवाय वेस्ट बँकेतील विद्यापीठात कार्यरत असलेले विद्वान प्राध्यपक नेरुस जेरुसलेमधील सामाजिक कार्य करणारे कायकर्ते आणि विचारवंत यांनाही पॅलेस्टिनी कौन्सिलवर प्रतिनिधित्व देण्यात आले होते. पॅलेस्टिनी कौन्सिलमध्ये एकूण ६६९ प्रतिनिधी होते. यासर अराफत यांच्या 'अल् फताह' ह्या लष्करी संघटनेचे आणि पी.एल.ओ. या मुक्ती संघटनेचे प्रतिनिधी पॅलेस्टिनी कौन्सिलमध्ये होते. पॅलेस्टाईन गनिमांच्या विविध लष्करी संघटना सिरिया, जॉर्डन, लेबनॉन, इराक, इजिप्त आदी अरब राष्ट्रांमधून इस्राइलच्या प्रदेशात घुसून हिंस्र घातपाती कारवाया करीत असत. इस्राइलचे अस्तित्व नष्ट करणे आणि काय वाटेल ती किमंत देऊन पॅलेस्टाईन मिळवायचेच, हे या पॅलेस्टाईन गनिमाच्या लष्करी संघटनांचे एकमेव उद्दिष्ट होते. मुरब्बी राजकारणी असलेल्या यासर अराफत अलफताह, पी.एल.ओ. आणि पॅलस्टिनी कौन्सिल या तिन्ही संघटनांवर आपले निर्विवाद वर्चस्व अबाधित राखण्यात कमालीचे यश मिळवले.

यासर अराफत पॅलेस्टिनी कौन्सिलच्या कार्यकारिणीचे प्रमुख होते. पॅलेस्टिनी कौन्सिलच्या बैठका सोयीनुसार अम्मान, बैरुत, अल्जियर्स, ट्युनिस आदी ठिकाणी होत असत. अरब राष्ट्रांकडून पॅलेस्टाईन गनिमांच्या संघटनांना भरघोस आर्थिक मदत मिळत असल्यामुळे अर्थदात्या अरब राष्ट्रांशी जुळवून घेऊन त्यांच्या कलानुसार आपली हाणामारी चालू ठेवणे हे गनिमांच्या घातपाती संघटनांच्या कार्याचे वैशिष्ट्य होते. इस्राइली सैनिकांचा आणि ज्यूंचा बळी घेताना इस्राइलमधील स्थानिक पॅलेस्टिनी अरबांना पोहोचणाऱ्या हानीचे गनिमांच्या संघटनांना काडीचेही सोयरसुतक नव्हते.

पॅलेस्टाईन मुक्ती संघटनेत इस्रान अश्रावी, सरी नुसीबेह, फैजल हुसेनी, डॉ. हैदर अब्देल शफी यांच्यासारखी समतोल व्यक्तिमत्त्व असलेली विचारवंत मंडळी काही काळापुरती आली. अमेरिका, इस्राइल आणि पाश्चात्त्य राष्ट्रांशी वाटाघाटी करताना प्रगल्भ व्यक्तिमत्त्वाचे विद्वान, विचारवंत, भाषाप्रभु प्राध्यापक अशा तोलामोलाच्या पॅलेस्टिनी व्यक्ती हाताशी लागत गरजेनुसार यासर अराफत, इस्रान अश्रावी किंवा फैजल हुसेनी यांना तेवढ्यापुरते जवळ करून 'पॅलेस्टाईन मुक्ती संघटनेचे प्रवक्ते' या नात्याने आंतरराष्ट्रीय परिषदांमध्ये आवर्जून पाठवीत असत. इस्राइलने पी.एल.ओ. ला किंवा पॅलेस्टिनी कौन्सिलला मान्यता दिली नव्हती; किंबहुना यासर अराफत आणि त्यांच्या पी.एल.ओ. शी वाटाघाटी करावयास इस्राइल तयार नव्हता. अमेरिकेतही अराफत नकोसे होते. अशा वेळी अमेरिका आणि इस्राइल यांच्या पचनी पडु शकतील अशा बहुश्रुत विचारवंत पॅलस्टिनी व्यक्तीचा आपले प्रतिनिधी म्हणून यासर अराफत कठपुतळ्यांप्रमाणेच वापर करून घेत आणि काम आटोपातच त्यांना झटकून टाकत. तारेवरची कसरत करून पॅलेस्टिनी कौन्सिलमध्ये यासर अराफत परस्परांना छेदणाऱ्या परस्पराविरोधी गटांना एकाच वेळी एकत्र नांदवत असत.

एकीकडे यासर अराफत शांततेच्या, सामंजस्याच्या, सौजन्याच्या गोष्टी करत असतानाच दुसरीकडे आपल्या घातपाती संघटनांना हिंस्र करवाया करण्यास अनुमती, उत्तेजन देतात, अशी रास्त टीका अराफतवर कायम होत असे. शांततेच्या गोष्टी करणारा इस्राइल पॅलेस्टिनी अरबांवर अनन्वित अत्याचार करतो, दंडेली करून गरीब अरबांच्या जमिनी गिळंकृत करतो, पॅलेस्टिनी अरबांच्या न्याय भूमिवर जुलूम जबरदस्तीने गोरगरीब अरबांच्या सामान्य झोपडपट्टीवजा वस्त्यांना खेटून ज्यूंच्या वैभवशाली वस्त्या उठवितो, इस्राइलच्या प्रदेशात काम करणाऱ्या गरीब अरब कामगारांचे, बालमजुरांचे शोषण करतो. अशा आडदांड इस्राइलला केवळ बळांचीच भाषा समजत असल्यामुळे दशहतवादी संघटना सक्रिय ठेवल्याशिवाय इस्राइल वठणीवर येणार नाही, अशी अराफतची भूमिका होती. अंती अराफतची रणनीती यशस्वी ठरली. १९८८ मध्ये अमेरिकेच्या मध्यस्थीने इस्राइलशी शांततेची बोलणी चालू असतानाच अबूल अब्बासच्या नेतृत्वाखाली पॅलेस्टाईन लिबरेशन फ्रंट या गनिमी संघटनेने तेल अवीमध्ये घुसून घातपात करण्याच्या उद्देशाने तेलअव्हिवच्या समुद्रकिनाऱ्यावर आपली घातपाती तुकडी उतरविली. इस्राइली सैन्याने या तुकडीला अटक करून यमसदनास पाठविले; या घटनेमुळे जगात खळबळ उडाली. पॅलेस्टाईन लिबरेशन फ्रंटचे मुख्यालय बगदादमध्ये होते आणि सद्दाम हुसनेच्या मदतीने व प्रोत्साहनाने अबुल अब्बासच्या घातपाती कारवाया चालत असत. संतप्त अमेरिकेने

अबुल अब्बासला पॅलेस्टिनी कौन्सिले काढून टाकण्याची व त्याच्याशी संबध तोडण्याची सूचना अराफताला केली. तथापि, अराफताने अमरिकेच्या दडपणाला दाद दिली नाही. १९९० मध्ये इराकने कुवेतवर आक्रमण केले. त्या वेळी मागचा-पुढचा विचार न करता, आपण सुरू केलेल्या शांतता प्रयत्नाच्या भवितव्याचाही विचार न करता, एकतर्फी निर्णय घेऊन अराफताने इराकला पाठिंबा जाहीर केला. साहजिकच अमेरिका अराफतवर अधिकच रुष्ट झाली.

दरमहा अरब राष्ट्रांकडून आणि अन्य विविध ठिकाणाहून पी.एल.ओ. च्या तिजोरीत जमा होणाऱ्या करोडो डॉलर्सच्या व्यवहारांवर संपूर्ण नियंत्रण अराफत यांचे होते. जगभर वाटाघाटी करीत, भाषणे देत. पॅलेस्टाईनचा प्रश्न धगधगता ठेवीत अराफत फिरले, परंतु वेस्ट बँक आणि गाझापट्टीतील पॅलेस्टिनी लोकांना अराफत शांतता, सुख व स्थैर्य देऊ शकले नाहीत.

'इंतिफादा' आंदोलन

१) 'इंतिफादा' या अरबी शब्दाचा अर्थ 'झटकून टाकणे' पॅलेस्टाईन मधील तरुण मुलांनी इस्राइलच्या हडेलहप्पी कारभाराला, १९४८ पासून पॅलेस्टिनी अरबांवर सातत्याने करीत असलेल्या अनन्वित अत्याचारांना इस्राइलने अरब मजुरांच्या, कामगारांच्या, बालकामगारांच्या चालविलेल्या शोषणाला, अपमानास्पद, मानहानीकारक वागणुकीला तीव्र विरोध करण्याच्या उद्देशाने 'इंतिफादा' आंदोलन उत्स्फूर्तपणे सुरू केले. १९८७ ते १९९३ या काळात इस्राइलचा कब्जा झटकून टाकण्याच्या, धुडकावून लावण्याच्या उद्देशाने सुरू असलेल्या पॅलेस्टिनी तरुणांच्या या इंतिफादा आंदोलनाला बाहेरील कोणत्याही अरब राष्ट्रांची चिथावणी नव्हती, यासर अराफत आणि त्याच्या पी.एल.ओ. चा या आंदोलनाशी सूतराम संबंध नव्हता हे आंदोलन तरुणांनी स्वतःच्याच अंतरीच्या आवाजाला प्रतिसाद देऊन आपणहून सुरू होते. एवढेच नव्हे तर आंदोलन सुरू करताना त्यांनी स्वतःच्या जन्मदात्या आई-वडिलांनाही विचारले नव्हते.

२) १९६७ च्या युद्धानंतर इस्राइलने व्याप्त केलेल्या प्रदेशात पॅलेस्टिनी अरबांच्या वस्त्यांना खेटून पॅलेस्टिनी अरबांच्या जमिनी बळाकावून तिथे ज्यूंच्या वसाहती उभारण्यास बेगीन, शामीर आणि शेरॉन या तिन्ही नेत्यांनी प्रोत्साहन दिले. १९७३ च्या युद्धात इस्राइलने मार खाल्ल्यानंतर जॉर्डन नदीच्या खोऱ्यात वेस्ट बँकमध्ये जेरुसलेमच्या उपनगरांत, गाझापट्टीत गोलन टेकड्यांच्या पायथ्याशी अशा इस्राइलने व्याप्त केलेल्या सर्व प्रदेशात ज्यूंच्या वस्त्यां उभरण्यास इस्राइल सरकारने जबरदस्त चालना दिली. १९७३ ते १९९३ या वीस

वर्षांच्या काळात वेस्ट बँक आणि गाझापट्टीत १ लाख १६ हजार ज्यू कुटुंबे वास्तव्याला गेली आणि त्यांनी स्थानिक पॅलेस्टिनी अरबांना चोहोबाजूंनी घेरले. स्थानिक अरबांच्या जमिनी हडपण्याचा उद्योग धुमधडाक्यात सुरू होता. अरबांचा विरोध त्यांचा अवाज दडपडला, चिरडला जात होता. विरोध करणाऱ्या अरबांना बिनदिक्कतपणे इस्राइली तुरुंगात डांबले जात होते. ज्यूंच्या वस्त्यांच्या संरक्षणार्थ इस्राइली रणगाडे सज्ज असत. परिणामी जोरजबरदस्तीने स्थापन झालेल्या ज्यूंच्या वसाहती आणि ज्यूंच्या तुलनेत आर्थिक दृष्ट्या मागासलेल्या, राजकीय सत्तेचे पाठबळ नसलेले, स्थानिक नेतृत्वाचा अभाव असलेले, असाहाय्य, अगतिक, गोरगरीब, पॅलेस्टिनी अरब यांच्यातील तणाव व हिंसा उत्तरोत्तर वाढत गेली. तसातसा इस्राइली सैनिकांचा स्थानिक अरब जनतेवरील अत्याचारही वाढत गेला.

पॅलेस्टिनी तरुणांनी सुरू केलेल्या इंतिफादा आंदोलनात पॅलेस्टिनी समाजातील विविध विचारप्रवाह, विविध गट, एवढेच नव्हे तर वेस्ट बँक आणि गाझापट्टीत पुन्हा आपले पाय रोवण्याच्या उद्देशाने पी.एल.ओ. सामील आणि आपल्या नेतृत्वाला आव्हान देणाऱ्या इंतिफादा आंदोलनाच्या नेतृत्वाचा कब्जा यासर अराफतने मिळविला.

१९८७ ते १९९३ या इंतिफादा आंदोलनाच्या काळात वेस्ट बँक गाझापट्टी आणि जिथे-जिथे म्हणून अरबांच्या वस्त्या होत्या. तिथे-तिथे पॅलेस्टिनी अरबांनी इस्राइल सरकारविरुद्ध उग्र निदर्शने केली. तुर्कांनी दगडफेक केली. संप केले. इस्राइली वस्तूंवर सामूहिक बहिष्कार टाकला, रस्ते अडविलेत, ठिकठिकाणी पोस्टर्स लावून आपला विरोध निषेध व्यक्त केला आणि पॅलेस्टिनी अरबांच्या प्रश्नांना व त्याच्यांवर इस्रायनकडून सातत्याने होत असलेल्या अन्यायांना वाचा फोडली. अरबांच्या ह्या रौद्र आंदोलनाला प्रत्युत्तर म्हणून इस्राइली सरकारने संचारबंदी लागू केली, अरबांच्या जागेतून येणारा पैशांचा, आंदोलन चिरडून टाकण्यासाठी अरब वस्त्यांमध्ये रणगाडे, इस्राइली सैन्य व पोलीस दल घुसविले, अरबांची विद्यापीठे आणि शाळा बंद पाडल्यात, जमीनदोस्त केल्यात, दोषी, निर्दोषी अरबांबाबत सामूहिक अटकसत्र सुरू केले. संरक्षणमंत्री यिट्झॅक रॉबीनने आपल्या सैनिकांना व पोलिसांना बंडखोर अरबांना दिसताक्षणीच गोळ्या घालण्याचा, हात-पाय तोडून अपंग करण्याचा आदेश दिला. रॉबीनच्या आज्ञेनुसार चेकाळलेल्या इस्राइली सैन्याने व पोलीसदलाने अरब वस्त्यांमध्ये बेधुंद हाणामारी सुरू केली. वेस्ट बँकमधील इस्राइली तुरुंगातील १२०० कैद्यांपैकी ११९९ कैदी आपण निर्दोष असल्याचे आपला इंतिफादा आंदोलनाशी काडीचाही संबंध नसल्याचे कंठरवाने सांगत होते. फक्त एका कैद्याला-अवघ्या १५ वर्षांच्या एका बालकामगाराला माझेज खैर अहमद रव्दान याला आपला गुन्हा कबुल होता,

निधड्या छातीने बेडरपणे माझेज खैर अहमद रव्दान म्हणत होता. ''माझ्या बापाचा मी सर्वांत मोठा मुलगा माझ्या कमाईवरच आमचे घर चालते. तथापि, माझ्या कामामुळे इस्राइली अर्थव्यवस्था मजबूत होते. या गोष्टीची मला चीड आली, हे आडदांड इस्राइली सैनिक दिवसाढवळ्या सडकेवर आमच्या लोकांना अमानुष मारहाण करतात. गोळ्या घालून ठार करतात. अश्रुधूर सोडत आमच्या घरात घुसतात आणि मनसोक्त नंगानाच घालतात. इस्राइली मालक आमची मजुरी बुडवतात. मी एका इस्राइली माणसाला दगड फेकून जखमी केले. मी केवळ दगड फेकला, कारण माझ्याजवळ हातबॉम्ब नव्हता जर माझ्यापाशी हातबॉम्ब, असता तर मी हातबॉम्बच भिरकावला असता. या इस्राइली लोकांनी १९४८ साली आमची भूमी आमच्यापासून हिसकावुन घेतली. आमची प्राणप्रिय भूमी आम्हाला परत हवीय, त्यासाठी आमचे प्राण खर्ची पडले तरी बेहत्तर त्यासाठीच हा इंतिफादा!''

हमास

१९७८ मध्ये इस्लामी संघर्ष संघटना 'हमास' शेख अहमद इस्माइल यासीन याने सुरू केली. गाझापट्टी आणि वेस्ट बँकमध्ये सक्रिय असलेली ही संघटना प्रामुख्याने पॅनेस्टाईनमध्ये गोरगरिबांसाठी मदत केंद्र चालविणे, धर्मार्थ दवाखाने, रुग्णालये, शाळा चालविणे अशी विधायक कामे करीत असे. इंग्लंड, अमेरिका आणि युरोपातील धनाढ्य अरबांकडून या संघटनेकडे पैसा येतो. 'हमास'कडे येणाऱ्या पैशांपैकी दहा ते वीस टक्के पैसा घातपाती कामांवर खर्च होतो आणि उर्वरित सर्व पैसा जनकल्याणकारी कार्यांवर खर्च होत असल्यामुळे अत्यंत नेकीने, सचोटीने, प्रामाणिकपणे कार्य करणारी ही संघटना पॅलेस्टिनी अरबांमध्ये अत्यंत लोकप्रिय आहे. करोडो डॉलर्सचा व्यवहार करणाऱ्या या संघटनेच्या विधायक कार्यांमध्ये भ्रष्टाचाराला तिळमात्र स्थान नाही. पी.एल.ओ. पॅलेस्टिनी जनतेची अधिकृत संघटना बनली, तरी पॅलेस्टिनी जनतेची हलाखीची परिस्थिती सुधारत नव्हती, पॅलेस्टाईन स्वतंत्र होण्याची दूरवर शक्यता दिसत नव्हती. यासर अरातफ यांच्या राजकारणामुळे त्यांच्या हडेलहप्पी वागणुकीमुळे जॉर्डनचीही त्यांच्यावर खप्पामार्जी झाली होती. असंतुष्ट, आगतिक, हताश, पॅलेस्टिनी जनता आणि जॉर्डन नव्या नेर्तृत्वाच्या शोधात असताना गाझातच जन्मलेल्या शेख अहमद इस्माईल यासीन यांच्या 'हमास' ने आकार घेतला अन् चटकन् लोकमान्यता मिळविली. यासीनने हमासच्या विधायककार्याबरोबरच 'मुजाहिदीन' ही लष्करी संघटना आणि 'अल्-कासम' ही घातपाती संघटना यांचीही स्थापना केली. पी.एल.ओ. ही बोटचेपी, संधीसाधू संघटना असल्यामुळे तिचे नेतृत्व धुडकावून

लावणे आणि इस्राइलचे अस्तित्व नष्ट करणे ह्या दोन्ही गोष्टी १९८८ मध्ये हमासने आपल्या जाहीरनाम्यात घोषित केल्या. यासर अराफत यांनी इस्राइलचे अस्तित्व मान्य केल्यानंतर अर्थातच हमासने आपल्या घोषणापत्रात इस्राइलबरोबरच पी.एल.ओ. आणि यासर अराफत यांचेही अस्तित्व नष्ट करण्याचा उद्देश समाविष्ट केला. पॅलेस्टिनी समाज शुद्ध करण्याच्या हेतूने पी.एल.ओ. चे समर्थन करणाऱ्या, इस्राइलला मदत करणाऱ्या, शांततेच्या भाषा बोलणाऱ्या, पॅलेस्टाईनच्या स्वातंत्र्यप्राप्तीच्या मार्गात विघ्ने घालणाऱ्या शेकडो पॅलेस्टिनी अरबांना हमासने यमसदनास पाठविले. १८ फेब्रुवारी, १९८९ रोजी एका इस्राइली सैनिकाचे अपहरण करून हमासने त्याला ठार करण्याची हिंमत दाखविली. हमासच्या ह्या धाडसाने इस्राइल सरकार हादरले.

पॅलेस्टाईनची वाटचाल

१५ नोव्हेंबर, १९८८ रोजी पी.एल.ओ. चा नेता यासर अराफत यांनी अल्जियर्समध्ये जॉर्डन नदीच्या पश्चिम खोऱ्यातील वेस्ट बँक आणि गाझापट्टी यांचे मिळून स्वतंत्र पॅलेस्टाईन राष्ट्राची ऐतिहासिक घोषणा केली. अराफत यांच्या ह्या ऐतिहासिक घोषणेनुसार तो १९९४ मध्ये अराफत यांचे 'जेरिको'त आगमन होईपर्यंत पी.एल.ओ. चे मुख्यालय ट्युनिस येथे होते. यापूर्वीच १९७४ मध्ये संयुक्त राष्ट्रसंघाने पॅलेस्टिनी अरबांच्या निर्वासित छावण्यांना आपल्या कायम निरीक्षणाखालील राष्ट्राचा दर्जा दिला होता. पी.एल.ओ. चा प्रतिनिधी राष्ट्रसंघात पॅलेस्टाईनचे प्रतिनिधित्व करीत होता आणि १९७६ मध्ये पी.एल.ओ. संघटना अरब लीगची कायम सभासद बनली होती. अराफत यांनी केलेल्या स्वतंत्र्य पॅलेस्टाईनच्या घोषणेला भारतासह ८० राष्ट्रांनी त्वरित प्रतिसाद देऊन पॅलेस्टाईन या नव्या राष्ट्राला राजनैतिक मान्यता दिली. तथापि, उजव्यागटाची ठिकूड पार्टी आणि डाव्या गटाची लेबर पार्टी या दोन पक्षांनी मिळून बनलेले इस्राइल सरकार आणि पंतप्रधान यिट्झॅक शामीर यासर अराफत आणि त्यांच्या पी.एल.ओ. ला पॅलेस्टिनी जनतेचे अधिकृत कायदेशीर प्रतिनिधी म्हणून मानायलाच तयार नव्हते.

गेल्या ४० वर्षांच्या अरब-इस्राइल संघर्षात, राजधानी जेरुसलेम वेस्ट बँक आणि गाझापट्टीत आम्हाला स्वतंत्र राष्ट्रीय घर हवे अशी पॅलेस्टिनच्या जनतेची सातत्याने मागणी होती. १९९३ मध्ये यासर अराफतने नॉर्वेजियन मुत्सद्यांच्या मध्यस्थीने इस्राइली पंतप्रधान रॉबीन यांच्याशी संपर्क साधला. ऑस्लोमध्ये अराफत आणि रॉबीन यांच्यावतीने बोलणी झाली, करार झाला. पॅलेस्टाईन प्रश्नाबाबत वाढत्या आंतरराष्ट्रीय दडपणामुळे निर्माण झालेल्या तणावग्रस्त राजकीय परिस्थितीतून मार्ग

काढण्याच्या दृष्टीने १९६७ नंतर इस्राइलने व्याप्त केलेल्या पॅलेस्टाईनच्या प्रदेशातील २६ वर्षांचा लष्करी ताबा संपविण्याच्या दिशेने टाकलेले एक पाऊल म्हणून ३० ऑगस्ट, १९९३ रोजी इस्राइलने पॅलेस्टाईनच्या मर्यादित स्वायत्ततेला मान्यता दिली. इस्राइलने गाझापट्टी आणि जेरीकोतून माघार घेण्याचे मान्य केले. सप्टेंबरच्या सुरुवातीस पी.एल.ओ. आणि इस्राइल यांनी परस्परांच्या मान्यतेची घोषणा केली. अमेरिकन राष्ट्रआध्यक्ष विल्यम जेफरसन क्लिटंन यांच्या उपस्थितीत १३ सप्टेंबर, १९९३ रोजी वॉशिंग्टनमध्ये इस्राइलचे पंतप्रधान रॉबीन आणि पी.एल.ओ. चे अध्यक्ष यासर अराफत यांनी गाझापट्टी आणि वेस्ट बँक या प्रदेशातील मर्यादित पॅलेस्टिनी स्वंयंशासनाच्या ऐतिहासिक करारावर स्वाक्षऱ्या केल्या. या शांतता करारानुसार इस्राइलने पॅलेस्टिनी अरबांना मर्यादित स्वायत्तता प्रदान केली. प्राचीन पॅलेस्टाईनच्या फक्त सहा टक्के भूभाग पॅलेस्टिनी अरबांना देण्यात आला. १३ मे १९९४ रोजी इस्राइलने गाझापट्टी आणि जेरिको यांचा ताबा पॅलेस्टिनी पोलिसांना दिला. १ जुलै, १९९४ रोजी यासर अराफत यांचे जेरिकोमध्ये ऐतिहासिक आगमन झाले आणि ५ जुलै रोजी त्यांनी ताब्यात मिळालेल्या प्रदेशात पॅलेस्टिनी स्वयंशासन प्रस्थापित केले. जुलै १९९४ मध्ये इस्राइल आणि जॉर्डन या राष्ट्रांनी ४६ वर्षांच्या प्रदीर्घ युद्धकालीन अवस्थेला संपुष्टात आणणाऱ्या घोषणापत्रावर स्वाक्षऱ्या केल्या. ऑगस्ट १९९५ मध्ये इस्राइल आणि पी.एल.ओ. यांच्यात झालेल्या करारानुसार पॅलेस्टिनची स्वयंशासनाची कक्षा वाढविण्यात येऊन वेस्ट बँक भागातील आणखी काही शहरे पॅलेस्टिनीच्या हवाली करण्यात आली. १३,१३,२०० मतदार असलेल्या पॅलेस्टाईनमध्ये जानेवारी १९९६ मध्ये निवडणूक घेण्यात आली. ८८% एवढ्या प्रचंड मताधिक्याने यासर अराफत पॅलेस्टाईन ॲथॉरिटीचे पहिले निर्वाचित अध्यक्ष म्हणून निवडून आले व वर्षानुवर्षांचे अरबांचे स्वतंत्र राष्ट्राचे स्वप्न साकार झाले. तरीही पॅलेस्टाईन इस्राइल संघर्ष आजमितीसही चालूच आहे.

सराव प्रश्न

प्र.१) खालील प्रश्नांची सविस्तर उत्तरे लिहा. (सुमारे ४०० शब्दांत)

१) अरब-इस्राइल संघर्षात कर्नल नासेरोची भूमिका स्पष्ट करा.

२) अरब लीगची अरब-इस्राइल संघर्षातील भूमिका स्पष्ट करा.

३) अरब-इस्राइल संघर्षाचे मध्यपूर्वेवरील परिणाम स्पष्ट करा.

४) थोडक्यात टिपा द्या - इंतिफादा आंदोलन, हमास.

५) अरब-राष्ट्रवादाच्या विकासास कोणते घटक कारणीभूत ठरले?

६) पॅलेस्टाईन निर्मितीतील यासर अराफत यांचे योगदान स्पष्ट करा.

७) अरब राष्ट्रवादाच्या विकासात इंतिफादा व हमासचे कार्य स्पष्ट करा.

८) संयुक्त राष्ट्रसंघाची पॅलेस्टाईनच्या निर्मितीतील भूमिका स्पष्ट करा.

९) अरब-इस्राइल युद्धाबाबत युनोची भूमिका स्पष्ट करा.

प्र.२) खालील प्रश्नांची थोडक्यात उत्तरे लिहा.

१) १९४८ च्या अरब-इस्राइल संघर्षाची कारणे सांगा.

२) १९५६ च्या अरब-इस्राइल संघर्षास इजिप्त कसा कारणीभूत होता, ते स्पष्ट करा.

३) तिसऱ्या अरब इस्राइल युद्धाची कारणे स्पष्ट करा.

४) टीप द्या – १९७३ चे अरब-इस्राइल युद्ध.

५) टीप द्या – पॅलेस्टिनी मुक्ती संघटना. (P.L.O.)

९ सौदी अरेबिया

Saudi Arabia

९.१ वहाबी चळवळ (Wahabi Movement)
९.२ इब्न सौदची कामगिरी (Role of Ibn Saud)
९.३ परराष्ट्रीय धोरण (Foreign Policy)

प्रस्तावना

पश्चिम आशियातील एक महत्त्वाचा देश म्हणून सौदी अरेबियाची ओळख आहे. इस्लाम धर्माची मक्का व मदिना ही पवित्र स्थळे या देशात आहेत. अरबी सांस्कृतिक वारसा असणारा व जपणारा हा देश आहे. तेल उत्पादन व निर्यातीसाठी हा देश महत्त्वपूर्ण आहे. पाश्चात्त्य राष्ट्रांच्या तंत्रज्ञानाची मदत घेऊन सौदी अरेबियाने आधुनिक युगात प्रवेश केला. सौदी अरेबियाचे भौगोलिक स्थान पाहता त्याचे महत्त्व पाश्चात्त्य राष्ट्रांना अधिक वाटले; पण त्याचबरोबर सौदी अरेबियाचे सीमा प्रश्नावरून अनेक संघर्षही उद्‌भवले. अमेरिकेच्या मदतीने स्वतःचा विकास करून घेतलेल्या या राष्ट्राचे व अमेरिकेचे संबंध दहशतवादामुळे काहीसे दूरावले पण काळाची गरज लक्षात घेता, सौदी अरेबिया व अमेरिका यांनी पुनः आपले संबंध सुधारून घेतले.

वहाबी चळवळ आणि इब्न सौद हे सौदी अरेबियाच्या इतिहासाला घडविणारे म्हणून त्यांचा अभ्यास या प्रकरणात केला जाईल. सौदी अरेबियाच्या परराष्ट्र धोरणातून त्याचे अन्यदेशांशी असणारे संबंध आणि धर्माकडे पाहण्याचा दृष्टिकोन लक्षात येतो.

९.१ वहाबी चळवळ (Wahabi Movement)

वहाबी ही इस्लाममधील एक शाखा किंवा एक पंथ आहे. परंतु स्वतः वहाबी स्वतःला शाखा किंवा पंथ न समजता सच्चे मुसलमान समजतात. बहुतांशी वहाबी हे सौदीअरेबिया, कतार येथे राहतात व काही यु.ए.इ. मध्ये राहतात. वास्तविक वहाबी हा शब्द या चळवळीच्या संस्थापकांवरून आला आहे.

वहाब चळवळीची व्याख्या पुढीलप्रमाणे करता येते.

१) ऑक्स्फर्ड डिक्शनरी ऑफ इस्लामनुसार, वहाबी चळवळ म्हणजे, ''मुहम्मद इब्न अब्द वहाबी याने अठराव्या शतकातील समाजाच्या सामाजिक व नैतिक मूल्यांच्या सुधारणेची चळवळ.''

२) इस्लामिक युनिव्हर्सिटी ऑफ मदिनाचे डीन अब्दुला अल् ओबेइद वहाबी चळवळीची व्याख्या करताना म्हणतात– ''वहाबी इस्लाममधील राजकीय प्रवाह आहे जो सत्ता सहभागाच्या हेतूसाठी स्वीकारला गेला होता; पण त्याला पंथ म्हणू शकत नाही; कारण धर्माबाबतची त्यांची स्वतंत्र अशी विश्लेषणे नाहीत... मूळ इस्लाम पद्धतीला ते मान्यता देतात.''

मुहम्मद इब्न अब्द अल् वहाब हा वहाबीचा संस्थापक होता. इ. स. १७०० च्या सुमारास नज्द जवळच्या एका गावात त्याचा जन्म झाला. बसरा येथे त्याचे शिक्षण झाले. मक्का व मदिना येथे पवित्र यात्रा केल्या. जागोजाग आपली धर्मविषयक शिकवण दिली. त्याने इस्लामच्या शुद्ध धर्मआचरणावर भर दिला.

वहाबींचा उद्देश ज्याला ते दावा म्हणतात तो फक्त इस्लामच्या मूळ व शुद्ध स्वरूपाचे आचरण मुस्लीम लोकांनी करावे हा होता. यासाठी त्यांनी धर्मप्रसाराचे धोरण स्वीकारले. वहाबने लिहिलेल्या छोट्या पुस्तकात त्याने हे आचरण सांगितले आहे. या पुस्तकाचे नाव होते 'किताब-अल्-ताब्दीद' यामध्ये दिवसातून पाच वेळा प्रार्थना, रमजानमध्ये उपवास, दुवा, इसिदा, इस्ताना आणि इशिगथा, सांगितले आहे. केवळ अल्लाची मदत घ्यावी आणि मागावी, असाही आग्रह ते धरतात.

वहाबी हे केवळ एकाच परमेश्वराला मानतात. हे एकत्वाचे तत्त्व मानणारे ते मुवाहिद्दीन असे स्वतःला समजू लागले. पाश्चात्त्यांकडून मुस्लीम लोकांना शिकण्यासारखे काहीच नाही, अशी त्यांची धारणा होती. कुराणच्या शिकवणीविरुद्ध कोणत्याही चालीरिती त्याला मान्य नव्हत्या. अरब लोकांमध्ये अनिष्ट चालीरिती ज्या धर्माला भ्रष्ट करतात त्या इतर लोकांच्या संपर्कामुळे आल्या आहेत अशी त्याची भावना होती. त्याने अरबांना मूळ धर्माकडे वळण्याचा सल्ला दिला. १७६५ मध्ये सौदी काबिल्याचा प्रमुख महम्मद इब्न सौद याने वहाबीची शिकवण स्वीकारली आणि आपल्या प्रदेशात

वहाबीला अधिकृत मान्यता दिली. एवढेच नाही तर 'इब्न सौद वहाबीला संरक्षण देऊन त्याचा प्रसारही करण्यात मदत करेल' असा करारही करण्यात आला. वहाब आणि सौद कुटुंबातील हा करार सुमारे अडीचशे वर्षे टिकला.

९.२ इब्न सौदची कामगिरी (Role of Ibn Saud)

आधुनिक सौदी अरेबियाचा जनक म्हणून इब्न सौद ओळखला जातो. आधुनिक जगात सौदी अरेबिया हे सर्वांत मोठे अरब राष्ट्र म्हणून ओळखले जाते. जगातील दुसऱ्या क्रमांकाचे तेल उत्पादक आणि तेल निर्यातदार राष्ट्र आहे. इस्लाम धर्माच्या पवित्र मक्का व मदिना मशिदी याच देशात आहेत. १९३२ मध्ये सौदी अरेबियाचे राज्य स्थापन झाले.

१) मुहम्मद इब्न सौद हा सौद घराण्याचा संस्थापक. त्याच्या नावावरूनच सौदी हे नाव मिळाले. मध्ययुगीन काळात या प्रदेशावर ऑटोमन राजाचे वर्चस्व होते. पहिल्या महायुद्धाच्या काळात तुर्कस्तान इंग्लंडविरुद्ध लढत होता. तुर्कस्तान युद्धात गुंतलेला पाहून इब्न सौद याने इंग्लंडशी मैत्रीचा तह केला. पहिल्या महायुद्धानंतर तुर्कस्तानचा पराभव झाल्याने ऑटोमन साम्राज्यावरील त्याचे नियंत्रण संपुष्टात आले. सौदी स्वतंत्र झाला. इब्न सौद याने इखवान या आदिवासी टोळ्यांच्या मदतीने हेजाजचा प्रदेश जिंकून घेतला. एकाच वर्षात नज्द जिंकून तो स्वतंत्रपणे दोन राज्यांचा कारभार पाहात होता. इखवान सैन्याच्या मदतीने त्याने मक्का व मदीनाही जिंकून घेतले.

२) ७ जून, १९२६ रोजी त्याने मक्का येथे अरब मुसलमानांचे एक संमेलन भरवले. शेजारील राष्ट्रांशी मैत्री करण्याचे आपले धोरण त्याने स्पष्ट केले. मक्केची यात्रा नियमितपणे करण्याची व्यवस्था त्याने अमलात आणली. शेजारच्या ट्रान्सजॉर्डन देशांशी सरहद्द निश्चित केली. अशा तऱ्हेने शेजारील राष्ट्रांशी हितसंबंध सुधारले.

३) इ.स. १९२७ मध्ये त्याने इंग्लंडशी मैत्री करार केला. इंग्लंडच्या पाठिंब्यानेच तो राजा झाला होता. त्याने पर्शियन आखातात इंग्लंडच्या विशेष हितसंबंधांचे संरक्षण करण्यास मान्यता दिली.

४) सौदी अरेबियात जे आदिवासी परंपरागतरीत्या टोळ्यांनी राहत होते त्या, इखवान या कबिल्यांची आपसांतील भांडणे त्याने संपुष्टात आणली. त्यांच्या वसाहती हिरवळीच्या भागात वसविल्या. प्रत्येक वसाहतीमध्ये प्रार्थनागृह, मदरसा, शेतीव्यवस्था, सैन्य आणि प्रशासकीय अधिकाऱ्यांची व्यवस्था केली.

५) सौदी अरेबियाचे राज्य स्थापन झाले, त्यावेळी तो फार श्रीमंत देश नव्हता.

हिरवळीच्या प्रदेशांत लोकवस्ती होती. थोडीशी शेती जागोजाग विखुरलेली होती. मक्का व मदिना येथे येणाऱ्या धार्मिकांकडून मिळणारा महसूल व शेतीवरील महसूल हेच उत्पन्नाचे स्रोत होते; पण पुढे सौदी अरेबियात तेलसाठ्याचा शोध लागला. १९३८ मध्ये हे तेलसाठे सापडले आणि यातून सौदी अरेबियात आर्थिक सुबत्ता आली.

६) सौदी अरेबियाला सुबत्ता मिळवून दिली ती तेलसाठ्यांनी, १९३८ मध्ये सौदीच्या दहर या ठिकाणी पहिला तेलसाठा सापडला. टेक्सास ऑइल कंपनी आणि स्टँडर्ड ऑइल कंपनी यांच्यात भागीदारीचा करार झाला. अरेबियन अमेरिकन ऑइल कंपनीला तेल उत्पादनाची परवानगी देण्यात आली. १९४१ मध्ये हे तेल उत्पादन सुरू झाले. सुरुवातीला सौदी अरेबियाचा यातील हिस्सा कमी होता. पण तो पुढे वाढत गेला. तेल उत्पादन वाढू लागले आणि सौदीमध्ये पैशांचा ओघ सुरू झाला. तेल क्षेत्रात आधुनिक पद्धतीच्या सुखसोयी व वस्तू निर्माण झाल्या.

७) सौदी अरेबियामध्ये तेल उत्पादन सुरू झाले आणि त्या अनुषंगाने दळणवळणाच्या तसेच पायाभूत सुविधांचे जाळेच उभे राहिले. अरब इस्राइल संघर्ष सुरू झाल्यानंतर सिरिया, लेबनॉन, जॉर्डन या अरब देशांनी पाश्चात्त्य तेल कंपन्यांद्वारे जे तेलाच्या पाइपलाइनचे काम सुरू होते ते बंद केले; पण इब्न सौदने हा प्रश्न व्यवहार्यपणे हाताळला. त्याने हे तेलपाइप टाकण्याचे काम सुरू ठेवले. बेहरीन ते सीडान बंदरापर्यंत तेलवाहू पाइपलाइन बांधण्यात आली. यातून तेलाची निर्यात सुरू झाली आणि सरकारला प्रचंड उत्पन्न मिळू लागले.

८) सौदी अरेबियाला तेलाद्वारे मिळणाऱ्या उत्पन्नाचा उपयोग देशाच्या आधुनिकीकरणासाठी आणि जनतेचे जीवनमान उंचावण्यासाठी करण्यात आला. रेल्वेबांधणी, हमरस्ते, विमानतळ, शिक्षणसंस्था, विद्युतकेंद्रे, दवाखाने, पाणीपुरविठ्याच्या सोयी उभारण्यात आल्या. ही सर्व आधुनिक सौदीची उभारणी करताना अमेरिकेची मदत घेतली गेली.

९) दळणवळणाच्या सोयीसुविधांमुळे प्रमुख शहरांचा संपर्क वाढला. १९५७ मध्ये रियाध शहरात सौद युनिव्हर्सिटीची स्थापना करण्यात आली. सिंचनाच्या आधुनिक सोयींमुळे मोठ्या प्रमाणावर जमीन लागवडीखाली आणली गेली. आधुनिकतेमुळे सौदी अरेबियातील सांस्कृतिक जीवनही विकसित झाले.

१०) लष्करी व्यवस्था इब्न सौद याने आपल्या कारकिर्दीत हे पाहिले होते की, या प्रदेशात अशांतता असून आपले संरक्षण करण्यासाठी व आपले राष्ट्र सुरक्षित ठेवण्यासाठी आधुनिक शस्त्रसज्जतेची नितांत आवश्यकता आहे. १९५१ मध्ये

अमेरिकेशी लष्करी करार करून त्याने सौदीला आधुनिक लष्करी सामग्री मिळवून दिली; दुसरे महायुद्ध संपले होते; पण शीतयुद्ध सुरू होते. प्रत्येक राष्ट्र शस्त्रसज्ज होत होते. अशावेळी सौदीनेदेखील अमेरिकेकडून अधिकाधिक आधुनिक शस्त्रसामग्री घेतली. सौदीचे भौगोलिक महत्त्व लक्षात घेऊन अमेरिकेने सौदी अरेबियाला पश्चिम आशियातील प्रमुख लष्करी तळ बनविले; त्यासाठी सौदीला आधुनिक आणि सुसज्ज असा विमानतळ बांधला. अल्‌खर्ज येथे सौनिकी शिक्षणाची व्यवस्था करण्यात आली.

११) सौदी अरेबियाचे आधुनिकीकरण होत असताना बांधकाम, लष्कर, पायाभूत सुविधा या सर्व उभारणीसाठी त्याने परकीयांची मदत घेतली आणि या निमित्ताने अनेक परकीय सौदी अरेबियामध्ये आले.

इब्न सौद याने स्वतः अथक प्रयत्न करून आधुनिक काळाची गरज ओळखून सौदी अरेबियात धोरण आखले, त्याच्या या प्रयत्नांमुळे व धोरणांमुळे त्याला आधुनिक सौदी अरेबियाचा जनक म्हणून ओळखले जाते.

९.३ परराष्ट्रीय धोरण (Foreign Policy)

सौदी अरेबिया हा अरब इस्लामी राष्ट्रांनी वेढलेला देश आहे. पश्चिम आशियातील एक मोठा आणि राजेशाही असणारा देश आहे. सौदी अरेबिया हा कधीही कोणत्याही पाश्चात्त्य राष्ट्रांच्या वसाहतवादाला बळी पडलेला नव्हता. सौदी अरेबियाला जगात महत्त्वाचे स्थान आहे ते तेथे असणाऱ्या इस्लामच्या पवित्र स्थळांमुळे, मक्का व मादिना इस्लामिक देशांसाठी असणारी ही पवित्र स्थळे येथे आहेत म्हणून मध्यकाळात आणि आधुनिक काळातही सौदीला महत्त्व आहे. संपूर्ण जगाच्या विचार केला तर तेलाचे साठे मोठ्या प्रमाणावर सापडल्याने सौदीला महत्त्वाचे स्थान प्राप्त झाले आहे.
सौदी अरेबियाच्या परराष्ट्र धोरणाची काही तत्त्वे दिसतात.

१) अमेरिकेशी सहकार्य.
२) तेल उत्पादन करणाऱ्या व तेल आयात करणाऱ्या देशांशी सहकार्य.
३) अरब व इस्लामी राष्ट्रांना सहकार्य.

सौदीने राष्ट्राच्या स्थापनेपासूनच शेजारील राष्ट्रांशी सहकार्याचे धोरण ठेवले होते. आणि ज्या वेळी शेजारील राष्ट्रांत संघर्ष निर्माण झाले त्यावेळी अमेरिकेच्या मदतीने आपली संरक्षणव्यवस्था भक्कम केली.

सौदीचे परराष्ट्रसंबंध पाहताना आशियातील देशांशी असणारे संबंध आणि पाश्चात्त्यांशी असणारे संबंध अशी विभागणी करता येते; तसेच सौदीशी सरहद्दी लागून असणाऱ्या देशांशी संबंधही पाहावे लागतील. सौदी अरेबियाचे सर्वांत शेजारचे देश

म्हणजे इजिप्त, इराक, जॉर्डन, युनायटेड अरब अमिराती, येमेन, ओमान, बहरिन, कुवैत, कतार हे आहेत. या देशांच्या सीमा सौदीला सैबेरियाला लागून आहेत.

परराष्ट्रसंबंध

१) शेजारील राष्ट्रांशी विशेषतः मध्यपूर्वेतील राष्ट्रांशी परराष्ट्रसंबंध.

२) आशियातील राष्ट्रांशी असणारे परराष्ट्रसंबंध.

३) पाश्चात्त्य राष्ट्रांशी परराष्ट्रसंबंध.

१) शेजारील राष्ट्रांशी विशेष मध्यपूर्वेतील राष्ट्रांशी परराष्ट्रसंबंध

i) **इराण :** सौदी अरेबिया आणि इराण यांच्यातील संबंध हे कायमच तणावपूर्ण होते. दोन्ही राष्ट्रे मुस्लीम असली तरी इराणमध्ये शिया मुस्लिमांची सत्ता होती. सौदी अरेबिया हे राजेशाही पद्धतीची शासनव्यवस्था असणारे राष्ट्र होते. दोनही राष्ट्रांना इस्लामिक राष्ट्रांचे नेतृत्व हवे होते. इराणचे धोरण कायमच अमेरिकेच्या विरोधी होते आणि इराण सौदीला अमेरिकेचे हस्तक राष्ट्र असेच समजत होते. तेलाच्या किमती निश्चित करण्यावरूनही दोन्ही राष्ट्रांत मतभेद होते. अशा पद्धतीने दोन्ही राष्ट्रांत असणारे मतभेद त्यांच्यात सलोखा निर्माण करू शकले नाहीत.

ii) **इराक :** खरे तर इराण-इराक युद्धात सौदीने इराणच्या विरोधात इराकला पाठिंबा देणे अपेक्षित होते. परंतु सद्दाम हुसेनची महत्त्वाकांक्षा लक्षात घेऊन सौदीने सद्दाम हुसेनला विरोध केला; तसेच त्याच्या विरोधात इराकी जनतेला पाठिंबा दिला.

iii) **जॉर्डन :** जॉर्डनमध्ये हश्मिन वंशाचे राजघराणे होते. दुसऱ्या महायुद्धानंतर सहकार्याचा करार होते; पण आखाती युद्धानंतर जॉर्डन व सौदीचे संबंध बिघडले. १९९६ मध्ये सौदीचे प्रिन्स अब्दुल्ला यांनी जॉर्डनला भेट देऊन पुनः संबंध सुधारले.

iv) **कतार :** सौदी अरेबिया आणि कतार यांच्यामध्ये सीमा प्रदेशांबाबत निर्णय घेण्यात आला होता (१९६९); पण प्रत्यक्षात दोन्ही देशांत सीमा प्रदेशांवरून वाद होत होते. राजघराण्यांत स्पर्धा होती. शेवटी त्यांच्यातील संबंध इतके तापले की दोन्ही देशांनी आपापल्या वकिलाती बंद केल्या.

v) **येमेन आणि सौदी अरेबिया** यांच्यामध्ये तणावपूर्ण संबंध; कारण येमेनशी सीमा सरहद्दीवरून वाद आणि हा सीमावाद राष्ट्रीय सुरक्षिततेसाठी घातकच होता.

vi) **इस्त्राइल :** सौदी अरेबिया इस्त्राइलच्या कट्टर विरोधी होता; कारण सौदीचा पॅलेस्टाईनला पाठिंबा होता. इस्त्राइलने युद्धात व्याप्त केलेला प्रदेश सोडावा. म्हणजे अरब राज्यात शांतता निर्माण व्हावी असा सौदीचा प्रयत्न होता; शेवटी सौदीने इस्त्राइलशी राजनैतिक संबंध तोडले आणि आर्थिक बंदी घातली.

vii) **सिरिया :** या देशाशी तर सौदी अरेबियाचे संबंध इतके तणावपूर्ण होते की, या देशांच्या एकमेकांच्या देशांत वकिलातीही नव्हत्या.

viii) **तुर्कस्तान :** सौदी अरेबियाला तुर्कस्तानने सर्वांत प्रथम राजकीय मान्यता दिली. हे दोन्ही देश WTO चे सदस्य असून ऑरगनायझेशन ऑफ इस्लामिक कोऑपरेशनचे सदस्य होते.

सौदीचे कुवैत ओमानशी सौहार्दपूर्ण मैत्रीचे संबंध होते. सौदी अरेबियाने नेहमीच स्थानिक व प्रादेशिक संघर्ष सोडविण्यास मदत केली होती. मध्य पूर्वेत शांतता राखण्याचे प्रयत्न केले.

२) आशियातील इतर राष्ट्रांशी परकीय संबंध

i) **पाकिस्तान :** पाकिस्तानशी घनिष्ठ मैत्री प्रस्थापित केली होती. सौदी अरेबियाचा अरबी नसणारा सर्वांत जवळचा मित्र. पाकिस्तानशी सौदीचे १९४७ पासून राजनैतिक संबंध होते. पाकिस्तानातील उद्योगधंद्यांत सौदीने गुंतवणूक केली. पाकिस्तानकडून सौदी लष्कराला प्रशिक्षण दिले जाते. पाकिस्तानातील मशिदींना पैशांचा पुरवठा सौदीकडून केला जातो.

ii) आशियातील इतर देशांशीही सौदीने करार करून सहकार्याचे संबंध प्रस्थापित केले आहेत. बांगलादेश, इंडोनेशिया, मलेशिया हे आशियातील मुस्लीम देश, हे सर्व देश Organisation of Islamic Co-Operation चे सदस्य आहेत. या देशांमधून मोठ्या प्रमाणात यात्रेकरू सौदी अरेबियाला जातात. या देशातून अनेक कुशल व अकुशल कामगार सौदीमध्ये कामगार म्हणून जातात.

iii) **भारत :** भारत व सौदीमध्ये व्यापारी करार झाले असून भारताला तेलपुरवठा करण्यात सौदीचा मोठा सहभाग आहे. गुजरातमध्ये भूकंप झाल्यानंतर सौदीने भारताला मोठी मदत केली होती.

iv) **जपान :** सौदी व जपान यांच्यामध्ये मोठी व्यापारी आदानप्रदान होत होती. १९५५ पासून हे व्यापारी संबंध होते. जपान सौदीला मशिनरी, वाहने, धातूंचा पुरवठा करतो; तर सौदी जपानला क्रूड ऑइलचा पुरवठा करतो.

v) **चीन :** सौदी अरेबिया साम्यवादाचा विरोधी असल्याने चीनशी अनेक वर्षांपर्यंत संबंध नव्हते, पण १९९० मध्ये त्यांच्यात सहकार्याचा करार झाला.

३) पाश्चात्त्यांशी असणारे परकीय संबंध

i) **इंग्लंड :** सौदी अरेबियाची स्थापनाच मुळी इंग्लंडच्या सहकार्याने झाली होती. इस्राइल–अरब युद्धाच्या वेळी थोडा तणाव आला असला तरी सौदी अरेबियाने हे सहकार्य कायम ठेवले.

ii) **अमेरिका :** सौदी अरेबियामध्ये तेलाचे साठे सापडले आणि तेलाच्या कंपनीच्या निमित्ताने अमेरिकेचा सौदी अरेबियाशी करार झाला. दुसऱ्या महायुद्धादरम्यान अमेरिकेला सौदी अरेबियाचे महत्त्व पटले. १९४५ मध्ये याल्टा परिषदेत सौदी अरेबिया व अमेरिका सहकार्याचा पाया घातला गेला. १९५१ मध्ये दोन्ही राष्ट्रांत संरक्षणविषयक करार झाला. या करारानुसार अमेरिकेने सौदी अरेबियन सैन्य प्रशिक्षणाचे कायमस्वरूपी काम सुरू केले. शस्त्रास्त्रे व इतर संरक्षणविषयक सुविधा सौदी सैन्याला अमेरिकेने पुरवायचे मान्य केले. सौदी व अमेरिका हे दीर्घकाळापर्यंत एकमेकांचे राजनैतिक मित्र राहिले. परंतु ९/११ च्या अमेरिकेवरील दहशतवादी हल्ल्यामुळे अमेरिकेने हे संबंध तोडून टाकले. कालातंराने पुनः दोन्ही देशांत मैत्रीचे संबंध प्रस्थापित झाले आहेत.

iii) युरोपमधील अन्य देशांशी सौदी अरेबियाचे मैत्रीचे संबंध आहेत. मध्यपूर्वेतील राष्ट्रे विज्ञान व तंत्रज्ञानासाठी पाश्चात्त्यांवर अवलबूंन होती; तर पाश्चात्त्य राष्ट्रे तेलासाठी मध्यपूर्वेतील राष्ट्रांवर अवलंबून होती. या समीकरणाचा सौदी अरेबियाने उपयोग करून घेतला.

(पाश्चात्त्य राष्ट्रांशी सौदीने मैत्रीचे संबंध ठेवले असले तरी सौदी अरेबियाने इजिप्तच्या सुएझ कालव्याच्या प्रसंगी आणि अरब इस्राइल संघर्षातही आपले धोरण ठामपणे राबविले.)

सौदी अरेबिया अनेक संघटनांचा संस्थापक सदस्य आहे. यामध्ये OPEC , अरब लीग, संयुक्त राष्ट्रसंघ, गल्फ कोऑपरेशन कौन्सिल, मुस्लीम वर्ल्ड लीग, ऑरगनायझेशन ऑफ इस्लामिक को ऑपरेशन, इस्लामिक डेव्हलपमेंट बँक यांचा समावेश आहे.

इंटरनॅशनल मॉनेटरी फंड आणि जागतिक बँकेमध्ये सौदीचा महत्त्वाचा सहभाग आहे. सोव्हिएत युनियनच्या म्हणजे रशियाच्या पतनानंतर अनेक साम्यवादी राष्ट्रांना सौदीने अधिक मदत केली आहे.

सौदी अरेबियाचे परराष्ट्रसंबंध पाहिल्यानंतर त्याचा धोरणाचे मूल्यमापन पुढीलप्रमाणे करता येते.

१) सौदी अरेबियाने इस्लाम राष्ट्रवाद आणि अरब राष्ट्रवादाला अनुकूलता दर्शवलेली आहे.

२) सौदी अरेबियाने तेलाच्या राजकारणात महत्त्वाची भूमिका आंतरराष्ट्रीय स्तरावर बजावली आहे. तेल उत्पादक अरब राष्ट्रांची ओपेक संघटना स्थापन करून तेलाच्या किमतीचे नियंत्रण तेल उत्पादक राष्ट्रांकडे ठेवले. एक मोठे तेल उत्पादक राष्ट्र म्हणून सौदीने यामध्ये महत्त्वपूर्ण भूमिका बजावली होती. जगाच्या राजकारणात तेलाच्या किमती हा कळीचा मुद्दा ठरला होता.

३) सौदी अरेबिया साम्यवादाचा विरोधक असूनही अनेक साम्यवादी राष्ट्रांनाही मदत केली.

४) पाश्चात्त्य राष्ट्रांशी सौहार्दाचे संबंध ठेवून सौदी अरेबियाने आपल्या देशात पायाभूत सुविधांमध्ये विकास घडवून आणला.

५) आशियातील मुस्लीम राष्ट्रांना आर्थिक मदत केली.

६) सौदी अरेबियाने केलेली इतर राष्ट्रांना मदत किंवा दिलेला पाठिंबा हा प्रत्येक वेळी निःपक्षपणे केलेला दिसत नाही; तर इस्लामचा प्रसार हे धोरण काही अंशी यामागे आढळून येते.

अशा तऱ्हेने सौदी अरेबियाच्या परराष्ट्र धोरणाची तत्त्वे, प्रत्यक्ष परराष्ट्रसंबंध आणि त्याचे मूल्यमापन करता येते. अर्थात, हे १९९२ पूर्वीचे चित्र होते. १९९२ नंतर जागतिकीकरणाच्या रेट्यात बहुतांश जगाचे एकमेकांशी असणारे संबंध हे अधिक व्यापारी झाले. दहशतवादामुळेही आंतरराष्ट्रीय संबंधांत बदल घडून आलेले दिसून येतात.

सराव प्रश्न

प्र.१) खालील प्रश्नांची सविस्तर उत्तरे लिहा. (सुमारे ४०० शब्दांत)

१) वहाबी चळवळीविषयी सविस्तर माहिती लिहा.

२) सौदी अरेबियाच्या आधुनिकीकरणात इब्न सौद यांचे योगदान स्पष्ट करा.

३) इब्न सौद याला आधुनिक सौदी अरेबियाचा जनक असे का म्हटले जाते?

४) सौदी अरेबियाचे परराष्ट्र धोरण सविस्तर लिहा.

प्र.२) खालील प्रश्नांची थोडक्यात उत्तरे लिहा.

१) इब्न सौदने सौदी अरेबियात उभारलेली लष्करी व्यवस्था स्पष्ट करा.

२) सौदी अरेबियाच्या परराष्ट्र धोरणाची तत्त्वे स्पष्ट करा.

३) सौदी अरेबियाचे मध्यपूर्वेतील देशांशी परकीय संबंध कसे होते?

४) सौदी अरेबियाचे पाश्चात्त्य राष्ट्रांशी असणारे परकीय संबंध स्पष्ट करा.

५) सौदी अरेबियाच्या परराष्ट्र धोरणाचे मूल्यमापन करा.

१० आग्नेय आशिया

South East Asia

१०.१ **इंडोनेशिया (Indonesia)**

१०.२ **व्हिएतनाम (Vietnam)**

१०.३ **असियान (Asian)**

१०.४ **भारताचे परराष्ट्र धोरण–विशेष संदर्भ आग्नेय आशिया (Foreign Policy India with Special reference to South East Asia)**

प्रस्तावना

आग्नेय आशियातील घडामोडींना आशियाच्या इतिहासात एक वेगळे स्थान आहे. इंडोनेशिया, व्हिएतनाम, म्यानमार, लाओस, मलाचा, जावा, सुमात्रा अशा देशांचा इतिहास यामध्ये अंतर्भूत होतो. डच, फ्रेंच, ब्रिटिश यांच्या वसाहती म्हणून असणाऱ्या या प्रदेशांतही २० व्या शतकात राष्ट्रवादी भावना प्रबळ ठरली. इंडोनेशियाच्या आधुनिकीकरणातील सुकार्णोची भूमिका महत्त्वाची होती. अमेरिकेसारख्या बलाढ्य राष्ट्राला नाकीनऊ आणून व्हिएतनामने सर्वांना चकित केले. याच राष्ट्रांनी एकत्र येऊन व्यापारी, दळणवळणविषयक व सुरक्षाविषयक संघटना स्थापन केली. असियान या संघटनेचे आकर्षण वाढून त्यात भारत, ऑस्ट्रेलिया, चीन सारखे देशही सामील झाले. अशा या आग्नेय आशियाशी असणारे भारताचे परराष्ट्रसंबंधही पाहणे आवश्यक ठरते. या प्रकारणातून या सर्व घडामोडींचा वेध घेतला आहे.

१०.१ इंडोनेशिया (Indonesia)

इंडोनेशियाच्या राष्ट्रवादाची कारणे

१) कार्तिनाचे कार्य

सुरुवातीच्या काळात स्थापन झालेल्या संघटना सामाजिक, धार्मिक, सांस्कृतिक व शैक्षणिक स्वरूपाच्या होत्या. त्यांनी शैक्षिणक प्रगती, सामाजिक सुधारणा व समाज प्रबोधनावर अधिक भर दिला. 'रादेन अजंग कार्तिना' नावाच्या महिलेने शैक्षणिक व सामाजिक प्रबोधनाच्या माध्यमातून इंडोनेशियन राष्ट्रवादाचा शुभारंभ केला. तिने १९०२ मध्ये पहिली महिलांची शाळा काढली आणि आपली भूमिका व विचार स्पष्ट करणारा जाहीरनामा प्रसिद्ध केला. व्यक्तिविकास, शैक्षणिक प्रगती व मानवतावादावर कार्तिनाने अधिक भर दिला. तिच्या पाठोपाठ डॉ. मास, व्हाईदा, शिबदीरो व हॅसोडानीने राष्ट्रीय शाळा स्थापन केल्या. त्याच वर्षी डचांनी बटेव्हिया येथे वैद्यकीय महाविद्यालयाची स्थापना केली; नंतर सोटन व सुकार्णोने शिक्षणाच्या विस्तारावर भर दिला या सर्वांमध्ये कार्तिनाचे कार्य अधिक महत्त्वाचे होते.

२) विद्यार्थी चळवळी

सुकार्णो, हट्टा व त्यांच्या सहकार्यांनी हॉलंडमध्ये शिक्षण घेत असताना विद्यार्थी चळवळी सुरू केल्या; तसेच डच साम्राज्याला विरोध करण्यासाठी इंडोनेशियन विद्यार्थांची 'The Social Democratic Union of India' ही संघटना १९०८ साली स्थापन केली. राष्ट्रवादाचा प्रसार डच साम्राज्यवादाला विरोध व स्वातंत्र्यप्राप्ती ही विद्यार्थी संघटनेची उद्दिष्टे होती.

३) बुडी उटोमो (Budi Utomo)

ही संघटना बटेव्हियातील वैद्यकीय महाविद्यालय व विद्यापीठातील विद्यार्थ्यांनी पुढाकार घेऊन १९०८ झाली स्थापना केली. प्रा. डॉ. सोदींचे त्यांना मार्गदर्शन लाभले. पाश्चात्त्य उच्च विद्याविभूषित तरुणांचा या संघटनेत भरणा होता. पाश्चात्यीकरण, सामाजिक सुधारणा, शैक्षणिक प्रगती व आधुनिकता ही त्यांची उद्दिष्टे होती. या संघटनेत जावा लोकांची व शिक्षितांची संख्या जास्त होती. ही संघटना सुशिक्षितांपुरतीच मर्यादित राहिल्याने ती जास्त प्रभावी ठरू शकली नाही, तरी जन-जागृतीचे व समाजसुधारणेचे कार्य या संघटनेने पार पाडले.

४) सारेकत इस्लाम

चीनमधील व्यापाऱ्यांची इंडोनेशियात मक्तेदारी होती; त्यामुळे बहुसंख्य स्वदेशी मुस्लीम व्यापाऱ्यांचे नुकसान होऊ लागले. चिनी व्यापारांवर बहिष्कार घालण्यासाठी

१९०९ साली इंडोनेशियन व्यापाऱ्यांनी एक व्यापारी संघटना स्थापन केली, नंतर १९११ साली तिथेच 'सारेकत इस्लाम' म्हणजे इस्लामी व्यापारी संघटनेत रूपांतर झाले. पुढील काळात व्यापाऱ्यांप्रमाणेच विचारवंत, शिक्षक, धर्मगुरू व कामगार मोठ्या संख्येने या संघटनेत सहभागी झाले. अमर सय्यद टीचकमीन्न हा या संघटनेचा अध्यक्ष होता. इंडोनेशियन व्यापाऱ्यांची सुरक्षितता, आर्थिक सहकार्य, आर्थिक प्रगती आणि सामाजिक, धार्मिक, भौतिक, बौद्धिक उन्नती व विरोधकांचा बंदोबस्त ही या संघटनेची प्रमुख उद्दिष्टे होती. पुढे या संघटनेच्या सभासदांची संख्या ८,००,००० पर्यंत पोहचली. सारकेत इस्लामचे एक अधिवेशन डचांच्या नेदरलँडमध्ये १९१६ साली झाले. शेतकरी व कामगारांचा पाठिंबा या संघटनेस मिळाला. ग्रामीण भागात तिचा फार मोठा विस्तार झाला. ख्रिश्चनीकरणापासून इस्लामचे रक्षण करणे हादेखील तिचा महत्त्वाचा उद्देश होता. या संघटनेने स्वराज्याची मागणी करून स्वातंत्र्याचा जाहीरनामा घोषित केला. राजकीय, सामाजिक, आर्थिक, धार्मिक व राष्ट्रवादी उद्दिष्टांची पूर्ती करणारी ही पहिलीच देशव्यापी संघटना होती.

५) इंडोनेशियन कम्युनिस्ट पार्टी

सारेकत इस्लाममधून एक गट बाहेर पडला. त्यांनी १९२१ साली इंडोनेशियन कम्युनिस्ट पार्टीची स्थापना केली. या पक्षाचे रशिया व चीनमधील कम्युनिस्टांशी संबंध होते. या राष्ट्रव्यापी संघटनेने आपला बराच प्रभाव निर्माण केलेला होता; त्यामुळे सारेकत इस्लाम ही संघटना मागे पडली. या पक्षाच्या उदयास पहिल्या महायुद्धातील निराशा, अमेरिकेचे राष्ट्राध्यक्ष वुड्रो-विल्सन यांचे स्वयंनिर्णयाचे तत्त्व, डचांचे आर्थिक शोषण व इंडोनेशियन जनतेची गरिबी या गोष्टी कारणीभूत ठरल्या. देशातील शेतकरी, कामगार, विद्यार्थी, शिक्षित व विविध स्तरांतील लोक या पक्षात सहभागी झाले. या पक्षाने १९२६-२७ मध्ये जावा आणि सुमात्रात परिणामकारक उठाव केले. अर्थात, डचांनी क्रूरपणे हे उठाव दडपून टाकले आणि हजारोंना तुरुंगात टाकून कम्युनिस्ट पक्षावर बंदी घातली. शेतकरी व कामगार यांनी केलेले संप मोडून काढले व त्यांना तुरुगांत टाकले. तानमलक्का व तामीन हे कम्युनिस्ट पक्षाचे नेते होते. इंडोनेशियात कम्युनिस्ट पक्ष अधिक प्रभावी ठरला नाही. पुढे, इंडोनेशियात राष्ट्रवादी विचारसरणी प्रभावी ठरल्यामुळे तेथे साम्यवादी चळवळ यशस्वी होऊ शकली नाही.

६) इंडोनेशियन नॅशनॅलिस्ट पार्टी

इंडोनेशियातील मवाळ राष्ट्रवाद्यांनी १९२७ साली इंडोनेशियन नॅशनॅलिस्ट पार्टीची स्थापना केली. सुकार्णो व हट्टासारखे प्रभावी नेतृत्व असल्यामुळे अल्पकाळातच हा पक्ष लोकप्रिय आणि राष्ट्रव्यापी झाला. विद्यार्थी, व्यापारी,

शिक्षित, शेतकरी व कामगार यांचा या पक्षात अधिक भरणा होता. राष्ट्रवादाच्या विरुद्ध असलेल्या डचांनी दडपशाही करून सुकार्णो व हट्टा व त्यांच्या असंख्य कार्यकर्त्यांना तुरुंगात डांबले. परंतु मागे शिल्लक राहिलेल्या अनुयायांनी राष्ट्रवादी लढा अखंड सुरू ठेवला.

इंडोनेशिया-डच संघर्ष

२० व्या शतकाच्या पूर्वार्धात इंडोनेशियन विद्यार्थी व जनतेने विविध संघटनांची स्थापना करून राष्ट्रवादी चळवळीला सुरुवात केली. सुकार्णोसारखा प्रभावशाली नेता या चळवळीला लाभला; पण त्यास तुरुंगात डांबल्यामुळे राष्ट्रवादी संघटनेला स्वातंत्र्यचळवळीत सुरुवातीस यश आले नाही; राष्ट्रवादी उठाव झाले. तरी सरकार ते लगेचच दडपून टाकत असे; त्यामुळे स्वातंत्र्य आंदोलनात १९४३ पर्यंत फारशी प्रगती झाली नाही. वास्तविक पाहता पहिल्या महायुद्धात जपानी आक्रमणविरुद्ध इंडोनेशियाने डचांना फार मोठी आर्थिक व लष्करी मदत केली होती; त्यामुळे दोस्त राष्ट्रे विजयी झाली होती. अमेरिकेच्या वुड्रो विल्सनने आपल्या चौदा कलमी योजनेत स्वातंत्र्य व स्वयंनिर्णयांच्या हक्कांची घोषणा केली होती; परंतु स्वार्थी व जुलमी डचांनी इंडोनेशियन जनतेला जबाबदार राज्यपद्धती किंवा स्वातंत्र्य दिले नाही. उलट, फार मोठ्या प्रमाणावर दडपशाही सुरू केली. हिटलर व मुसालिनी या हुकूमशहांच्या महत्त्वाकांक्षांमुळे दुसरे महायुद्ध लढले गेले. परंतु हे महायुद्ध आग्नेय आशिया व इंडोनेशियाला वरदान ठरले. जपानने पर्लहार्बलवर हल्ला करून महायुद्धात भाग घेतला आणि थोड्याच काळात संपूर्णआग्नेय आशिया आपल्या वर्चस्वाखाली आणला. जपानने साम्राज्यवादी डचांची हकालपट्टी करून इंडोनेशियावर आपले वर्चस्व प्रस्थापित केले. डचांना कर्दनकाळ वाटणारा जपान इंडोनेशियाबरोबर सहानुभूतीने वागू लागला. इंडोनेशियाने सहकार्य द्यावे, त्या मोबदल्यात जपान त्यांना स्वायतत्ता देणार होते. १९४३ साली जपानने इंडोनेशियन मुस्लीम राष्ट्राची घोषणा केली. त्या पाठोपाठ एक मध्यवर्ती सल्लागार समिती स्थापन करून समितीचे अध्यक्षपद सुकार्णो यांना आणि उपाध्यक्षपद हट्टा यास देण्यात आले. यावेळी जपानने सर्व राष्ट्रवाद्यांची मुक्तता केली. मुस्लिमांची सहानभूती मिळवण्यासाठी सर्व इस्लामी संस्थांचे एकत्रीकरण करण्यासाठी 'मसजुमी' नावाची संघटना स्थापन केली; कारण इंडोनेशियात बहुसंख्य मुस्लीम होते. जपानने इंडोनेशियन प्रजासत्ताकाची घोषणा करण्यासाठी 'इंडीपेंडन्स प्रिपरेटरी कमिटीची' स्थापना केली. दुर्दैवाने १९४५ साली जपानचा पराभव झाला. दबा धरून बसलेल्या डचांनी पुन्हा संधी साधून सत्ता काबीज केली; त्यामुळे इंडोनेशियाच्या स्वांतत्र्यप्राप्तीत अडथळा निर्माण झाला. परंतु जपानच्या आक्रमणामुळे इंडोनेशियाचे

स्वातंत्र्य जवळ आले. जपान इंडोनेशियाचा मुक्तिदाता ठरला. जपानी आक्रमणामुळे इंडोनेशियन स्वातंत्र्यास गती मिळाली. इंडोनेशियात जे प्रजासत्ताक अस्तित्वात येणार होते, त्याच्या अध्यक्षपदावर जपानने आधीच डॉ.सुकार्णो यांची नियुक्ती केली; पण ब्रिटिशांनी स्वातंत्र्याचा प्रश्न सोडविण्याचे निमित्त करून इंडोनेशियात हस्तक्षेप सुरू केला व डचांना मदत केली; त्यामुळे स्वातंत्र्याचा प्रश्न अधिकच गुंतागुंतीचा बनला. डचांनी हॉलंडमधून १,५०,००० सैन्य इंडोनेशियात आणले. कधी वाटाघाटीचा देखावा, तर कधी संघर्ष अशा दुहेरी नीतीचा डचांनी अवलंब केला. सुकार्णोने १७ ऑगस्ट, १९४७ रोजी इंडोनेशियन प्रजासत्ताकाची घोषणा केलेली होती. परंतु डचांनी या काळात इंडोनेशियात अमानुष भ्रष्टाचार व दडपशाही केली. त्यामुळे जगभर त्यांची बदनामी झाली. इंडोनेशियन जनता मात्र डचांशी फार धैर्याने तोंड देत होती.

लिंगड जत्ती करार (Lingad Jatti Treaty)

परिस्थितीचे गांभीर्य लक्षात घेऊन डच वाटाघाटीसाठी तयार झाले. ब्रिटिशांची मध्यस्थी केली. त्यामुळे डच गव्हर्नर जनरल व्हॅनमूक व सुकार्णो यांच्यात लिंगड-जत्ती करार, १९४६ मध्ये झाला, त्यानुसार-

१) बोर्निआचे स्वतंत्र्य राज्य निर्माण करावे.
२) पूर्वेकडील बेटांचे स्वतंत्र राज्य स्थापन करावे.
३) उर्वरित जावा, सुमात्रा व इंडोनेशियन बेटांचे संघराज्य निर्माण करावे.
४) डचांच्या संपत्तीचे व हितसंबधाचे रक्षण व्हावे.
५) डच सैन्याचे शांतता व सुरक्षिततेसाठी इंडोनेशियात वास्तव्य असावे.
६) इंडोनेशियाने डचांचे सार्वभौमत्व मान्य करावे.

परंतु हा तह कोणत्याही दृष्टीने समाधानकारक नसल्यामुळे मुस्लीम, कम्युनिस्ट व राष्ट्रवाद्यांनी फेटाळून लावला. डचांनी पुन्हा इंडोनेशियातील जनतेवर प्रचंड अत्याचार केले. तशात पुन्हा सुकार्णो व हट्टा यांना तुरुंगात टाकल्याने इंडोनेशियात अधिकच संतापाची लाट निर्माण झाली. आता येथे आपले वर्चस्व टिकणे अशक्य आहे, हे पाहून डचांनी सत्तात्याग करण्याचा निर्णय घेतला. १९४९ मध्ये हेग येथे इंडोनेशिया व डच यांची एक गोलमेज परिषद भरली. त्यात वाटाघाटी झाल्यानंतर डचांनी सत्तात्याग केला आणि इंडोनेशियाचे स्वातंत्र्य मान्य केले. १९५० साली नवीन घटनेची निर्मिती करून सुकार्णोने इंडोनेशियन प्रजासत्ताक संघराज्य स्थापन केले. या प्रजासत्ताक संघराज्याचा अध्यक्ष डॉ. सुकार्णो व उपाध्यक्ष हट्टा हा होता. इंडोनेशियाचा वेस्टन्युगिनी हा प्रदेश १९६२ पर्यंत डचांच्या ताब्यात होता. सुकार्णोने लष्करी कारवाई केली आणि युनोने हस्तक्षेप केल्यामुळे शेवटी या प्रदेशावरील ताबा डचांनी

सोडून दिला. १९६३ साली वेस्ट न्यूगिनी इंडोनेशियात सामील केला आणि इंडोनेशियन स्वातंत्र्याची प्रक्रिया पूर्ण झाली. बांडुंग परिषद आपल्या राष्ट्रात भरवून डॉ. सुकार्णोने इंडोनेशियाला जागतिक प्रतिष्ठा प्राप्त करून दिली.

डॉ. अहमद सुकार्णो यांचे कार्य

डॉ. सुकार्णो इंडोनेशियन स्वातंत्र्याचे शिल्पकार व महान राष्ट्रीय नेते होते. त्यांनी राष्ट्रवादी पक्षाची स्थापना करून इंडोनेशियन जनतेला संघटित केले आणि अत्याचारी डचांशी संघर्ष करून आपला देश मुक्त केला. स्वातंत्र्योत्तर काळात मिळालेल्या राष्ट्राध्यक्ष पदाचा उपयोग करून राष्ट्राला आर्थिक व लष्करीदृष्ट्या बलवान केले. विविध भाषा, धर्म, संस्कृती, विचारसरणी व पक्ष असलेल्या ३,००० बेटांच्या विशाल इंडोनेशियाला एकसूत्रात गुंफणारे सुकार्णो कुशल संघटक हे त्याच्या व्यक्तिमत्त्वाचे पैलू होते. साम्यवादाच्या प्रभावातून त्यांनी मोठ्या कौशल्याने इंडोनेशियाची सुटका केली. अशा मुक्तिसंग्रामाचे नेते डॉ. सुकार्णोंचा जन्म १९०१ साली एका मध्यमवर्गीय कुटुंबात झाला. बांडुगच्या महाविद्यालयात त्यांनी स्थापत्य शास्त्राची पदवी (B.E.) घेतली. ते विद्यार्थिदशेपासूनच निर्भय कार्यकर्ता, उत्कृष्ट वक्ता, जाज्वल्य राष्ट्रभिमानी व कुशल राजकारणपटु होते, या सर्व गुणांचा राष्ट्रकार्यासाठी फार उपयोग झाला. नंतरचे उच्च शिक्षण त्यांनी इंग्लंडमध्ये पूर्ण केले; त्यामुळे युरोपातील पाश्चिमात्य संस्कृती त्यांना जवळून पाहायला मिळाली. विद्यार्थिदशेपासूनच त्यांना डचांचा साम्राज्यवाद आणि इंडोनेशियन लोकांचे हाल पाहून प्रचंड वेदना होत असत. राष्ट्रासाठी काहीतरी केले पाहिजे, ही प्रबळ महत्त्वाकांक्षा त्यांना स्वस्थ बसू देत नव्हती; त्यामुळे १९०८ साली त्यांनी विद्यार्थी संघटनेची स्थापना केली होती. पहिल्या महायुद्धानंतर विल्सनने घोषित केलेल्या स्वयंनिर्णयाच्या हक्कांची त्यांनी मागणी केली पण डचांनी ती मान्य केली नाही; त्यामुळे डचांशी संघटित लढा दिल्याशिवाय इंडोनेशियाला स्वातंत्र्य मिळणार नाही अशी त्यांची खात्री झाली.

इंडोनेशियन राष्ट्रवादी पक्षाची स्थापना

विसाव्या शतकात इंडोनेशियामध्ये विविध पक्ष व संघटनांची स्थापना झाली. त्यात सरिकेत इस्लाम व कम्युनिस्ट पक्ष महत्त्वाचे होते. या संघटनांनी जनजागृती करून लोकांना संघटित केले व अनेक उठाव घडवून आणले; पण डचांच्या दडपशाहीपुढे त्यांचा टिकाव लागला नाही. पुढे १९२७ साली सुकार्णोनी 'Indonesion Nationalist Party' ची स्थापना केली. त्यात त्यांनी विविध स्तरांतील व विविध गटातील लोकांना सामावून घेतले; त्यामुळे अल्पकाळात हा पक्ष लोकप्रिय झाला. महंमद हट्टा, सोहन व जहरीर हे त्यांचे विश्वासू सहकारी होते. या पक्षाने जावा, सुमात्रा

व इतर अनेक ठिकाणी उठाव केले; त्यामुळे चिडलेल्या डच प्रशासनाने दडपशाही करून सुकार्णोसह अनेक कार्यकर्त्यांना कैदेत पाठविले. डॉ. सुकार्णो यांना १९३४ ते १९४३ असा दीर्घ काळ कारावास भोगावा लागला.

डचांशी संघर्ष व स्वातंत्र्यप्राप्ती

तुरुंगवासामुळे हतबल झालेल्या सुकार्णोंच्या आशा जपानी आक्रमणामुळे राष्ट्रवादीभावना पल्लवीत झाल्या. जपानने इंडोनेशियावर आक्रमण करून डचांची उचलबांगडी केली. तेथे आपले प्रभुत्व प्रस्थापित करून सुकार्णो व त्यांच्या सहकार्यांची तुरुंगातून मुक्तता केली. इंडोनेशियाच्या सहानुभूती संपादन करून आपली सत्ता स्थिर करण्यासाठी जपानने मध्यवर्ती सल्लागार समितीची स्थापना केली आणि सुकार्णोंना अध्यक्ष तर हट्टाला उपाध्यक्षपदावर नियुक्त केले. सुकार्णोंनी या परिस्थितीचा फायदा घेऊन जपानला मदत केली. इंडोनेशियात, लष्करी निमलष्करी व होमगार्डची दले, उभारली; एक भाषा, एक राष्ट्र ही घोषणा करून त्यांनी जपानकडे स्वातंत्र्याचा आग्रह धरला. जपाननेदेखील इस्लामी इंडोनेशियन राष्ट्राची घोषणा करून इंडोनेशियाला प्रजासत्ताकांचे आश्वासन दिले. दुर्दैवाने जपानचा १९४५ साली पराभव झाला, पण सुकार्णोंनी १९४७ साली इंडोनेशियन प्रजासत्ताकांची स्थापना केली. स्वतः सुकार्णो अध्यक्ष तर हट्टा उपाध्यक्ष झाले; पण प्रत्यक्ष स्वातंत्र्य प्राप्तीत अनंत अडचणी होत्या; असे असूनही सुकार्णोंनी खंबीरपणे डचांशी लढा चालू ठेवला; कारण जपान पाडावानंतर डच आपली गेलेली सत्ता टिकविण्याचा आटोकाट प्रयत्न करीत होते. सुकार्णोंना पुन्हा एकदा तुरुंगात जावे लागले. पुढे युनो व ब्रिटनच्या मध्यस्थीने लिंगड जत्ती कराराही झाला; परंतु तो अयोग्य होता. कोणत्याही पक्षाने त्या करारास मान्यता दिली नाही. शेवटी युनो व आंतरराष्ट्रीय दडपणामुळे डचांनी इंडोनेशियाला स्वातंत्र्य देण्याचे मान्य केले. डिसेंबर १९४९ मध्ये डचांनी इंडोनेशियन सत्तेचा त्याग केला आणि स्वतंत्र इंडोनेशियन संघराज्य जन्मास आले. सुकार्णो व हट्टा हे नवीन प्रजासत्ताकाचे अध्यक्ष-उपाध्यक्ष बनले.

राष्ट्राध्यक्ष सुकार्णोंची कारकीर्द

सुकार्णोंच्या प्रयत्नांना यश येऊन इंडोनेशियाला स्वातंत्र्य मिळाले व नंतरच्या अध्यक्षपदामुळे त्यांचा योग्य सन्मानही झाला. सुकार्णो साम्यवादाचे विरोधक व हुकूमशाही प्रवृत्तीचे होते. १९५० ते ६७ या काळात ते इंडोनेशियाचे अध्यक्ष होते. जनरल सुहार्तो हा सेनापती होता. सुरुवातीच्या १९५० ते १९५७ या सात वर्षांत त्याने उदारमतवादी लोकशाही पद्धतीने देशाचा राज्यकारभार सांभाळला व विविध गट व पक्षांना सामावून घेतले. १९५० मध्ये नवीन घटनेची निर्मिती करून इंडोनेशियन संघराज्याची स्थापना

केली; प्रत्यक्षात सुकार्णोंनी राष्ट्रवादी पक्षाची हुकूमशाही प्रस्थापित केली होती. त्यांच्या या हुकूमशाहीला समाजवादी, कम्युनिस्ट, दारूल इस्लाम या पक्षांनी विरोध दर्शविला; त्यामुळे या सात वर्षांत तीन मंत्रिमंडळे आली आणि कोसळली; त्यामुळे सुकार्णोंनी १९५७ साली मार्गदर्शित लोकशाही (Guided Democracy) स्वीकारली; पण प्रत्यक्षात त्यांनी लोकशाहीच्या माध्यमातून आपली हुकूमशाही बळकट करण्याचा प्रयत्न केला; त्यामुळे शेवटी ते अपयशी ठरले. त्यांनी दडपशाही केल्यामुळे १९६७ साली त्यांना अध्यक्षपदावरून दूर करून त्या पदावर जनरल सुहार्तोंची नियुक्ती झाली.

१०.२ व्हिएतनाम (Vietnam)

एकोणिसाव्या शतकात फ्रांसने व्हिएतनामवर आपली सत्ता स्थापन करून व्हिएतनामचा भूप्रदेश आपल्या साम्राज्यास जोडला. दुसऱ्या महायुद्धापूर्वी हो-चि-मिन्ह यांच्या नेतृत्वाखाली राष्ट्रीय चळवळीला सुरुवात झाली. फ्रांस व अमेरिकेसारख्या बलाढ्य साम्राज्य शक्तींना नामोहरम करून व्हिएतनामने आपल्या देशांचे स्वातंत्र्य मिळविले. फ्रेंचांचे वर्चस्व त्यांची जुलमी राजवट, आर्थिक शोषण, राजकीय एकीकरण, शिक्षणाचा विस्तार, भौतिक सुधारणा, विचारवंतांची प्रेरणा, पहिल्या महायुद्धाची निराशा, जपानचे शौर्य व रशियन-चिनी कम्युनिस्ट क्रांतीचा प्रभाव हे घटक व्हिएतनामच्या राष्ट्रवादाला जबाबदार ठरले.

१) व्हिएतनाम रेस्टोरेशन लिग (१९०५)

इंडोचायनीजमधील अनेक विद्यार्थी उच्चशिक्षणासाठी जपानला गेलेले होते. जपानमधील प्रगती पाहून थक्क झाले; परत आल्यानंतर ह्या विद्यार्थ्यांनी हॅनोई विद्यापीठातल्या विद्यार्थ्यांच्या मदतीने १९०५ मध्ये 'व्हिएतनाम रेस्टोरेशन लिग'ची स्थापना केली, त्यात अन्नामी तरुणांचा पुढाकार होता. जपानच्या धर्तीवर आपल्या देशाची प्रगती करून देशाला पारतंत्र्यातून मुक्त करावे, हा ह्या संस्थेचा उद्देश होता.

२) असोसिएशन फारदी रिस्टोरेशन ऑफ व्हिएतनामी (१९१३)

चीनमध्ये जाऊन आलेल्या विद्यार्थ्यांनी इ.स. १९१३ मध्ये 'असोसिएशन फारदी रिस्टोरेशन ऑफ व्हिएतनामी' या संघटनेची, स्थापना केली. फॉन-बाई-चाऊ व फॉन-चाऊ-डॉग ह्या विद्यार्थीनेत्यांनी पुढाकार घेऊन मोठ्या प्रमाणात जनजागृती घडवून आणली. व्हिएतनामी राजा दीऊ तानने त्यास पाठिंबा दिला. पाश्चात्त्यांप्रमाणे आपली प्रगती करून फ्रेंच सत्ता संपुष्टात आणावी; हा ह्या संघटनेचा मुख्य उद्देश होता. लापारिया, यानरिएन, इकॉनॉमिक रेव्हुल्यूशन इत्यादी नियतकालिके सुरू करून त्याद्वारे मोठ्या प्रमाणात जनजागृती घडवून आणली.

३) काओ दाई संघटना (१९२६)

इ.स. १९२६ मध्ये काओ दाई या धार्मिक संघटनेची स्थापना झाली. ली व्हॅनटुंगे हा काओ दाई संघटनेचा प्रमुख होता. या धार्मिक संघटनेप्रमाणेच हो-आहो-आ ही एक धार्मिक संघटना स्थापन होऊन या दोन्ही संघटनांनी धर्म व शिक्षणाच्या माध्यमातून त्यांनी जनजागृती केली व राष्ट्रवादाला पोषक परिस्थिती निर्माण केली.

४) दि कॉन्स्टिट्युशनल पार्टी (१९२३)

जमीनदार व बुद्धिवाद्यांनी पुढाकार घेऊन १९२३ मध्ये दि कॉन्स्टिट्युशनल पार्टी स्थापन केली. जनतेला सभा परिषदेचे स्वातंत्र्य, शासनात नोकऱ्या, फ्रान्सप्रमाणे घटना व लोकशाहीची निर्मिती ह्या संघटनेच्या प्रमुख मागण्या होत्या.

५) दि व्हिएतनाम पीपल्स प्रोग्रेसिव्ह पार्टी (१९२६)

ही सुधारणावादी संघटना होती. फ्रेंच राजवटीमुळे ज्या सुधारणा झाल्या त्याचा परिणाम म्हणून ह्या संघटनेची निर्मिती झाली. ह्या संघटनेद्वारे मोठ्या प्रमाणात जागृती घडवून आणली.

६) दि व्हिएतनाम नॅशनॅलिस्ट पार्टी (१९२७)

इंडोचायनातील हजारो विद्यार्थी जगभरात गेलेले होते. हजारो व्हिएतनामी सैनिकांनी पहिल्या महायुद्धात भाग घेतला होता. बाहेर गेलेल्या विद्यार्थी व व्हिएतनामी सैनिकांना आंतरराष्ट्रीय राजकारणाची चांगलीच अनुभूती आलेली होती. फ्रेंचांच्या दडपशाहीची चीड येत होती, तर चीनमध्ये डॉ. सेनच्या नेतृत्वाखाली राष्ट्रवादी क्रांती यशस्वी झालेली होती. त्यातूनच प्रेरणा घेऊन चिनी कोमिंटांगच्या धर्तीवर व्हिएतनामी कार्यकर्त्यांनी 'National Party of Vietnam' ची स्थापना केली. व्हिएतनाममधील विविध स्तरांतील राष्ट्रनिष्ठ लोक यात सहभागी झालेले होते. ही एक प्रभावी राष्ट्रवादी संघटना होती. फ्रेंचांच्या दडपशाहीमुळे व कम्युनिस्टांच्या प्रभावामुळे हा पक्ष निष्प्रभ होत गेला तरी मुक्ती आघाडीच्या राष्ट्रीय लढ्यात ह्या पक्षाच्या अनेक कार्यकर्त्यांनी मोठ्या प्रमाणात सहभाग घेतला होता.

७) व्हिएतनाम कम्युनिस्ट पक्ष (डाँग-डुआंग-काँग-सॉन) (१९३०)

'व्हिएतनाम कम्युनिस्ट पक्ष' स्थापन होण्यापूर्वी हो-चि-मिन्हने १९२५ मध्ये युवक क्रांती दलाची स्थापना करून साम्यावादी विचारांच्या विद्यार्थ्यांना संघटित केले. व्हिएतनामी स्वातंत्र्यलढ्यात ह्या संघटनेने महत्त्वपूर्ण भूमिका पार पाडली. उत्तर व दक्षिण व्हिएतनामध्ये व इतर क्रांतिकारकांनी स्थापन केलेल्या संघटनांचे हो-चि-मिन्ह यांनी एकत्रीकरण करून १९३० मध्ये डाँग-डुआँग-काँग-आँग नावाच्या

इंडोचायनीज कम्युनिस्ट पक्षाची स्थापन केली. ह्या पक्षात विद्यार्थी, शेतकरी, कामगार व शिक्षितांच्या सहभाग मोठ्या प्रमाणात होता. ह्या पक्षाचे प्रमुख उद्दिष्ट म्हणजे फ्रेंचांची हकालपट्टी करणे, इंडोचायनाची स्वातंत्र्यप्राप्ती कामगार, शेतकरीं सैनिकांच्या लोकशाही सरकारची स्थापना, जनताभिमुख बँकांची स्थापना व राष्ट्रीयीकरण आणि जमीनदारांच्या जमिनीचे वाटप, सार्वत्रिक शिक्षण व स्त्री-पुरुष समानता इत्यादी प्रमुख उद्दिष्ट आहे.

८) जपान-फ्रेंचांशी संघर्ष

पहिल्या महायुद्धात व्हिएतनामी सैन्यांनी फ्रेंचांना मदत केली होती. परंतु महायुद्धासमाप्ती नंतर व्हिएतनामची निराशाच झाली; कारण पॅरिस शांतता परिषदेत हो-ची-मिन्हने आपल्या आठ कलमी योजना अमेरिकन अध्यक्ष विल्सनसमोर ठेवल्या परंतु त्या योजना नाकारल्याने हो-ची-मिन्ह अतिशय नाराज झाला. फ्रेंचांच्या कृतघ्नपणामुळे व्हिएतनाममध्ये तीव्र असंतोष निर्माण झाला. फ्रेंच शासन आपल्यावर अन्याय करत आहे याची जाणीव होताच व्हिएतनाममध्ये राष्ट्रवादाला प्रेरणा मिळून ताँगकिंग पक्ष, अनाम पक्ष, नॅशनल अनामाईट पक्ष अशा राजकीय संघटना व पक्ष अस्तित्वात आले. मात्र, वांशिक भिन्नतेमुळे ते पक्ष बळकट बनले नाहीत. या पक्षांपैकी नॅशनल अनामाईट पक्ष हा क्रांतिकारी विचारांचा होता; त्यात राष्ट्रवादी व साम्यवादी विचारांचे नेते होते. १९२९ साली फ्रेंच गव्हर्नरला ठार मारण्याचा प्रयत्न झाला. १९३०-३१ साली शेतकरी कामगार वर्गाने प्रस्थापित फ्रेंच शासनाच्या विरोधात उठाव केले. अशा प्रकारे व्हिएतनामच्या असंतोषाची पहिली ठिणगी १९३० साली पडली. फ्रेंच छावणीतल्या असंतुष्ट व्हिएतनामी शिपायांनी उठाव केला. फ्रेंच छावणीवर बॉम्ब हल्ले करून बेचिराख केली. ह्या हल्ल्याशी कम्युनिस्टांचा संबंध नसतानाही त्यांच्यावर आरोप केले. हो-ची-मिन्हवर खटला भरून त्याला १९३० साली दीड वर्षांची कारावासाची शिक्षा झाली. पुढे दुसऱ्या जागतिक महायुद्धकाळात १९४१ साली जपानने इंडोचायनावर आक्रमण करून फ्रेंचांची हकालपट्टी केली आणि आपले वर्चस्व प्रस्थापित केले. याच काळात हो-चि-मिन्हने तुरुंगातून पलायन करून ते मास्को व पॅरिसमध्ये गेले. तेथून लढ्याचे नेतृत्व केले. जपानच्या आक्रमणाची संधी साधून आपले कम्युनिस्ट आंदोलन तीव्र केले. सर्व साम्राज्यवादी राष्ट्रे सारख्याच मनोवृत्तीची असून आपण त्यांना विरोध केला पाहिजे; याच भूमिकेतून व संघटनांचा पाठिंबा मिळविण्यासाठी हो-चि-मिन्हने कम्युनिस्ट पक्षाची पुनर्रचना करून लिग फॉर इंडिपेन्डन्स म्हणजे व्हिएतमिन्ह ह्या पक्षाची स्थापना केली (१९४१). सर्व देश बांधवांना उद्देशून त्याने रेडिओवरून जपानी लढ्याची व इंडोचायनाच्या स्वातंत्र्याची घोषणा केली. व्हिएतनामी हो-चि-मिन्हच्या मार्गदर्शनाखाली जपान व

फ्रेंचांशी धाडसी लढा केला. सर्व राष्ट्रवादी पक्ष व्हिएतमिन्हमध्ये सामील होऊन व्हिएतमिन्हचे पहिले राष्ट्रीय अधिवेशन १९४५ साली भरले. जपानची हकालपट्टी करणे, हा अधिवेशनाचा प्रमुख हेतू होता. जपान, फ्रेंच संघर्ष १९४५ पर्यंत चालू होता. अखेर १९४५ मध्ये फ्रान्स पराभूत होऊन जपानने व्हिएतनाम, लाओस व कंबोडियाच्या स्वातंत्र्याची घोषणा केली आणि स्वतंत्र्य व्हिएतनामच्या राजपदावर बाऊदायीची नियुक्ती केली. बाऊदायीने जपानी आक्रमण झाल्याबरोबर १९४१ मध्येच टाँगकिंग, अन्नाम, कोचीन, चायनाचे एकीकरण करून स्वतंत्र व्हिएतनामची निर्मिती केली. दायी जपानचा हस्तक आहे हे लक्षात येताच दायी व जपानशी लढा सुरू केला. त्यानुसार धान्यकोठारे लुटली, मार्ग उद्ध्वस्त केले, कचेऱ्या ताब्यात घेतल्या. जनता सरकारे बनविली, प्रशासन कार्यक्षम करण्याचा प्रयत्न केला. गनिमीकाव्याचा वापर केला गेला. दरम्यान, जपानच्या शरणागतीने दुसऱ्या महायुद्धाचा शेवट झाला. परिणामी, इंडोचायनावरील जपानची सत्ता संपुष्टात आली. १९४५साली बाऊदायीने सत्तात्याग केला. त्यामुळे २ सप्टेंबर, १९४५ रोजी व्हिएतनामची प्रजासत्ताकची स्थापना झाली परंतु अद्यापही संघर्षाचा शेवट झालेला नव्हता. युनोने व्हिएतनामवरील फ्रेंचांच्या वर्चस्वावर मान्यता दिली; त्यामुळे संघर्ष यातून होता. शेवटी १९५४ मध्ये व्हिएतनामी राष्ट्रवाद्यांनी फ्रेंचांच्या लष्करी तळावर प्राणघातक हल्ला करून फ्रेंचांना पराभूत केले. फ्रेंचांनी माघार घेऊन व्हिएतनामच्या स्वातंत्र्याला मान्यता दिली.

९) जिनिव्हा परिषद (१९५४)

१९५४ मध्ये जिनिव्हा येथे आंतरराष्ट्रीय परिषद भरविण्यात आली. चीन, रशिया, फ्रांस, अमेरिका, लाओस, कंबोडिया व व्हिएतनाम ही राष्ट्रे उपस्थित होती. या परिषदेत व्हिएतनामच्या विभाजनाचा निर्णय घेण्यात आला. याचवेळी लाओस व कंबोडिया ही दोन स्वतंत्र राष्ट्रे निर्माण केली. व्हिएतनामचे १७° अक्षांवर विभाजन करून उत्तर व दक्षिण व्हिएतनामची निर्मिती करण्यात आली. उत्तर व्हिएतनामध्ये हो-चि-मिन्हच्या नेतृत्वाखाली लोकशाही प्रजासत्ताक कम्युनिस्ट राजवट, प्रस्थापित करण्यात आली; तर दक्षिण व्हिएतनामध्ये दिएमची लोकशाही राजवट स्थापन झाली. प्रारंभी तो अध्यक्ष होता नंतर त्याने पंतप्रधानपद स्वतःकडे घेऊन अल्पावधीतच तो हुकूमशहा झाला.

१०) अमेरिका-व्हिएतनाम संघर्ष (१९६०-७५)

१९५४ मध्ये जिनिव्हा करारानुसार व्हिएतनामला स्वातंत्र्य मिळाले असले, तरी त्याचा फारसा आनंद उपभोगता आला नाही; कारण बड्या राष्ट्रांच्या स्वार्थी

वृत्तीमुळे व्हिएतनामची १७° अक्षांशावर उत्तर व दक्षिण अशी विभागणी झाली. साम्राज्यवादी अमेरिकेने व्हिएतनामचे स्वातंत्र्य हिरावून घेण्याचा प्रयत्न केला. परिणामी, निर्णायक स्वातंत्र्यासाठी व्हिएतनाम-अमेरिका संघर्ष घडून आला. अमेरिकेच्या हस्तक्षेपाला साम्यवादी रशियाचा वाढता प्रभाव, आग्नेय आशियातील कम्युनिस्ट राजवटी आणि व्हिएतनामधील परिस्थिती ह्या घटना जबाबदार ठरल्या.

आग्नेय आशियातील साम्यवादाचा वाढता प्रभाव रोखण्यासाठी व्हिएतनाममध्ये एक प्रतिकार केंद्र बनवण्याच्या दृष्टीने अमेरिकेने दक्षिण व्हिएतनाममध्ये हस्तक्षेप केला. दक्षिण व्हिएतनामची परिस्थिती अमेरिका प्रवेशास पोषक होती. १९५४ नंतर दक्षिण व्हिएतनामध्ये दिएमची लोकशाही राजवट स्थापन झाली. परंतु तो उत्तर व्हिएतनामच्या कम्युनिस्ट सरकारचा कट्टर शत्रू होता; म्हणूनच त्यांने दक्षिण व्हिएतनाममधील कम्युनिस्ट चळवळी क्रूरपणे दडपून टाकल्या, हजारोंना तुरुंगात टाकले, अनेकांना यमसदनास पाठवले. नागरी स्वातंत्र्याचा शेवट करून अध्यक्षपद, पंतप्रधानपद व संरक्षण प्रमुखाचे पद स्वतःकडेच ठेवून दिएमने एकाधिकारशाही सुरू केली. दिवसेंदिवस वाढत गेलेल्या अत्याचारामुळे दिएमच्या राजवटीविषयी व्हिएतनामी जनतेत तीव्र असंतोष निर्माण झाला व दक्षिणेत अराजक निर्माण झाले. जनतेच्या उठावामुळे दिएम घाबरला व याच संधीचा अमेरिकेने फायदा घेऊन दिएमला लष्करी व आर्थिक मदत सुरू केली; हेतू हाच की, कम्युनिस्टांविरोधी आघाडी उभारणे. मात्र, थोड्याच अवधीत अमेरिकेने दक्षिण व्हिएतनामची सुत्रेच हाती घेतली.

राष्ट्रीय मुक्ती आघाडीचे कार्य

इ.स.१९६० मध्ये राष्ट्रीय मुक्ती आंघाडीची स्थापना होऊन या संघटनेने अखेर अमेरिकेला नमविले. राष्ट्रीय मुक्ती आघाडीला अनेक संघटना येऊन मिळाल्या. त्यांपैकी लाओदाँग संघटना (१९६०), दिक व्हॉन (१९६०) या संघटनेने ग्रामीण भागातील तरुणांना व खेडुतांना संघटित करून क्रांतिकारीशक्ती उभी करण्यात मोठे कार्य केले. तसेच ग्रामीण भागात कम्युनिस्ट विचारांचा मोठ्या प्रमाणात प्रसार केला. खेडे हेच त्यांच्या कार्याचा केंद्रबिंदू होता. ह्या संघटनेने शेतकरी कामगारांसाठी सुधारणा करून अमेरिकेविषयी प्रचंड चीड निर्माण केली. प्रत्येक खेड्यात सहा सदस्यांचे एक मंडळ स्थापन केले व त्यांच्यामार्फत मोठ्या प्रमाणात जनजागृती घडवून आणली. १९६२ मध्ये मार्क्स लेनिनवादी विचारांचा प्रसार करण्यासाठी 'जनता क्रांतिदल पक्ष' स्थापन करण्यात आला. १९६१ मध्ये महिला विमोचन संघ स्थापन करून देशातील महिलांची ५०% शक्ती राष्ट्रीय लढा अधिकाधिक तीव्र करण्यासाठी उपयोगात आणली. सोळा वर्षांवरील महिलांना ह्या संघटनेत प्रवेश

होता. १९६१ मध्ये 'कामगार विमोचन संघ' स्थापन होऊन कामगार वर्गाने राष्ट्रीय लढ्याला पाठिंबा दिला. तरुणांची शक्ती संघटित करण्यासाठी युवक विमोचन संघ (१९६२) स्थापन करण्यात आल्या. राष्ट्रीय मुक्ती आघाडी म्हणजेच 'व्हिएतकाँग' ही संघटना दक्षिण व्हिएतनाममध्ये स्थापन झाली होती; वरील विविध संघटना विविध पातळ्यांवर सहकार्य करीत होत्या. अमेरिका-व्हिएतनाम संघर्षाचे नेतृत्व राष्ट्रीय मुक्ती आघाडी संघटनेकडे होते. राष्ट्रीय मुक्ती आघाडीची प्रमुख उद्दिष्टे पुढीलप्रमाणे - १) दिएमची हुकूमशाही राजवट नष्ट करणे. २) साम्राज्यवादी अमेरिकेचा प्रभाव संपुष्टात आणणे. ३) लोकशाहीप्रधान संमिश्र सरकारची स्थापान करणे. ४) स्वावलंबी व सार्वभौम अर्थव्यवस्था निर्माण करणे. ५) स्वदेशी उद्योगांना प्राधान्य देऊन परकीय उद्योगाचे राष्ट्रीयीकरण करणे. ६) जमीन वाटप व पीकविमा योजना राबविणे. ७) साक्षरता व स्वदेशी शिक्षणाचा प्रसार करणे. ८) राष्ट्रीय सैन्याची उभारणी करणे. ९) राष्ट्रीय संसदेची स्थापना करणे. १०) समानता व स्वातंत्र्य अबाधित ठेवणे. ११) लेखक, विचारवंत व कलावंतांना प्रोत्साहन देणे. १२) मार्क्स, लेनिन व चिनी साम्यवादाचा प्रसार करणे. या उद्दिष्टांसाठी व्हिएतनामींनी अमेरिकेशी सशस्त्र गनिमी लढा चालू ठेवला. अशा प्रकारे संघटितपणे लढा देण्यासाठी दक्षिण व्हिएतनाममधील कामगारांनी राष्ट्रीय मुक्ती आघाडीची स्थापना करून अमेरिकेचे सैन्य काढून घेणे, जिनिव्हा कराराची अंमलबजावणी करणे यासाठी अतिशय प्रखर लढा सुरू केला. अमेरिकेने लष्कराच्या जोरावर हा लढा दडपण्याचा प्रयत्न केला; बॉम्ब वर्षाव केला. मात्र, त्याचा कोणताही परिणाम, राष्ट्रीय मुक्ती आघाडीच्या कार्यकर्त्यांवर झाला नाही. उलट, लढ्याची तीव्रता आधिकाधिक वाढतच गेलेली दिसून येते.

दक्षिण व्हिएतनाममध्ये सैनिकी क्रांती (१९६३)

राष्ट्रीय मुक्ती आघाडीचा जोर दिवसेंदिवस वाढत असतानाच १९६३ साली दक्षिण व्हिएतनाममध्ये सैनिकी क्रांती झाली. दीएम याला ठार मारून जनरल डाँग व्हॅन मिन्ह यांनी अधिकार सूत्रे हातात घेतली. अमेरिकेच्या चिथावणीने १९६३ ते १९६५ दरम्यान सात क्रांत्या झाल्या. इ.स. १९६५ साली अमेरिकन राष्ट्राध्यक्ष जॉन्सन यांनी तीन लाख सशस्त्र सैनिकांना सायगाव येथे आणले याचा परिणाम म्हणून व्हिएतनाममध्ये गृहयुद्धाचा भडका उडाला. उत्तर व्हिएतनामवर अमेरिकेने मोठ्या प्रमाणात बॉम्बवर्षाव केला; याचा परिणाम म्हणून उत्तर व्हिएतनामला रशिया आणि चीनने प्रचंड प्रमाणात शस्त्रपुरवठा केला. इ.स. १९६८ साली अमेरिकेने दक्षिण व्हिएतनाममध्ये चार लक्ष सैनिक उतरविले. मात्र, त्याचा उत्तर व्हिएतनामवर फारसा परिणाम झाला नाही. उलट, त्यांच्या लढ्याची तीव्रता दिवसेंदिवस वाढतच होती.

दक्षिण व्हिएतनाममधील अमेरिकेच्या हस्तक्षेपामुळे जगभर अमेरिकेची नाचक्की झाली. प्रत्यक्ष अमेरिकन नागरिकांनीही राष्ट्राध्यक्ष जॉन्सन यांचा निषेध करून ताबडतोब आपले सैन्य परत बोलावून द्यावे अशी मागणी केली, त्यामुळेच अमेरिकेने उत्तर व्हिएतनामवरील बॉम्बवर्षाव बंद केले. राष्ट्राध्यक्ष निक्सन यांच्या काळात १९६९ साली 'पॅरिस शांतता परिषद' आयोजित करण्याचे ठरले. परंतु त्याचा फारसा उपयोग झाला नाही.

संघर्षाचे अंतिम पर्व

१९६५ ते १९७५ या दहा वर्षांच्या काळात अमेरिकेने संपूर्ण व्हिएतनामवरच अत्याचार केले. चार अब्ज डॉलरचा चुराडा केला. दोन लाख लोकांचे बळी घेतले. आठ लाख लोकांना जखमी केले. उत्तरेवर सतत बॉम्ब वर्षाव चालू होता. रासायनिक व विषारी शस्त्रांचा वापर करण्यात आला. हजारोंना जिवंत पुरले. जमिनीवरील पिके जाळून टाकली. कारखाने, शहरे यावर लष्करी बॉम्ब हल्ले केले. विषारी रसायने विमानातून नद्यात टाकली. विषारी पाण्याने असंख्य लोक मरण पावले. अर्थात, मुक्ती आघाडीने व हो-चि-मिन्हने संकटांना धैर्याने तोंड दिले. त्यांनी जलतपासणी केंद्रे व प्रयोगशाळा उभारल्या. सर्व स्तरावरील लोक युद्धाची आघाडी सांभाळीत होते; त्यामुळेच शेवटी अमेरिकेला माघार घ्यावी लागली.

युद्धबंदीचा करार (२४ जानेवारी १९७३)

अमेरिकेचे व्हिएतनामसंबंधीचे जुलमी धोरण अमेरिकन नागरिकांना मान्य नव्हते; म्हणूनच अमेरिकन सरकारवर दबाव आणून अमेरिकेस युद्धबंदीचा करार करण्यास भाग पाडले. या करारातील तरतुदी पुढीलप्रमाणे - १) २७ जानेवारी,१९७३ पासून युद्धबंदी होईल. २) इंडोचीन मधील युद्ध यांची साठ दिवसांच्या आत मुक्तता करण्यात येईल. ३) दक्षिण व्हिएतनाम आणि राष्ट्रीय मुक्ती आघाडीचे सैन्य एकाच ठिकाणी राहील. ४) दक्षिण व्हिएतनामच्या अंतर्गत कारभारात अमेरिका हस्तक्षेप करणार नाही. ५) युद्ध समाप्तीची हमी देण्यासाठी व शांततेसाठी एक महिन्याच्या आत आंतरराष्ट्रीय परिषद घेतली जाईल. ६) अमेरिका आपल्या सैन्याला परत बोलावेल. ७) दक्षिण व्हिएतनामच्या शासनाला उत्तर व्हिएतनाम आणि अमेरिका मान्यता देईल.

वरील स्वरूपाचा करार झालेला असतानाही अमेरिकेने दक्षिण व्हिएतनामला मदत केल्याने उत्तर व्हिएतनाममध्ये अमेरिकेविषयी नाराजी निर्माण झाली. उत्तर व दक्षिण व्हिएतनामाधील प्रदीर्घ काळ चाललेला संघर्ष अखेर जून १९७६ साली संपुष्टात आला. १ जुलै, १९७६ रोजी उत्तर व दक्षिण व्हिएतनाम यांचे एकीकरण

होऊन व्हिएतनामच्या 'राष्ट्रीय असेंब्ली सोशॅलिस्ट रिपब्लिक ऑफ व्हिएतनाम' हे स्वतंत्र राज्य उदयाला आलेले आहे अशी घोषणा केली. टॉन डक थँग यांना अध्यक्ष व डाँग यांना पंतप्रधान म्हणून नियुक्त केले.

अशा प्रकारे व्हिएतनाममधील पदवीचा आणि परकीयांच्या हस्तक्षेपाचा काळ संपुष्टात आला. व्हिएतनाम संघर्षाचा व स्वातंत्र्य लढ्याचा आशियाच्या राजकारणावर व्यापक परिणाम झालेला आहे. १९७७ ला व्हिएतनामला संयुक्त राष्ट्र संघाचे सभासदत्व देण्यात आले.

हो-चि-मिन्ह

हो-चि-मिन्ह व्हिएतनामच्या राष्ट्रपुरुष व साम्यवादी क्रांतीचा प्रणेता होता. हो-चि-मिन्ह यांनी व्हिएतनाममध्ये मोठ्या प्रमाणात जागृती घडवून आणली. कम्युनिस्ट पक्षाची स्थापना करून विस्कळीत समाजाला संघटित करून हालआपेष्टा सहन करून त्यांनी व्हिएतनामला स्वतंत्र केले. फ्रांस, अमेरिकेसारख्या बड्या राष्ट्रांशी संघर्ष करून व्हिएतनामचा मुक्ती लढा यशस्वी केला.

फ्रांसविरोधी आंदोलन केल्यामुळे त्याला १९३० साली तुरुंगात टाकले. तथापि, तेथून पळाल्यानंतर हो-चि-मिन्ह १९४५ पर्यंत भूमिगत राहून आपला लढा चालू ठेवला.

पाश्चात्त्य शिक्षण घेतलेल्या व्हिएतनामी तरुणांना संघटित करण्यासाठी हो-चि-मिन्हने १९२५ साली 'युवक क्रांती दलाची' स्थापना केली. ही युवकांची कम्युनिस्ट संघटना होती. ह्या संघटनेद्वारे त्यांने युवकांची लढाऊ शक्ती उभी केली. आपल्या भूमिकेच्या प्रसारासाठी त्याने ह्या संघटनेतर्फे 'थॉन नियन' नावाचे नियतकालिक सुरू केले. १९३० पर्यंत देशाच्या विविध भागातील तीन कम्युनिस्ट पक्षांचे एकत्रीकरण करुन डाँग-डु-ऑग काँग-सान-डाँग हा कम्युनिस्ट पक्ष स्थापन केला. ह्या पक्षाचा जाहीरनामा विविधांगी लेखन, भाषणातून त्यांची विचारसरणी व भूमिका स्पष्ट होते.

दुसरे महायुद्ध सुरू झाले तेव्हा हो-चि-मिन्ह चीनमध्ये होते. महायुद्ध सुरू होण्यापूर्वी व्हिएतमिन्हा पक्षाची स्थापना केली. दुसऱ्या महायुद्धात फ्रांसचा पराभव झाल्याने हो-चि-मिन्ह यांना लोकतंत्रवादी गणराज्य स्थापन करण्याची संधी मिळाली. अशा प्रकारे हो-चि-मिन्हमुळे व्हिएतनामचे एकत्रीकरण आणि साम्यवादी शासनाची स्थापना करण्याचे महत्त्वाचे कार्य पूर्ण झाले.

व्हिएतनाममधील अमेरिकेच्या पराभवाची कारणे

व्हिएतनामवर वर्चस्व प्रस्थापित करण्याची संधी अमेरिकेने सोडली नाही. अमेरिकेच्या पराभवाची जी अनेक कारणे आहेत; त्यातील प्रमुख कारणे-

१) अमेरिकेच्या जुलुमाला विरोध.
२) हो-चि-मिन्ह यांचे प्रभावी नेतृत्व.
३) गनिमी काव्याच्या अवलंब.
४) साम्यवादी रशिया व चीनची व्हिएतनामला मदत.
५) अमेरिकन जनतेचा अमेरिकेच्या दुष्कृत्याला विरोध.
६) जगभरात अमेरिकेची झालेली नाचक्की.

१०.३ असियान (Asian)

असियान ही एक दक्षिण पूर्व आशियातील राजकीय व आर्थिक सहकार्य करण्यासाठी स्थापन केलेली संघटना आहे. दक्षिण पूर्व आशियातील दहा देशांनी ८ ऑगस्ट, १९६७ रोजी असियानची स्थापना झाली. असियान म्हणजे 'Association of South East Asian Nations'. इंडोनेशिया, मलेशिया, फिलिपाईन्स, सिंगापूर, थायलंड, ब्रुनइ, कंबोडिया, लाउस, म्यानमार, व्हिएतनाम हे देश असियानचे सदस्य देश आहेत. असियानचे मुख्य कार्यालय इंडोनेशियात जकार्ता येथे आहे.

सभासद देशांच्या देश प्रमुखाची शिखर परिषद ही या संघटनेच्या निर्णय प्रक्रियेतील सर्वोच्च परिषद आहे. असियाची शिखर परिषद दरवर्षी भरवली जाते आणि ५ वर्षांच्या मुदतीसाठी असियांच्या मुख्यसचिवांची नेमणूक केली जाते. असियान करार १९६७, शांतता स्वातंत्र्य आणि तटस्थतेच्या क्षेत्राचा जाहीरनामा, १९७१ असियानचा दक्षिण समुद्रविषयक जाहीरनामा, १९९२ आणि अग्नेय आशिया अण्वस्त्र विरहित क्षेत्राचा करार, १९९७ हे काही महत्त्वाचे करार असियानने केले आहेत. असियानच्या १० सभासदांव्यतिरिक्त त्याच्या क्षेत्रीय व्यासपीठामध्ये ऑस्ट्रेलिया, कॅनडा, चीन, भारत, जपान, दक्षिण कोरिया, मंगोलिया, न्यूझिलंड, पाकिस्तान आणि अमेरिका यांचा समावेश आहे.

१) असियानचे स्वरूप

वस्तुतः या संघटनेतील १० राष्ट्रांतील लोकांची भाषा, धर्म, जात, संस्कृती, राहणीमान इत्यादी भिन्न आहे. ह्या राष्ट्रांतील ऐतिहासिक पार्श्वभूमी परंपरा, राजकीय, आर्थिक आणि सामाजिक जीवनमूल्ये परस्परांपासून भिन्न आहेत. परंतु येणाऱ्या संकटांना सामोरे जाणाच्या समजूतदारपणा त्यांच्याकडे आहे. प्रचंड लोकसंख्या, दारिद्र्य, आर्थिक शोषण या समस्यांनी सर्वच सहयोगी राष्ट्रांना ग्रासले आहे. या राज्यांची सामूहिक बाजारपेठ निर्माण करून परस्परात व्यापारवृद्धी करणे, ही या राज्यांची योजना आहे. मुख्यत्वे हे आर्थिक सहयोगावर भर देणारे संघटन आहे. या

संघटनेचे स्वरूप सैनिक पद्धतीचे नक्कीच नाही. हे संघटन कोणत्या महाशक्तीद्वारे प्रोत्साहित किंवा त्याच्याशी संबंधित नाही.

२) असियानचे उद्देश

ह्या संघटनेच्या निर्मितीचा हेतू दक्षिण पूर्व आशियायी राष्ट्राची आर्थिक प्रगती झपाट्याने करणे हा आहे. मुख्यत्वे सर्व सभासद राष्ट्रांचे आर्थिक, राजकीय, सांस्कृतिक, व्यापारिक, वैज्ञानिक, तांत्रिक इत्यादी क्षेत्रांत परस्परांना सहकार्य करणे व सामूहिकरीत्या सर्व समस्या सोडविणे हा संघटनेचा हेतू आहे. ह्या संघटनेचा आणखी एक प्रमुख उद्देश म्हणजे सीमित वस्तूंबाबत स्वयंत्र व्यापारक्षेत्र स्थापन करणे हा आहे; त्यामुळे परस्परांतील आयात व निर्यातीमुळे विदेशी मुद्रेचे जतन ही राष्ट्रे करीत आहेत.

३) असियानचे कार्य

या संघटनेचे क्षेत्र व्यापक आहे. आज अनेक राजकीय, आर्थिक, सामाजिक इत्यादी क्षेत्रांत ही संघटना कार्यरत आहे. या संघटनेच्या कार्यात लोकसंख्यावृद्धीवर नियंत्रण व त्या अनुषंगाने कुटुंबनियोजनाचा कार्यक्रम राबविला जातो. औषधी निर्माण व तिचे नियंत्रण शैक्षणिक क्रिडाविषयक व समाजकल्याणाच्या योजना राबविणे यांवर भर दिला जातो. या संघटनेद्वारे स्थापित आसियंटा या उपसंस्थेद्वारे व्हिसाशिवाय परस्पर राष्ट्रांत पर्यटन सुविधा उपलब्ध करून दिल्या जातात; तसेच अन्न-धान्य उत्पादनावरील कर दिला जातो. शेतकऱ्यांना तांत्रिक शिक्षण देण्याचा उपक्रमही राबविला जातो. मुख्यत्वे ऊस व तांदूळ उत्पादनात तसेच पशुपालनाबाबत ह्या संघटनेने बरीच प्रगती केली. सन १९९२ च्या सिंगापूर संमेलनात या संघटनेने नवीन आंतरराष्ट्रीय अर्थव्यवस्थेची मागणी केली आहे. त्याचबरोबर स्वतःचे क्षेत्र मुक्त व्यापार क्षेत्र ठेवण्याची घोषणा केली आहे. सन १९९५ मधील थायलंडमधील शिखर संमेलनात सन२००३ पर्यंत आसियानमधील राष्ट्रांमध्ये व्यापाराबाबत मुक्त अर्थव्यवस्था राबविण्याचा विचार व्यक्त केला आहे. तसेच म्यानमार, व्हिएतनाम, फिलिपाईन्स व इंडोनेशियाच्या नाभंगणाला शक्तीवाहिने क्षेत्र बनविण्याची घोषणा करण्यात आली. सन १९९९ च्या अधिवेशनात चीन, आशियन राज्यांमधील संबंधांचा विचार करण्यात आला. या संबंधांबाबत चीन, कोरिया व जपानने दाखविलेल्या सहानुभूतीमुळे संघटनेचा नवा उत्साह भरला आहे. सन २००१ मध्ये बुनेर शिखर संमेलनात भारताला ह्या संघटनेच्या बैठकींना आमंत्रित करण्याचा निर्णय घेण्यात आला. ह्या संघटनेच्या इंडोनेशियात सन २००३ मध्ये झालेल्या संमेलनात चीन, दक्षिण कोरिया, राष्ट्रप्रमुखांनी भाग घेतला.

४) असियानचे मूल्यमापन

अनेक आंतरराष्ट्रीय संबंधांच्या विश्लेषकांचे मत असे आहे की, या संघटनेचे कार्य निराशाजनक आहे. या संघटनेची तुलना युरोपीय कॉमन मार्केटशी होऊ शकत नाही. या संघटनेच्या राष्ट्रांमध्ये आर्थिक व अन्य क्षेत्रात सहयोग अपेक्षेप्रमाणे आढळत नाही. अनेक वेळा सदस्य राष्ट्रांत आपसात वाद निर्माण होतात. या संघटनेवर असा देखील आरोप केला जातो की, या संघटनेतील राष्ट्रांचा कल पाश्चात्त्य राष्ट्रांकडे आहे. यातील काही राष्ट्रे पाश्चात्त्य राष्ट्रांशी संरक्षणात्मक संधी करू इच्छितात. काही राज्यांत परकीय सैन्यांचे अड्डेदेखील आहेत, वरीलप्रमाणे टीका करण्यात येत असली तरी ह्या संघटनेने आपली द्वारे आपल्या आशियाई क्षेत्रातील अनेक राष्ट्रांसाठी खुली ठेवली आहेत. मात्र, त्यांचा संघटनेच्या ध्येयधोरणांवर विश्वास असावा, अशी अपेक्षा आहे. ह्या क्षेत्रास मुक्त व्यापार क्षेत्र बनविण्याची योजना या क्षेत्राचा विकास निश्चितच घडवून आणेल.

१०.४ भारताचे परराष्ट्र धोरण – विशेष संदर्भ आग्नेय आशिया (Foreign Policy India with Special reference to South East Asia)

भारत – आग्नेय आशिया संबंध

प्राचीन काळापासून भारत व आग्नेय आशियाई देश यांच्यात व्यापारी व सांस्कृतिक संबंध होते. व्यापार व उद्योगाच्या निमित्ताने हजारो भारतीय आग्नेय आशियात स्थायिक झाले होते, म्हणूनच त्या भागाला बृहन्भारत अशी संज्ञा प्राप्त झाली होती. नंतरच्या काळात वसाहतवादाच्या काळात हे संबंध दुरावलेले दिसून येतात. वसाहतकाळात ब्रिटिशांनी अनेक भारतीयांना शेतमजूर म्हणून काम करण्यासाठी पाठवण्यात आले. त्यांची अवस्था दयनीय होती. त्यातील काहींनी कापड, मसाले, व्यापार, किरकोळ व्यापार करण्यास सुरुवात केली होती. मलाया, सिंगापूर, म्यानमार इत्यादी देशातील शेतमळ्यात भारतीय मजूर काम करत होते. सिंगापूर येथे ब्रिटिशांनी भारतीय मजुरांना बांधकाम क्षेत्रात काम करण्यासाठी नेले होते. इंडोचायना या फ्रेंच वसाहतीत त्या काळी कापड व्यवसायात बरेच भारतीय काम करत होते.

स्वांतत्र्य संग्राम काळात आग्नेय आशियायी राष्ट्रांबद्दल भारतीयांत जागृती निर्माण झाली. विसाव्या शतकाच्या प्रारंभी भरलेली शांतता परिषद व १९२७ मध्ये ब्रुसेल्स येथे भरलेली साम्राज्यवादविरोधी परिषद यामुळे डच व फ्रेंच यांच्या प्रभुत्वाखालून सुटण्याकरिता धडपड करणारे आग्नेय आशियायी नेते व स्वातंत्र्याकरिता ब्रिटिशांविरुद्ध लढा देत असलेले भारतीय नेते यांच्यात नव्याने संपर्क प्रस्थापित झाला.

दुसऱ्या महायुद्धानंतरचे भारत-आग्नेय आशिया संबंध

दुसऱ्या महायुद्धानंतर भारत व आशियायी राष्ट्रे यांना परस्परांजवळ आणणारा घटक म्हणजे राष्ट्रवाद व वसाहतवादाला असलेला विरोध होय. दुसऱ्या महायुद्धांत जपानचा पराभव झाल्याने जपानने आग्नेय आशियातून माघार घेतली असली तरी त्या वसाहतीवर पाश्चात्त्यांनी वर्चस्व प्रस्थापित केले. याच दरम्यान भारतातही स्वातंत्र्य लढा सुरू होता. भारतीय स्वातंत्र्य युद्धाच्या चळवळीने आग्नेय आशियातील वसाहतवादाच्या लढ्याला चांगलेच बळ प्राप्त झाले. डॉ. सुकार्णो, अॅग सॅन, हो-चि-मिन्ह इत्यादी नेत्यांनी भारतीय नेते म. गांधी, रवींद्रनाथ टागोर, पंडित जवाहरलाल नेहरू यांची स्तुती केली. आग्नेय आशियातील काही नेत्यांनी भारतीय राष्ट्रीय सभेच्या (कॉंग्रेसच्या) विविध अधिवेशनात सहभाग घेऊन भारतीय नेत्यांच्या भेटी घेतल्या. याच काळात इंडोनेशियन व व्हिएतनामी राष्ट्रवाद्यांनी आपापल्या राष्ट्रांचे स्वातंत्र्य जाहीर केले. तेव्हा भारतीय नेत्यांनी त्यांचे स्वागत केले. त्या राष्ट्रांवर साम्राज्यवादी पकड पुन्हा प्रस्थापित करण्याचा प्रयत्न ब्रिटिशांनी करावा व त्याकरिता भारतीय सैनिकांचा उपयोग केला जावा याचा स्पष्ट शब्दांत भारतीय कॉंग्रेसने निषेध केला.

भारत-आग्नेय आशिया संबंध (१९४६ ते १९६५)

१९४६ मध्ये भारतात जवाहरलाल नेहरूंच्या नेतृत्वाखाली हंगामी सरकारची स्थापना होताच परकीय राष्ट्रांच्या कारभारात हस्तक्षेप न करणे, आग्नेय आशियातील स्वातंत्र्य चळवळी दडपण्याकरिता भारतीय साधनसामुग्री व सैनिक यांचा वापर न करणे, वांशिक समानता प्रस्थापित करण्याचा प्रयत्न करणे, ही स्वतंत्र्य भारताची उद्दिष्टे जाहीर केली व इंडोनेशियातून सर्व भारतीय फौजा माघारी घेतल्या. ज्या वेळी भारत स्वतःच पूर्णपणे स्वतंत्र झाला नव्हता त्या वेळी इंडोनेशियाच्या स्वातंत्र्याकरीता भारताने उचललेले महत्त्वाचे पाऊल होते. युरोपीय वसाहतवादाविरुद्ध लढा देणाऱ्या आशियातील स्वातंत्र्य चळवळींना मदत करण्याच्या भारताच्या निर्धाराचा तो महत्त्वाचा पुरावा होता.

१९४७ मध्ये भारताने 'एशियन रिलेशन्स कॉन्फरन्स' घेतली. त्यात इंडोनेशियाला प्रतिनिधित्व देण्यात आले. या परिषदेत आशियायी राष्ट्रांच्या समस्यांवर चर्चा करण्यात आली. परस्परांच्यात सामंजस्य प्रस्थापित करण्याच्यादृष्टीने ही परिषद महत्त्वाची ठरली. जुलै १९४७ मध्ये डचांनी इंडोनेशियावर हल्ला केला. तेव्हा युरोपिअन राष्ट्रांना आशियावर राज्य करण्याचा अधिकार नाही, अशा स्पष्ट शब्दांत निषेध केला.

१९४८ मध्ये डचांनी इंडोनेशियावर पुन्हा आक्रमण केले. तेव्हा इंडोनेशियाच्या

प्रश्नावर चर्चा करण्यासाठी पंडित नेहरूंनी आशियायी व आफ्रिकन राष्ट्रांची दिल्ली येथे एक परिषद भरविली. आशिया व आफ्रिका खंडातील अठरा राष्ट्रे त्यात सहभागी झाली होती. परिषदेत पंडित नेहरूंनी डचांचा निषेध तर केलाच शिवाय कोणत्याही राष्ट्रांना आशिया–आफ्रिका खंडावर अधिराज्य करण्याचा अधिकार नाही असे स्पष्ट शब्दांत सांगून त्यासंबंधीचा ठराव युरोपिअन राष्ट्रांकडे पाठविला. एवढेच नव्हे तर डचांनी इंडोनेशियात युद्धबंदी करावी, तेथे नवीन सरकार स्थापन व्हावे म्हणून भारतीय भूमीवरून डच विमानांना जाण्यास परवानगी नाकारली. पाकिस्तान, सिलोन, ब्रह्मदेश, अरेबिया या राष्ट्रांनीही तशीच कार्यवाही डचांविरुद्ध करावी याकरिता त्या सरकारंचे मन वळविले. अखेर २७ डिसेंबर, १९४९ रोजी इंडोनेशियाला स्वातंत्र्य मिळाले. त्यास अधिकृत मान्यता प्रदान करून भारताने आपले एक रेड क्रॉस वैद्यकीय पथकही इंडोनेशियाला रवाना केले. अशा प्रकारे इंडोनेशियाला स्वातंत्र्य मिळाले. भारताप्रमाणेच इंडोनेशियानेही असंलग्नता स्वीकरली होती. संयुक्त राष्ट्रसंघातील दोहोंच्या भूमिका परस्परांना पाठिंबा देणाऱ्या होत्या. १९५१ मध्ये भारत व इंडोनेशिया यांच्यात व्यापारी करार झाला व इंडोनेशियन वैमानिकांना भारतात प्रशिक्षण देण्याची परवानगी दिली. १९५८ मध्ये नाविक क्षेत्रातील सहकार्याबाबत तर १९६० मध्ये दोन्ही राष्ट्रांच्या लष्करात विचारविनिमय होण्याबाबत करार झाले.

इंडोनेशियाच्या स्वातंत्र्यासाठी भारताने जसे प्रयत्न केले तसे व्हिएतनामच्या स्वातंत्र्य लढ्यावेळी केलेले दिसत नाही त्यास वेगवेगळी कारणे होती. फ्रान्स, चीन यांची भूमिका लक्षात घेता त्यांना विरोध करणे अयोग्य होते. चीन व व्हिएतनामच्या सीमा संलग्न होत्या त्याबरोबरच त्या दोहोत सैद्धांतिक जवळीकही होती. फ्रांसला विरोध केला तर फ्रांसच्या ताब्यातील प्रदेश देण्यास फ्रांस अडथळा आणेल; म्हणूनच इंडोनेशियाला दिला तसा पाठिंबा व्हिएतनामच्या स्वातंत्र्य संग्रामाला प्रारंभी भारताने दिला नाही. आंतरराष्ट्रीय राजकारणातील काही घडामोडींमुळे व्हिएतनामबद्दलचा भारताच्या भूमिकेत १९५४ नंतर बदल घडून आलेले दिसून येतात. अमेरिकेने व्हिएतनाममध्ये आपल्या गटाचे प्रभुत्व रहावे म्हणून फ्रांसला मदत करायला सुरुवात केली; त्यामुळे भारताने व्हिएतनामकडे आपले लक्ष वळविले.

इंडोचायनात अधिक काळ युद्ध चालविणे फ्रांसला अशक्य होत आहे आणि त्या युद्धाचा वणवा इतरत्र पसरेल की काय, अशी धास्ती ब्रिटनला वाटत आहे. हे ओळखून ती संधी पंडित नेहरूंनी साधली व इंडोचायनात ताबडतोब युद्धबंदी व्हावी यासाठी फेब्रुवारी १९५४ मध्ये पुढाकार घेतला. इंडोचायनाच्या प्रश्नाचा विचार करण्यासाठी घेण्यात येणाऱ्या जिनिव्हा परिषदेत आशियायी दृष्टिकोन परिषदेपुढे माडण्याकरिता व्ही. के. कृष्णा मेनन यांना जिनिव्हा येथे पाठविले. तेथे निरनिराळ्या

राष्ट्रांच्या प्रतिनिधींशी मेनन यांनी इंडोचायनाच्या प्रश्नावर चर्चा केली. इंडोचायनाबाबत चीन व अमेरिकेला वाटणारी धास्ती दूर व्हावी व तेथे शांतता निर्माण व्हावी यासाठी भारताने प्रयत्न केले. त्यानुसार, इंडोचायनाचे भाग असलेल्या लाओस व कंबोडिया या प्रदेशात अमेरिकेचे लष्करी तट प्रस्थापित होऊ नयेत याकरिता प्रयत्न करण्याचे आश्वासन त्यांनी ब्रिटिश व फ्रेंच प्रतिनिधींकडून मिळविले; तर लाओस व कंबोडिया तटस्थ राहतील याची हमी चीन व डेमॉक्रॅटिक रिपब्लिक ऑफ व्हिएतनाम यांच्याकडून त्यांनी घेतली. याच परिषदेत संबंधित सर्व सत्तांनी इंडोचायनात हस्तक्षेप न करण्याचे दिलेले अनौपचारिक आश्वासन म्हणजे भारताच्या असंलग्नतेच्या व शांततामय सहजीवनाच्या नीतीचे जणू समर्थन होते. इंडोचायनाच्या तीन राज्यात जिनिव्हा तरतुदींच्या परिपालनासाठी देखरेखीकरता नेमण्यात आलेल्या 'इंटरनॅशनल कंट्रोल कमिशनचे' अध्यक्षपद भारताला मिळाले. यावरून भारताने जिनिव्हा परिषदेत महत्त्वाची भूमिका पार पडलेली दिसते.

आग्नेय आशिया हे शांततेचे क्षेत्र असावे असे पंडित नेहरूंना तीव्रतेने वाटत होते. एप्रिल १९५५ मध्ये भरलेल्या बांडुंग परिषदेमध्ये पंडित नेहरूंनी पंचशील तत्वांचे व शांततामय सहजीवनाचे धोरण राखावे यावर जोर दिला. भारताच्या नीतीला आग्नेय आशियायी देशांनी पाठिंबा दिला. ही परिषद म्हणजे आग्नेय आशियातील भारताच्या प्रभावाचा जणू उच्चांक होता. भारताच्या असंलग्नता नीतीमुळे सीटो करारात सहभागी झालेल्या थायलंड व फिलिपाईन्स या राष्ट्रांशी सलोखा साधणे भारताला शक्य होईना; तर दक्षिण व्हिएतनामच्या अमेरिकाधार्जिण्या नीतीमुळे इंटरनॅशनल कंट्रोल कमिशनचा अध्यक्ष या नात्याने जबाबदाऱ्या पार पाडणेही भारताला कठीण होऊ लागले. १९५६-५९ या काळात भारत-इंडोनेशिया संबंध काही काळ दुरावले. १९६१ च्या बेलग्रेड येथे भरलेल्या असंलग्न राष्ट्रांच्या पहिल्या परिषदेत महासत्तांच्या वाटाघाटींद्वारा जागतिक शांततेची हमी मिळावी याला नेहरूंनी महत्त्व दिले तर आंतरराष्ट्रीय क्षेत्रातून साम्राज्यवाद व वसाहतवाद यांचे त्वरित उच्चाटन होण्यावर इंडोनेशियाचे अध्यक्ष डॉ. सुकार्णो यांनी भर दिला त्यामुळे भारत व इंडोनेशिया यांत विसंवाद व दुरावा निर्माण झाला. १९६२ च्या चीनच्या आक्रमणामुळे आग्नेय आशियातील भारताच्या प्रतिष्ठेला जबरदस्त धक्का बसला. चिनी आक्रमणाच्या काळात भारताला सहानुभूती मिळाली ती थायलंड, फिलिपाईन्स व दक्षिण व्हिएतनाम यांच्याकडून तर मलायाने उघडपणे चिनी आक्रमणाचा धिक्कार केला.

मलायाचे प्रधानमंत्री रहमान यांनी मे १९६१ मध्ये मलेशियाचे नवे संघराज्य स्थापण्याबाबत मांडलेल्या योजनेचे भारताने स्वागत केले; कारण त्यामुळे आग्नेय आशियातील वसाहतवादाचे उच्चाटन होणार होते. तसेच मलेशियाच्या स्थापनेबरोबर

आग्नेय आशियात राजकीय स्थैर्य येईल असे भारताला वाटत होते. वसाहतवादाचे निर्मूलन राष्ट्रवाद व स्वातंत्र्य यांना दृढता आणि शांतता, मैत्री व स्थैर्य यांचा पुरस्कार या भारताच्या परराष्ट्र धोरणाला अनुसरूनच मलेशियाच्या संघराज्यनिर्मितीला भारताने पाठिंबा दिला.

१९५९ नंतर भारत व इंडोनेशियात कटुता निर्माण झाली. भारत-चीन युद्धावेळी इंडोनेशियाचा चीनकडील कल स्पष्टच दिसत होता. मलेशियाच्या निर्मितीबाबतही भारत व इंडोचायना यांच्या भूमिका परस्पराविरोधी होत्या. १९६५ च्या भारत पाकिस्तान युद्धाच्यावेळी इंडोनशियाने पाकिस्तानला आर्थिक व लष्करी मदत करून, आपला पाठिंबा जाहीर करून, भारताला आक्रमक ठरविले. मात्र, १९६५ मध्ये जकार्ता येथे तेथील साम्यवादी गटाच्या नेतृत्वाखाली झालेल्या राज्यक्रांतीच्या प्रयत्नानंतर इंडोनेशियाच्या नीतीत बदल घडून आलेला दिसतो. असंलग्नता, शांततामय सहजीवन, चांगला शेजारधर्म, आंतरराष्ट्रीय सहकार्य व जागतिक शांतता ह्या धोरणांचा पुरस्कार इंडोनेशियाचे नेते पुन्हा करू लागले. भारताशी संबंध सुधारण्याचा प्रयत्न करू लागले. त्यातूनच भारत-इंडोनेशिया संबध सुधारून राजकीय, आर्थिक व व्यापारी क्षेत्रांत सहकार्य प्रस्थापित झाले. अर्थात, त्यामुळे आग्नेय आशियायी राष्ट्रांच्या संबंधाबाबतचे भारतापुढील प्रश्न संपले होते असे नाही.

भारत-आग्नेय आशिया संबंध (१९६५ ते १९९०)

पंडित नेहरूंच्या काळात आग्नेय आशियायी राष्ट्रांशी सलोख्याचे संबंध असले तरी त्यात हळूहळू बदल होत गेले, त्याचे मुख्य कारण म्हणजे १९६० नंतर ह्या भागातील काही राष्ट्रे अमेरिकेच्या अथवा चीनच्या प्रभावाखाली आली. आंतरराष्ट्रीय राजकारणाकडे पाहण्याच्या दृष्टिकोनात समानता राहिली नाही. असंलग्न राष्ट्रगटात राहूनही त्यांच्यात काही प्रश्नांबाबत मतभिन्नता होती; त्यामुळे पंडित नेहरूंना अपेक्षित प्रादेशिक ऐक्याची भावना रुजली नाही.

आग्नेय आशियातील इंडोनेशियाच्या स्वातंत्र्य लढ्याचे भारताने समर्थन केले. इंडोनेशिया स्वतंत्र्य झाल्यानंतर डॉ. सुकार्णोच्या कारकिर्दीत भारत व इंडोनेशियाचे संबंध सहकार्याचे होते. परंतु डॉ. सुकार्णोनंतर जनरल सुहार्तो यांच्या काळात भारताशी दूरावा निर्माण होऊ लागला. त्याचे महत्त्वाचे कारण म्हणजे यावेळी इंडोनेशिया अमेरिकेच्या प्रभावाखाली आला.

ब्रह्मदेश हा भारताच्या पूर्व सीमेलगत वसलेला देश. भारताप्रमाणे ब्रह्मदेशावरही ब्रिटिशांचे वर्चस्व होते; त्यामुळे स्वातंत्र्यप्राप्ती नंतर भारत व ब्रह्मदेश यांच्यात मैत्रीचे संबंध होते. मात्र, पुढील काळात भारत व ब्रह्मदेश यांच्यात सीमावाद निर्माण झाला.

तसेच ब्रह्मदेशाच्या प्रदेशात नागा व मीझो बंडखोरांना आश्रय दिला जातो. चीनच्या सहकार्याने हे बंडखोर ब्रह्मदेशाच्या भूमीवरून भारताच्या अतिपूर्वेकडील भागाला उपद्रव देतात, हे भारत सरकारच्या लक्षात येताच इंदिरा गांधींनी त्याकडे लक्ष केंद्रित करुन निर्माण झालेल्या समस्या सोडविण्याचा प्रयत्न केला; त्यातूनच १९६७ साली भारत-ब्रह्मदेश यांच्यात द्विपक्षीय करार होऊन वाटाघाटी झाल्या; तसेच ब्रह्मदेशात वास्तव्याला असलेल्या भारतीय नागरिकांबद्दलचा वादही वाटाघाटीच्या मार्गाने सोडविण्यात भारताला यश मिळाले.

सयाम व फिलिपाईन्स हे देश तर अमेरिकेप्रमाणे लष्करी गोटात सामील झालेले असल्याने ह्या देशांशी भारताचे औपचारिक संबंध होते; परंतु मैत्रीचे संबंध निर्माण झाले नाही.

व्हिएतनाम या राष्ट्राशी मात्र १९६५ पासून भारताचे मैत्रीचे व सहकार्याचे संबंध होते. उत्तर व्हिएतनाम व दक्षिण व्हिएतनाम संघर्षात भारताची भूमिका अलिप्ततेची होती. परंतु परकीय राष्ट्रांनी येथे हस्तक्षेप करू नये असा भारताच्या दृष्टिकोन होता; त्यामुळेच अमेरिकेने उत्तर व्हिएतनामवर बॉम्ब हल्ला करताच या हस्तक्षेपाचा भारताने निषेध केला. १९७५ मध्ये उत्तर व्हिएतनामने दक्षिण व्हिएतनाम पादाक्रांत करून संयुक्त व्हिएतनामचे लोकशाहीधिष्ठित गणराज्य घोषित केले; त्या वेळी भारताने या विजयाचे स्वागत करून व्हिएतनामला राजनैतिक मान्यता दिली; तसेच व्हिएतनामला भारताने राष्ट्रीय पुनर्रचनेसाठी सर्वप्रकारचे सहकार्य केले; त्यामुळे भारत-व्हिएतनाम संबंध आधिकाधिक सुदृढ झाले. पुढील काळात १९७८ साली चीनने व्हिएतनामवर केलेल्या आक्रमणाचाही भारताने कडक शब्दात निषेध तर केलाच परंतु मदतही केली. भारताच्या नैतिक पाठिंब्याबद्दल आणि सहकार्याबद्दल नोव्हेंबर, १९८५ मध्ये व्हिएतनाम सरकारने इंदिरा गांधी यांना 'ऑर्डर ऑफ द गोल्डन स्टार' हा सर्वोच्च किताब प्रदान केला. हा सन्मान स्वीकारण्यासाठी व्हिएतनाम सरकारने राजीव गांधी यांना आमंत्रित केले. या भेटीच्यावेळी व्हिएतनामच्या राजधानीत इंदिरा गांधींच्या पुतळ्याचा अनावरण समारंभ राजीव गांधींच्या हस्ते आयोजित करण्यात आला. यावरून व्हिएतनामचे भारताविषयीचे सौहार्द स्पष्ट होते.

सराव प्रश्न

प्र.१) खालील प्रश्नांची सविस्तर उत्तरे लिहा. (४०० शब्दांत)

१) २० व्या शतकाच्या पूर्वार्धातील इंडोनेशिया-डच संघर्षाचे स्वरूप स्पष्ट करा.

२) डॉ. अहमद सुकार्तो यांचे 'इंडोनेशियाच्या स्वातंत्र्याचे शिल्पकार' म्हणून कार्य स्पष्ट करा.

३) व्हिएतनामच्या स्वातंत्र्य आंदोलनाचा सविस्तर वृत्तान्त द्या.

४) असियान या संघटनेची साद्यन्त माहिती लिहा.

५) भारत आणि आग्नेय आशिया संबंध विशद करा.

प्र.२) खालील प्रश्नांची थोडक्यात उत्तरे लिहा.

१) टिपा लिहा. - सारकेत इस्लाम

२) इंडोनेशियन नॅशनल पार्टीवर थोडक्यात माहिती लिहा.

३) थोडक्यात टीप लिहा - लिंगड जसी करार

४) हो-चि-मिन्ह वर टीप लिहा.

५) असियानचे मूल्यमापन करा.

६) भारताचे ब्रह्मदेशाशी असणारे परराष्ट्र संबंध स्पष्ट करा.

७) भारत-इंडोनेशिया परराष्ट्र संबंधाचे वर्णन करा.

संदर्भसूची

१) आचार्य, धनंजय, श्री साईनाथ प्रकाशन, नागपूर, द्वितीयावृत्ती २०११.

२) कदम, य. ना., समकालीन आधुनिक जग, फडके प्रकाशन, कोल्हापूर, २००१.

३) जाधव, वसंत, आधुनिक जपानचा इतिहास, श्रीविद्या प्रकाशन, नागपूर, २००४.

४) जोशी, पी. जी., विसाव्या शतकाचा इतिहास, विद्या प्रकाशन, नागपूर.

५) तांबोळी, डॉ. एन. एस., आधुनिक जग (१४५३-२००८), निराली प्रकाशन, प्रथमावृत्ती-मे २००९.

६) देवपुजारी, मु. बा., पश्चिम आशिया, मंगेश प्रकाशन, नागपूर,

७) बाचल, वि. मा., चीन व जपानमधील राजकीय घडामोडी, श्रीविद्या प्रकाशन, पुणे, १९७६.

८) मोरे, नवथर, काळभोर, आधुनिक भारताचा इतिहास, अथर्व प्रकाशन, पुणे २००९.

९) मोरे, नवथर, काळभोर, पहिल्या महायुद्धानंतरचे जग, अथर्व प्रकाशन, पुणे २००८.

१०) राजदरेकर, गर्गे स.मा., आधुनिक जगाचा इतिहास, विद्या प्रकाशन, नागपूर, १९९६.

११) रायपूरकर, वसंत, आंतरराष्ट्रीय संबंध, मंगेश प्रकाशन, नागपूर, २००६.

१२) वैद्य, सुमन, कोठेकर शांता, आधुनिक जग, भाग-२, श्री साईनाथ प्रकाशन, नागपूर, २०००.

13) Avery Peter, Modern Iran, New York, Frederick A, Praeger, 1955.

14) Banerjee, J. K., Middle East in World Politics, World Press, 1960.

15) Carr, E. H., International Relations between the two world wars, MacMillan and Company, Ltd. 1951.

16) Clyde and Beers, The Far East, Prentice/Hall of Inida, 1974.

17) Encyclopaedia : Britannica, 1768 Vols. 12, 20.

18) Jackh, Ernest, Background of the Middle East, New York, Cornell University Press.

19) Nanda, S. P., History of Modern World, Anmol Publication, New Delhi, 1998.